Bộ Giải Nghĩa Kinh Thánh Tân Ước Tyndale

Các Thư Tín Mục Vụ (Tập 20)

Dẫn Nhập Và Giải Nghĩa

Tác giả: **Donald Guthrie**

Bản dịch tiếng Việt: **Thân Huệ Anh - Lê Tuấn**

reSource Leadership International

©Donald Guthrie 1990

Originally published in English under the title *The Pastoral Epistles (Tyndale New Testament Commentary)* by Inter-Varsity Press, London, England. All rights reserved.

This Vietnamese translation of The Pastoral Epistles (Tyndale New Testament Commentary) © 2021 by reSource Leadership International for Theological Education, published by arrangement with Inter-Varsity Press, London, England.

Bản dịch bản quyền © 2021 reSource Leadership International for Theological Education.

Bản dịch tiếng Việt: Huệ Anh - Lê Tuấn

Thiết kế bìa: Hoàng Hồng Hạnh

ISBN: 978-1-988990-53-8

Bảo lưu bản quyền. Không phần nào trong xuất bản phẩm này được phép sao chép hay phát hành dưới bất kỳ hình thức hoặc phương tiện nào mà không có sự cho phép bằng văn bản của nhà xuất bản giữ bản quyền, ngoại trừ các trích dẫn ngắn trong những bài phê bình sách.

Phần Kinh Thánh được trích dẫn từ Bản Truyền Thống Hiệu Đính, trừ những phần có ghi chú bản dịch cụ thể. Bản quyền © 2010 bởi Liên Hiệp Thánh Kinh Hội. Đã được phép sử dụng. Bản quyền được bảo lưu.

Mục lục

Dẫn nhập 1

1 Ti-mô-thê: Phân tích 49

1 Ti-mô-thê: Giải nghĩa 51

2 Ti-mô-thê: Phân tích 117

2 Ti-mô-thê: Giải nghĩa 119

Tít: Phân tích 175

Tít: Giải nghĩa 177

Phụ lục: Tính chân thực 207

Phụ lục theo Câu Kinh Thánh 225

Dẫn nhập

1. Tên gọi và đặc điểm của thư tín mục vụ

Ba thư tín này có quá nhiều tương đồng về mặt thể loại, tín lý và bối cảnh lịch sử đến nỗi chúng thường được xem là một tập hợp đơn nhất theo cùng một cách giống như các thư tín "tin lành" hay thư tín "lao tù" vậy. Mãi cho đến năm 1703 thì D. N. Berdot, theo sau là Paul Anton vào năm 1726, mới phổ biến và sử dụng cụm từ "mục vụ" để mô tả về chúng. Dù tên gọi này không hẳn là đúng về mặt kỹ thuật ở chỗ đó là các thư tín này không nói về các bổn phận của công tác chăn bầy theo nghĩa là sự trị liệu tâm hồn, nhưng tên gọi này nhìn chung là phù hợp khi biểu thị bản chất thực tiễn một cách cần thiết của chủ đề khi phân biệt với những thư tín khác được quy cho Phao-lô. Rõ ràng các thư tín này không chứa đựng một cẩm nang thần học mục vụ, nhưng tính ích lợi của chúng trong việc sắp đặt trật tự của kỷ luật hội thánh thì đã được công nhận từ những ngày đầu.[1]

Khác với những thư tín khác của Phao-lô viết cho các hội thánh, thì cả ba thư tín này đều hướng đến các cá nhân, và nhiều huấn thị trong đó mang tính cá nhân rất rõ ràng. Thế nhưng, có vẻ như đa phần các thư tín đó vẫn được viết ra cho các cộng đồng mà Ti-mô-thê và Tít đang thi hành mục vụ. Vì thế, người ta thường nghĩ về chúng như những thư tín mang tính cộng đồng, mặc dù đặc trưng thật sự của chúng thì không được phép bỏ qua.[2] Trong những hành trình truyền giáo của mình, chắc hẳn sứ đồ Phao-lô đã viết nhiều lá thư như vậy, theo đó ông không chỉ duy trì một phương cách trao đổi thông tin mà còn tích cực định hướng cho nhiều dự án Cơ Đốc mà

---

[1] Ví dụ Kinh điển Muratoria có đề cập là thư tín gửi cho Tít và hai thư tín gửi cho Ti-mô-thê "vẫn được hội thánh phổ thông xem trọng, trong việc sắp xếp đặt kỷ luật hội thánh". Tertullian và Augustine cũng làm chứng cho ý này (xem C.Spicq, *Les Epitres Pastorales*, 1948, trp.xxi).

[2] So sánh với Spicq, op.Cit., tr.xxi-xxxi. Cũng so sánh với J. D. James, *The Genuineness and Authorship of the Pastoral Epistles* (1906), tr.109, và Sir W. Ramsay, *HDB*, Extra Vol., tr.401.

ông đã khởi động. Việc ba thư tín này (cùng với thư tín Phi-lê-môn) được lưu giữ lại để được kể vào trong kinh điển đã củng cố giá trị của chúng trong tư cách là những tư liệu chiếu sáng trên những vấn đề thực tiễn của Cơ Đốc giáo thuở ban đầu.

Khi những đặc điểm văn chương của những thư tín này được xem xét, thì ngay lập tức những đặc trưng này đó trở nên rõ ràng. Chúng thiếu đi một trình tự có chủ đích, một số chủ đề được nói đến nhiều hơn một lần trong cùng một lá thư mà không có sự chủ tâm rõ ràng nào. Những câu trình bày giáo lý ngắn gọn khác nhau được lồng vào trong những lời yêu cầu mang tính cá nhân hoặc những lời khuyên dành cho hội thánh. Vì thế, những lá thư này không bị bó buộc bởi những nguyên tắc văn chương. Chúng diễn đạt một cách rất tự nhiên, rất con người những suy tư của vị sứ đồ về tương lai của công tác mà ông rất biết ơn khi giao phó chúng lại cho người khác. Vì thế, những bức thư này bày tỏ nhiều về phản ứng của tác giả đối với những tình huống mà ông đối diện cũng như tình hình hiện tại của hội thánh.

2. Các thư tín mục vụ trong hội thánh khi xưa

Khuynh hướng hiện đại xem nhẹ tầm quan trọng của những bằng chứng ngoại tại. Nhưng chỉ khi dựa vào bối cảnh nhãn quan của các Cơ Đốc nhân đầu tiên về các thư tín này thì chúng ta mới có thể đưa ra cách đánh giá công bằng về những giả thiết hiện hành không ủng hộ cho quyền tác giả của Phao-lô. Thật vậy, những bằng chứng sau đây sẽ cho thấy chẳng có cơ sở nào để nói rằng hội thánh đầu tiên có bất cứ nghi ngờ nào về tính chân thật của những thư tín này. Thật ra, mãi đến thế kỷ thứ 19 thì những quan điểm mang tính phê bình mới bắt đầu được ấp ủ nhằm chống lại quyền tác giả của Phao-lô.

Mặc dù thư tín này có nhiều tương đồng về ngôn ngữ với các tác phẩm của giáo phụ sau thời các sứ đồ, Clement ở Rô-ma và Ignatius, nhưng những tương đồng này nói chung vẫn không đủ thuyết phục để cho rằng những tác giả này đã sử dụng các thư tín mục vụ. Ngay cả ở những tương đồng được chấp nhận là bằng chứng đi nữa thì cũng đã bị giải thích theo những cách khác. Thậm chí có giả thuyết còn cho rằng tác giả của các thư tín mục vụ đã sử dụng những ghi chép của Clement và Ignatius. Một số người suy nghĩ rằng bằng chứng này ít nhất cũng cho thấy các thư tín mục vụ thuộc về cùng một thời kỳ với Clement và Ignatius. Nhưng lập luận này không phù hợp vì nội dung của thư tín mục vụ có tính nguyên thủy hơn so với những tác phẩm của các giáo phụ sau thời các sứ đồ. Điều này sẽ trở nên rõ ràng hơn trong phần thảo luận thêm của chúng ta. Khi xem xét bản chất mong manh của những tương đồng này, ta thấy chúng không mấy giá trị, mặc dù nếu dựa trên những cơ sở khác thì ta có thể kết luận là các thư tín mục vụ có từ rất sớm, nhưng những tương đồng về mặt ngôn ngữ nói lên được nhiều điều hơn ở chiều ngược lại. Điều mà chúng ta không thể khẳng định chắc chắn từ bằng chứng này đó là các thư tín mục vụ hoàn toàn không hiện hữu khi Clement và Ignatius viết.

Bằng chứng từ Polycarp lại là một kiểu bằng chứng khác, vì ông cho thấy tính thân thuộc gần gũi với những thư tín này. Có một sự thống nhất chung rằng Polycarp đã biết và sử dụng những thư tín này, mặc dù vẫn có một vài người không đồng ý với quan điểm ấy. Chẳng hạn, quan điểm cho rằng tác giả của các thư tín mục vụ chỉ đang trích dẫn những cách ngôn phổ biến đương thời là một nỗ lực nhằm hạ thấp giá trị của bằng chứng này. Nhưng những tương đồng lại quá nhiều đến mức chúng không hề ủng hộ cho một quan điểm như thế, và Polycarp ắt hẳn vẫn là người sớm nhất sử dụng những thư tín này (ít nhất là 1 và 2 Ti-mô-thê). Thấp thoáng trong các tác phẩm của Martyr, Heracleon, Hegesippus, Athenagoras, Theophilus và Irenaeus đều có nhắc đến những thư tín ấy, cho thấy chúng đã được biết đến rộng rãi, trong khi Theophilus hoàn toàn tin rằng những thư tín này đã được soi dẫn.[3]

Thêm vào bằng chứng của thế kỷ thứ hai này, lời chứng của Kinh điển Muratoria phải được nói đến vì trong bản liệt kê các sách của kinh điển ấy, ba thư tín này được đặt sau các thư tín của Phao-lô gửi cho hội thánh, cùng với thư Phi-lê-môn. Chúng ta đã lưu ý rằng người biên soạn sách có đề cập rằng hai bức thư gửi cho Ti-mô-thê và bức thư gửi cho Tít rất có giá trị trong vấn đề kỷ luật hội thánh. Không chỗ nào đề cập đến bất cứ nghi ngờ gì về quyền tác giả của Phao-lô đối với những thư tín ấy. Sau thời điểm xuất bản kinh điển cổ xưa này, các thư tín mục vụ đã được các tác giả Cơ Đốc sử dụng rộng rãi.

Lời chứng thực bên trên cũng chứa đựng sức mạnh không kém gì lời chứng cho hầu hết các thư tín của Phao-lô, với ngoại lệ là sách Rô-ma và 1 Cô-rinh-tô. Thế nhưng, có hai tuyến bằng chứng khác đôi khi tự nhận là đưa ra những lời chứng thực ngoại tại phủ nhận tính xác thực của những thư tín này. Tất cả các thư tín này đều bị Marcion loại ra và đều không nằm trong số Cuộn giấy cói Chester Beatty (P⁴⁶). Chính Tertullian[4] là người đã nói với chúng ta rằng Marcion đã loại những thư tín này ra khỏi tuyển tập thư

---

[3] *Ad Autolycum.*
[4] *Adversus Marcionem,* v. 21.

tín Phao-lô của Marcion, điều này cho thấy rằng Tertullian coi Marcion là người đã biết về ba thư tín này nhưng Marcion chỉ không chấp nhận chúng mà thôi. Tuy nhiên, một số học giả nghĩ rằng Marcion không hề quen biết đến các thư tín này, vì thế các học giả này không hiểu lời Tertullian nói theo phương diện bề mặt. Nhưng có những cơ sở vững chắc cho việc giữ quan điểm rằng một số phần của các thư tín mục vụ này có lẽ đã không có lợi cho quan điểm của Marcion và vì lý do đó mà rất có thể ông đã loại bỏ chúng. Lập trường chống lại dị giáo của các thư tín này và việc chúng sử dụng Cựu Ước đã không phù hợp với quan điểm của Marcion. Với sự hiểu biết đó, thật là thiếu cơ sở khi vẫn giữ quan điểm cho rằng vào thời của Marcion thì các thư tín mục vụ vẫn chưa được kể trong Kinh điển của Phao-lô. Ngược lại, ta có thể lập luận rằng hội thánh chính thống bắt đầu quan tâm cụ thể hơn đến tính kinh điển của các thư tín mục vụ này cũng như kịch liệt phản đối kinh điển giới hạn mà Marcion dành cho các thư tín của Phao-lô. Có thể khẳng định là nếu Marcion đã biết về chúng thì rất có thể ông đã loại bớt những phân đoạn không có lợi cho ông, như ông đã làm với các sách khác, nhưng vẫn sẽ thỏa đáng hơn khi đi theo lời Tertullian đã nói về nó và chấp nhận việc Marcion chủ ý loại bỏ các thư tín này.

Tuyến bằng chứng thứ hai, Cuộn Giấy Cói Chester Beatty, được nhiều học giả coi là quan trọng hơn trong những bàn thảo về tính xác thực. Sự thật đó là P^{46} không đầy đủ, nó bị mất phần đầu và phần cuối. Nhưng vì nó ở dạng chép tay nên ta có thể tính toán xem phần kết bị mất ấy liệu có đủ giấy để chép các thư tín mục vụ hay không. Tuy nhiên, theo cách tính ấy thì ta lại không rõ là các thư tín ấy có chắc chắn bị mất hay không, vì bằng chứng cho thấy ở phần sau của cuộn sách, những người sao chép đã viết chen chúc và thêm nhiều dòng vào hơn là ở phần đầu. Ngoài ra, trường hợp khi thiếu chỗ, những người sao chép lại đính thêm vài tờ giấy vào cuối bộ kinh chép tay là chuyện không phải không có, nhưng ta lại không cách nào biết được liệu điều ấy có xảy ra trong trường hợp này hay không. Một khả năng khác đó là việc các thư tín mục vụ này được ghi vào trong một bộ chép tay khác, nhưng chúng ta lại không biết điều này có xảy ra hay không. Việc thiếu bằng chứng khẳng định các thư tín này nằm trong P^{46} không nhất thiết có nghĩa là thời điểm P^{46} ra đời (khoảng giữa thế kỷ thứ ba), những thư tín này chưa được biết đến ở Ai Cập.

Kết luận của chúng ta phải là: các bằng chứng ngoại tại không đưa ra bất cứ nghi ngờ nghiêm trọng nào về việc các thư tín này được chấp nhận và có vị thế kinh điển. Khi lòng tin đã dành cho sức mạnh của những bằng chứng ngoại tại, thì trong những cuộc bàn luận về tính xác thực, trách nhiệm chứng minh sẽ nằm ở những ai cho rằng những thư tín này không phải là của Phao-lô.

3. Các thư tín mục vụ trong hội thánh thời hiện đại

Việc xem các thư tín mục vụ này do Phao-lô viết là truyền thống không hề bị gián đoạn của hội thánh cho đến thế kỷ mười chín và vì thế chúng có tính xác thực. Cuộc tấn công quyết liệt đầu tiên chống lại quan điểm cho rằng những thư tín này do một sứ đồ viết ra được dấy lên khi Schleiermacher (1807) tranh cãi về quyền tác giả của Phao-lô đối với sách 1 Ti-mô-thê dựa trên cơ sở văn phong và ngôn ngữ, vì thế ông trở thành cha đẻ của trường phái phê bình hiện đại chủ nghĩa, là chủ nghĩa quyết định những thắc mắc về tính xác thực dựa trên bằng chứng triết học. Những người cổ súy chính đối với quan điểm cho rằng tất cả các thư tín đều không do các sứ đồ viết ra là Eichhorn (1812), Baur (1835), de Wette (1844), Holtzmann (1880), Moffat (1901), Bultmann (1930), Dibelius (1931, hiệu chỉnh bởi Conzelmann vào năm 1955), Gealy (1955), Higgins (1962), Brox (1969), Houlden (1976), Hasler (1978) và A. T. Hanson (1982). Rất nhiều tác giả đã chối bỏ quyền tác giả của Phao-lô, nhưng lại tìm cách giữ lại một vài đoạn. Trong số đó có một số nhân vật tiêu biểu hàng đầu như Von Soden (1893), Harrison (1921), Scott (1936), Falconer (1937), Easton (1948), Barrett (1963), Strobel (1969) và Dornier (1961). Hanson trong cuốn giải kinh đầu tiên của mình (1966) đã sử dụng quan điểm này, nhưng sau đó lại từ bỏ nó.

Mặt khác, suốt thời kỳ của chủ nghĩa phê bình này, nhiều học giả cẩn trọng vẫn giữ quan điểm về tính xác thực của những thư tín này, trong số đó đáng nói nhất là Ellicott (1864), Bertrand (1887), Plummer (1888), Godet (1893), Hort (1894), Bernard (1902), B. Weiss (1902), Zahn (1906), James (1906), Ramsay (1909–11), White (1910), Barlet (1913), Parry (1920), Wohlenberg (1923), Lock (1924), Meinertz (1931), Schlatter (1936), Spicq (1947), Jeremias (1953), Simpson (1954), Kelly (1963), Knight (1968), de Lestapis (1976) và Fee (1984). Danh sách quá ấn tượng với những học giả được nêu ủng hộ quyền tác giả của Phao-lô đóng vai trò như một lời cảnh báo chống lại giả định ngầm của một số học giả cho rằng không có cơ sở nào để ủng hộ cho lập trường truyền thống, rằng tất cả những ai giữ quan điểm truyền thống đều bị buộc phải giữ như vậy vì một sự biện hộ hay vì một thỉnh cầu đặc biệt nào đó.⁵

Cũng cần phải nói rằng có một sự đồng thuận rằng có những khác biệt giữa các thư tín mục vụ và các thư tín khác của Phao-lô. Những khác biệt này liên quan đến tình hình của hội thánh, quan điểm về giáo lý và bằng chứng về mặt ngôn ngữ. Cũng có những vấn đề liên quan đến những chỗ đề cập đến yếu tố lịch sử. Tuy nhiên, quan điểm của các học giả về việc nên hiểu những khác biệt này như thế nào thì rất đa dạng. Chúng ta sẽ bắt đầu bằng cách ghi nhận những khó khăn về mặt lịch sử, sau đó xem xét những khó khăn về mặt tình hình của hội thánh, về mặt giáo lý và về mặt ngôn ngữ.

4. Vấn đề những chỗ đề cập đến yếu tố lịch sử

Vì có rất nhiều chỗ đề cập đến những sự kiện lịch sử trong các thư tín này, nên việc quan trọng cần làm là xem xét cẩn trọng liệu những sự kiện này nên được đặt ở đâu trong bối cảnh chung về cuộc đời Phao-lô như chúng ta đã biết. Trên thực tế, điều này có nghĩa là ta cần so sánh những chỗ trong các thư tín mục vụ đề cập đến những yếu tố lịch sử với những sự kiện trong cuộc đời của Phao-lô được ký thuật trong sách Công Vụ Các Sứ Đồ cũng như kết hợp với các thư tín còn lại của Phao-lô. Nhiều học giả đã loại bỏ khả năng hòa hợp giữa hai tuyến chứng cứ này, bởi vậy họ kết luận rằng trong các thư tín mục vụ, những chỗ đề cập đến yếu tố lịch sử không có tính xác thực. Để đánh giá những lập luận phản đối quyền tác giả của Phao-lô dựa trên bằng chứng kiểu này, chúng ta phải nhớ trong đầu rằng sự hiểu biết của chúng ta về các sự kiện diễn ra trong cuộc đời của Phao-lô tất nhiên chỉ mang tính chắp vá và điều này cần phải làm cho chúng ta khiêm nhường khi chúng ta đánh giá về những bằng chứng. Nhiệm vụ đầu tiên của chúng ta phải là trình bày những chỗ đề cập đến yếu tố lịch sử như cách chúng diễn ra trong những thư tín riêng lẻ.

a. Câu Kinh Thánh được dùng làm bằng chứng

1. 1 Ti-mô-thê 1:3 cho biết "Như ta đã khuyên con lúc ta đi Ma-xê-đô-ni-a, con hãy ở lại Ê-phê-sô" đề cập cụ thể một chuyến viếng thăm tới Ma-xê-đô-ni-a, nhưng câu này không nhất thiết nghĩa là chính Phao-lô đã ở tại Ê-phê-sô.

---
⁵So sánh với lời bình giải của A. M. Hunter trong *Interpreting the New Testament* (1951), trang 64.

Nếu lúc này Phao-lô ở Ma-xê-đô-ni-a, thì ông đang viết thư để hướng dẫn Ti-mô-thê, là người ông đã để lại để lo cho Hội Thánh Ê-phê-sô, về những trình tự điều hành hội thánh nhất định. Không có ám chỉ về mặt lịch sử nào khác xuất hiện ở 1 Ti-mô-thê.

2. Trong phần mở đầu của thư gửi cho Tít, vị sứ đồ đã nói: "Ta đã để con ở lại Cơ-rết là để con chỉnh đốn những việc còn dang dở" (1:5). Những lời này thoạt nhìn có vẻ như đòi hỏi chính cá nhân Phao-lô phải là người viếng thăm Cơ-rết. Không nhất thiết phải cho rằng chuyến viếng thăm này dài ngày vì không có chỗ nào cho thấy chính Phao-lô đã thành lập các hội thánh ở hòn đảo này. Tuy nhiên, rõ ràng ông rất quen thuộc với tình huống mà Tít đang phải giải quyết. Mặt khác, từ lâu đã có những lập luận đầy sức thuyết phục rằng động từ (*Ta đã để*) không nhất thiết nói đến một chuyến viếng thăm gần đây. Nó có thể có nghĩa là Phao-lô để Tít lại Cơ-rết trong khi ông đi đâu đó.[6]

Để kết lại lá thư này, sứ đồ Phao-lô đề cập đến quyết tâm dành cả mùa đông ở tại Ni-cô-pô-li và hy vọng Tít có thể đến đó với ông (Tít 3:12). Trong khi chúng ta không rõ Ni-cô-pô-li này là ở đâu, nhưng người ta thường cho rằng ở Epirus từng có một thành có cái tên giống như vậy. Nếu đúng như thế, thì đây là bằng chứng duy nhất cho việc Phao-lô đã từng đến thành này.

3. Chính 2 Ti-mô-thê là nơi cung cấp lượng chi tiết lịch sử nhiều nhất. Từ chỗ nhắc đến Ô-nê-si-phô-rơ trong 1:16, "khi vừa đến Rô-ma, ông ấy đã vội vã tìm ta, và đã tìm được", chúng ta có thể suy luận một cách hợp lý là lúc này Phao-lô đang viết thư từ Rô-ma. Ít nhất thì rõ ràng là ông đã ở Rô-ma rồi và cũng rõ ràng là giờ đây ông đang là tù nhân. Ông đề cập rằng Ô-nê-si-phô-rơ "không hề hổ thẹn khi ta bị xiềng xích" (1:16), và ông gọi mình là "người tù" (1:8), trong khi chương 4 chứa đựng một sự ám chỉ rõ ràng đến việc ông bị đưa ra xét xử (4:16).

Có một lời thỉnh cầu làm người ta tò mò là lời nhắc đem chiếc áo choàng bị bỏ lại ở nhà Ca-bút ở thành Trô-ách (4:13). Điều này dường như đòi hỏi một chuyến viếng thăm vừa mới diễn ra thì lời thỉnh cầu ấy mới có thể hiểu được. Vị sứ đồ cũng thông báo một tin: "Ê-rát còn ở Cô-rinh-tô, còn Trô-phim đang bị đau nên ta để ở lại Mi-lê" (4:20), là điều một lần nữa cũng chỉ có thể hiểu được khi đó là tin tức mà Ti-mô-thê chưa biết. Điều này cho thấy rằng những sự kiện có liên quan mới chỉ xảy ra mà thôi.

---

[6]Xin so sánh với S. de Lestapis, *L'Enigme des Pastorales de Saint Paul* (1976), trang 52–54. Cũng so sánh với J. van Bruggen, *Die geschichtliche Einordnung der Pastoalbriefe* (1981), và J. A. T. Robinson, *Redating the New Testament* (1976), trang 67–85.

Những nỗ lực khác cũng đã được đưa ra nhằm làm cho những sự kiện xảy ra phù hợp với cuộc đời của Phao-lô như được ghi lại trong sách Công Vụ Các Sứ Đồ. Phương pháp được sử dụng còn lệ thuộc vào việc liệu ba thư tín này có được đem vào Kinh Thánh một cách độc lập và ở những thời điểm khác nhau hay không, hay liệu chúng có buộc phải được xem như là được viết ra cách nhau chỉ một thời gian ngắn mà thôi. Vì Phao-lô là một tù nhân, nên chỉ có hai khả năng có thể xảy ra. Chắc hẳn ông đã ở hoặc tại Sê-sa-rê hoặc tại Rô-ma, dĩ nhiên với điều kiện giả thiết về việc ông ở tù ở Ê-phê-sô không được xem là một khả năng.

i. Quan điểm cho rằng Phao-lô đang ở Sê-sa-rê khi ông viết các thư tín mục vụ

Nếu bản văn 2 Ti-mô-thê 1:17 là xác đáng thì rõ ràng không thể nào hiểu 2 Ti-mô-thê là bất cứ lần ở tù nào khác ngoài lần ở tù tại Rô-ma. Những người coi việc nhắc đến Rô-ma là dấu hiệu cho thấy một sự chỉnh sửa bản văn đã tin như vậy dù không có bất cứ bằng chứng nào về bản văn hỗ trợ cho quan điểm đó, và vì thế suy đoán như vậy là không thỏa đáng. Nỗ lực nối kết các thư tín mục vụ với Sê-sa-rê cần phải bị loại bỏ. Không kể việc nhắc đến Rô-ma, thì việc ám chỉ đến bệnh tình của Trô-phim tại Mi-lê (2 Ti 4:20) dường như bất khả thi nếu tính từ một địa điểm ở Sê-sa-rê, vì Trô-phim đang ở cùng Phao-lô ở Giê-ru-sa-lem và là nguyên nhân gián tiếp cho việc Phao-lô bị bắt (Công 21:29). Thêm vào đó, Ti-mô-thê cũng đồng hành với Phao-lô tới Giê-ru-sa-lem (Công 20:4) và vì thế không thể nào bị bỏ lại ở Ê-phê-sô.

ii. Quan điểm cho rằng Phao-lô đang ở Ê-phê-sô khi ông viết các thư tín mục vụ

Giả thiết cho rằng các thư tín mục vụ được viết ra ở lần Phao-lô bị cầm tù ở Ê-phê-sô đối diện với rất nhiều câu hỏi khó.[7] (a) Dù có nhiều cơ sở để đưa ra nhận định Phao-lô bị cầm tù ở Ê-phê-sô, nhưng bằng chứng ấy sẽ không bao giờ có tính thuyết phục hoàn toàn và vì thế giả thiết ấy vẫn chỉ là mang tính phỏng đoán. (b) Giả thiết ấy lệ thuộc vào việc hiểu câu Kinh Thánh nhắc đến Rô-ma ở 2 Ti-mô-thê như là đã bị chỉnh sửa về bản văn, và cách hiểu này chắc chắn sẽ dấy lên những ngờ vực về nó. (c) Nếu các thư tín mục vụ được xem là một tập hợp nói chung, thì việc những huấn thị dành

---

[7] Để đọc lập luận ủng hộ cho việc Phao-lô bị cầm tù ở Ê-phê-sô, xin so sánh G. Duncan, *St. Paul's Ephesian Ministry* (1929), trang 184–216. Trước đó, T.C. Laughlin đã cố gắng quy cho lần Phao-lô biện hộ như được đề cập đến trong 2 Ti-mô-thê 4:16–17 là một phiên xử ở Ê-phê-sô.

cho hội thánh tác động đến tín hữu Ê-phê-sô sẽ không dễ dàng hòa hợp với giai đoạn theo sau chức vụ của Phao-lô ở Ê-phê-sô, trong khi khả năng về chuyến truyền giáo đến Cơ-rết có lẽ cần phải được thấy thì lại không được nhắc đến trong Công Vụ Các Sứ Đồ 20:31,[8] dĩ nhiên nếu như một ai đó chứ không phải là Phao-lô là người đã chủ đích nói đến việc này. Khó có thể là Ti-mô-thê cần đến những huấn thị cụ thể như thế nếu ông chỉ mới làm việc với vị sứ đồ này trước đó không lâu. (d) Có thể hình dung ra việc Phao-lô đề cập đến một chuyến đi từ Ê-phê-sô đến Ma-xê-đô-ni-a (1 Ti 1:3) có liên quan tới Công Vụ Các Sứ Đồ 20:1, nhưng nếu như vậy thì nó phải xảy ra sau lần bị cầm tù ở Ê-phê-sô. Thêm nữa, theo 1 Ti-mô-thê 1:3, Ti-mô-thê đã được để lại ở Ê-phê-sô, mặc dù Công Vụ Các Sứ Đồ 20 đã nói rõ rằng không lâu sau đó ông đồng hành với Phao-lô tới Giê-ru-sa-lem để phân phát những đồ tiếp tế cho những Cơ Đốc nhân nghèo thiếu tại đây. Cho nên có thể đưa ra kết luận khá công bằng rằng, theo các thư tín mục vụ, giả thiết về địa điểm Ê-phê-sô dấy lên nhiều nan đề hơn là giải quyết nan đề.

iii. Bị cầm tù ở Rô-ma

Có người đã cố gắng hòa hợp 2 Ti-mô-thê với lần ở tù được đề cập đến ở cuối sách Công Vụ Các Sứ Đồ và hai thư tín khác với những giai đoạn sớm hơn trong lịch sử của Công Vụ Các Sứ Đồ. Những giả thuyết như vậy đi ngược lại với quan điểm được nhiều người chấp nhận đó là ba thư tín này đều cùng thuộc về một lần ở tù. Rõ ràng là cả ba thư tín này không thể thuộc về lần bị giam giữ ở Rô-ma được đề cập trong Công Vụ Các Sứ Đồ 28. Nhưng có những cơ sở nào ủng hộ cho việc thời điểm viết 1 Ti-mô-thê và Tít sớm hơn là lần cầm tù ở Rô-ma không? Một giả thiết gần đây đó là 1 Ti-mô-thê thuộc cùng một thời kỳ với thư tín Cô-rinh-tô và Tít thuộc cùng một thời kỳ với Phi-líp, mặc định thư này bắt nguồn tại Sê-sa-rê.[9] Khi ấy, có thể đặt 2 Ti-mô-thê vào trong khoảng thời gian ở tù ở Rô-ma và điều này sẽ bỏ qua tính tất yếu của việc đòi hỏi một sự phóng thích.

---

[8] Dĩ nhiên, những khó khăn này sẽ biến mất nếu chỉ một phần của các thư tín mục vụ được chấp nhận như là những ghi chú có tính xác thực. Duncan nhận cách tiếp cận của mình đối với những thư tín này "hoàn toàn chỉ mang tính thăm dò" ('St Paul's Ministry in Asia- the Last Phase', *NTS*, 1957, trang 217–218). Harrison phê bình những giả thiết của Duncan chủ yếu dựa trên "những mâu thuẫn cố hữu" của 2 Ti-mô-thê 4. Nhưng ngay cả khi những "mâu thuẫn" này không được thừa nhận, thì bằng chứng là 2 Ti-mô-thê 4:6 và 16–18 rõ ràng có vẻ như ủng hộ cho việc Phao-lô ở tù tại Rô-ma hơn là tại Ê-phê-sô, như Harrison đã quan sát thấy (xin so sánh với 'The Pastoral Epistles and Duncan's Ephesian Theory', *NTS*, 1956, trang 250–261).

[9] So sánh với J. A. T. Robinson, *Redating the New Testament* (1976), trang 67 trở đi.

Một giả thiết khác đã được đưa ra đó là 1 Ti-mô-thê và Tít nên được đặt trong bối cảnh chức vụ của Phao-lô ở Ê-phê-sô, mặc định một chuyến đi mà Công Vụ Các Sứ Đồ không nói đến.[10] Điều này đòi hỏi phải có một thời kỳ trung gian dài hơn giữa hai thư tín này và 2 Ti-mô-thê là thư tín được xác định là được viết vào cuối thời kỳ bị cầm tù ở Rô-ma. Những chỗ chẳng hạn như cái áo choàng để lại tại nhà Ca-bút hay việc để Trô-phim lại Mi-lê và Trô-phim đang bệnh trở nên khó lý giải hơn nếu những sự kiện này liên hệ đến thời điểm sớm hơn. Nhưng không có bằng chứng nội tại nào chống lại ý tưởng về một chuyến đi nào đó từ Ê-phê-sô mà không được ký thuật lại, mặc dù ý tưởng đó sẽ khó hòa hợp với câu Kinh Thánh trong Công Vụ Các Sứ Đồ 20:31. Ít nhất thì ta không thể nói một cách quả quyết như trước đây rằng không thể nào hòa hợp những chỗ đề cập đến yếu tố lịch sử trong các thư tín mục vụ với câu chuyện trong Công Vụ Các Sứ Đồ. Vấn đề này cần được bỏ ngỏ.

b. Những cách giải thích thay thế

Thêm vào nỗ lực hòa hợp những chỗ đề cập đến yếu tố lịch sử trong thư tín mục vụ với phần ký thuật của Công Vụ Các Sứ Đồ, có ba giải pháp khác được đưa ra:

i. Giả thiết về lần cầm tù thứ hai ở Rô-ma

Công Vụ Các Sứ Đồ 28:30 nói rằng Phao-lô dành trọn hai năm ở căn nhà thuê, ngoài thời gian này ra thì không nói gì nữa, cho nên chí ít là rất có thể ông đã được thả tự do. Những người nghi ngờ Phao-lô là tác giả của các thư tín mục vụ đã nhấn mạnh vào lập luận rằng ký thuật của sách Công Vụ Các Sứ Đồ không nói gì đến lần được tha tự do ấy. Dĩ nhiên, nếu Công Vụ Các Sứ Đồ ghi chép đầy đủ dữ kiện lịch sử về cuộc đời và chức vụ của Phao-lô thì sẽ hợp lý hơn khi cho rằng Phao-lô đã chết vào thời điểm cuối lần bị ở tù này thay vì chấp nhận một giả thiết về việc ông được trả tự do. Nhưng chúng ta không thể nào xem Công Vụ Các Sứ Đồ là một cuốn lịch sử ghi lại mọi chi tiết cách trọn vẹn bởi vì có những chỗ đề cập đến yếu tố lịch sử trong những thư tín của Phao-lô mà chúng lại không được đề cập đến trong Công Vụ Các Sứ Đồ. Những lập luận từ việc không được đề cập đến trong trường hợp này chắc chắn đặt ra nhiều câu hỏi. Người ta không thể mặc định rằng lần chắc chắn lần ở tù được đề cập đến trong Công Vụ Các Sứ Đồ 28 phải dẫn đến việc tử đạo, vì cần một cách giải nghĩa nào đó cho việc tác giả không

---

[10]So sánh J. van Bruggen, *Die geschichtliche Einordnung der Pastoralbriefe* (1981).

đề cập đến nó. Thật ra, tính chất nhẹ nhàng của sự giam giữ, kiểu giam giữ cho phép Phao-lô vẫn được mọi người thăm viếng một cách không giới hạn gợi cho ta nghĩ về một sự phóng thích hơn là một sự tử đạo.

Một điều khác để cân nhắc khả năng Phao-lô được thả tự do là những điều khoản trong thông báo của Ạc-ríp-ba mà quan tổng trấn Phê-tu rõ ràng cũng đã đồng tình (Công 26:32). Trong báo cáo của ông gửi cho các cấp chính quyền của đế quốc, vì thấy thông báo này, nên quan tổng trấn không thể không ưu ái Phao-lô, và thông thường theo công lý của La Mã, tình huống như thế này có thể đã dẫn đến việc xếp đặt một phiên tòa mà sau đó bị cáo được thả tự do ở thời điểm trước khi Cơ Đốc giáo bị cấm đoán. Những thư tín lao tù làm chứng về mong đợi của Phao-lô rằng ông sẽ được trả tự do (Phil 1:25; 2:23–24; Phi-lê-môn 22).[11]

Người ta có thể đưa ra những bằng chứng ngoại tại vững chắc để ủng hộ cho quan điểm về một thời điểm Phao-lô còn có thể thực hiện những hoạt động khác nữa, mặc dù quan điểm về giá trị của bằng chứng này cũng khác nhau. Việc Clement ở Rô-ma ám chỉ cách mơ hồ đến việc Phao-lô đã đặt chân đến biên giới (*to terma*) phía Tây vừa có thể có nghĩa là ông đã đặt chân đến mục tiêu Tây tiến của mình khi ở Rô-ma, hoặc cũng có nghĩa là ông đã đến biên giới phía Tây của Đế quốc (nghĩa là Tây Ban Nha). Một số học giả đã tốn rất nhiều bút mực để bác bỏ chuyến viếng thăm Tây Ban Nha vì vẫn giữ quan điểm cho rằng những lời trích dẫn sau này của các giáo phụ ủng hộ nó có thể được hiểu như những diễn giải từ Rô-ma 15:24, 28.[12] Nhưng giả thiết về lần bị giam giữ thứ hai không dính dáng gì tới chuyến đi đến Tây Ban Nha, và thật ra gần như là không bao gồm chuyến đi ấy vì nó thêm vào đáng kể các hoạt động ở phía Đông. Việc cho rằng Phao-lô đã từ bỏ chuyến truyền giáo tới Tây Ban Nha mà ông đã định trước thời gian ông viết những thư tín trong tù là hợp lý.[13]

Eusebius ghi nhận một báo cáo đó là trước khi kết thúc cuộc đời bằng sự tử đạo ở Rô-ma, Phao-lô đã được cử đi giảng dạy thêm, sau lần đầu tiên ông biện hộ cho mình.[14] Nhưng báo cáo này rất có thể chỉ là một đoạn giải

---

[11] So sánh với khảo cứu xuất sắc mang tính quân bình của Schlatter về khả năng Phao-lô được thả tự do, *The Church in the New Testament Period* (1926; bản dịch tiếng Anh năm 1955), trang 232–239. Cũng so sánh với Spitta, *Zur Geschichte und Litteratur des Urchristentum* (1893), I, trang 106 trở đi. Nếu hai thư Phi-líp và Phi-lê-môn được viết ở Ê-phê-sô, như Duncan đề xuất, thì dĩ nhiên chúng không cung cấp bất cứ dữ liệu nào ủng hộ cho việc ở tù ở Rô-ma.

[12] So sánh với Harrison, *The Problem of the Pastorals* (1921), trang 102 trở đi.

[13] So sánh Schlatter, trích dẫn một phần, trang 236.

[14] *Ecclesiastical History*, ii.22.

kinh phổ biến dựa trên phần giáo huấn mục vụ ở 2 Ti-mô-thê, và nó không có gì chắc là chứa đựng giá trị như một lời chứng độc lập. Tuy nhiên, nó là một dấu chỉ có giá trị cho cách hiểu của thế kỷ thứ tư về những phần liên hệ đến yếu tố lịch sử trong thư tín mục vụ. Sau thời kỳ của Eusebius thì giả thiết được thả tự do trở thành một cách hiểu được chấp thuận, và mặc dù nhiều học giả hiện đại bác bỏ bằng chứng này dựa trên cơ sở đó là những tác giả sau này phạm vào một sai lầm thời kỳ đầu,[15] thì quan điểm truyền thống có lẽ vẫn chứa đựng nhiều sự thật hơn. Việc vắng bóng bất cứ lời chứng sớm hơn cụ thể nào đó tự thân nó không thể làm cho giả thiết ấy trở nên không thể đứng vững, trong khi sự vắng bóng của bất cứ bằng chứng trái ngược nào thì lại bỏ ngỏ khả năng về việc được trả tự do. Vì thế, những chỗ đề cập đến yếu tố lịch sử này không thể chống lại tính chân thật dù khả năng ấy vẫn còn đó.

ii. Giả thiết hư cấu

Tất cả những người phê bình quyền tác giả thuộc về Phao-lô gay gắt nhất đều chấp nhận quan điểm cho rằng tác giả của các thư tín mục vụ là người chỉ để bút danh, và tác giả này đã tự bịa ra những chỗ liên hệ đến yếu tố lịch sử nhằm cho các thư tín ấy có vẻ là có tính xác thực. Vì thế, theo giả thiết này thì những sự bất nhất về mặt chi tiết là bởi tác giả thiếu con mắt lịch sử. Nhưng quan điểm này cũng vấp phải những vấn đề nghiêm trọng. Nó không đủ để lý giải tính chất có thực của một trong số những ám chỉ về lịch sử. Lời thỉnh cầu lấy cái áo choàng để ở nhà Ca-bút đòi hỏi phải có một lời giải thích nào đó. Cho rằng đó chỉ là một yếu tố tự tưởng tượng ra theo kiểu ẩn dụ về cái áo choàng mà Ê-li truyền lại cho Ê-li-sê, như cách mà một số người vẫn giải thích, thì không thỏa đáng.[16] Chi tiết này cùng với những phần tương tự cũng có tính chân thực khác cho ta ấn tượng rằng chúng là những thông tin rất thật của Phao-lô. Ngay cả những người giữ quan điểm cho rằng các thư tín mục vụ có tính hư cấu cũng không thể tránh khỏi cảm giác những điều này là thật và do đó cho thấy rằng tác giả không giới hạn chính mình trong những tư liệu hư cấu,[17] nhưng điều này vẫn không tránh khỏi vấn đề là sự phân biệt giữa cái được hư cấu và cái chân thực.

---

[15] Theo cách hiểu này, xin đọc, chẳng hạn như Harrison, cuốn sách đã được trích dẫn, trang 104.

[16] So sánh với V. Hasler, *ad loc*. Trummer cũng xem tất cả những phần liên hệ đến lịch sử là mang tính hư cấu.

[17] So sánh với A.T. Hanson, *NCB*, tr. 23, ông nói về những yếu tố có tính hư cấu như là một loạt những lỗi sai sót về mặt thời gian hơn là việc cẩn trọng và có chủ đích giả mạo tên của Phao-lô.

iii. Giả thiết về những mảnh ghép chân thực

Vì những cách lý giải không thỏa đáng về những chỗ đề cập đến yếu tố lịch sử của giả thiết hư cấu, nên một số học giả đã đưa ra đề xuất rằng mặc dù các thư tín như chúng ta có ngày này là tác phẩm của một tác giả nào đó không phải là Phao-lô, nhưng tác giả đó đã đưa vào phần biên soạn của mình những mảnh ghép (đoạn văn) chân thật nhất định. Kiểu giả thiết này được phổ biến rộng rãi bởi Harrison, người phê bình quan điểm truyền thống dựa trên cơ sở rằng lịch sử luôn tự lặp lại. Phao-lô viếng thăm Trô-ách thêm lần nữa cùng với Ti-mô-thê và Trô-phim, tới Mi-lê thêm lần nữa, bị người Giu-đa ở vùng Á Châu gây rối, bị cùng một người tên là A-léc-xan-đơ đi theo mãi cho tới tận Rô-ma, và có cùng những người bạn đồng tù gần đây, là Lu-ca, Mác, Ti-mô-thê và Đê-ma và Ti-chi-cơ, Ti-chi-cơ ở cả hai dịp đều được cử đến Ê-phê-sô.

Nhưng nếu Phao-lô đã thực hiện chuyến viếng thăm đến phía Đông lần thứ hai sau khi được thả ra, thì không ngạc nhiên khi ông lại tới thăm Trô-ách và Mi-lê, và cũng một lần nữa liên lạc với nhiều người trong số những phụ tá trước đây của ông. Sẽ ngạc nhiên hơn nếu xảy ra điều ngược lại. Còn với A-léc-xan-đơ, không có cơ sở nào để đồng nhất A-léc-xan-đơ của 2 Ti-mô-thê 4 với người có thể trở thành phát ngôn viên cho người Giu-đa trong cuộc bạo loạn ở thành Ê-phê-sô, cũng không có bất cứ chỗ nào trong 2 Ti-mô-thê 4 cho thấy rằng những hoạt động có tính chất bạo loạn của người thợ đồng này đang diễn ra vào thời điểm đó ở Rô-ma. Vì thế, những dữ kiện này hình thành nên một cơ sở không mấy vững chắc cho việc lịch sử lặp lại ở đây.

Thế nhưng chỉ chủ yếu dựa trên khả năng không mấy chắc chắn về việc lịch sử lặp lại ấy mà Harrison đã biện minh cho giả thiết về những mảnh ghép của mình, cùng với những mâu thuẫn nội tại mà ông viện dẫn về những ghi chú cá nhân của 2 Ti-mô-thê 4. Chúng ta sẽ phác thảo vắn tắt giả thiết của Harrison và sau đó ghi nhận các ý kiến khác thuộc cùng một thể loại, mặc dù chúng ta cũng cần phải ghi nhận rằng về mặt chi tiết, những giả thiết này không hề đồng nhất với nhau. Harrison hỏi liệu có thể nào Phao-lô vừa đưa ra những chỉ dẫn cẩn trọng cho việc gìn giữ những sự dạy dỗ của các sứ đồ, vừa thúc giục Ti-mô-thê mau chóng đến với mình bởi ông sắp phải ra đi không. Harrison cho rằng không thể nào hòa hợp giữa sự chia tay đầy cao thượng ấy với lời nhắn nhủ quá sức là chi tiết, nhỏ nhặt vì sẽ không có thời gian để cho lời nhắn nhủ như thế được làm trọn và để cho Ti-mô-thê có thể đến được chỗ của Phao-lô trước khi quá muộn. Nhưng cách lý giải này là sự hiểu nhầm mục đích của 2 Ti-mô-thê. So với 1 Ti-mô-thê và Tít, thì 2 Ti-mô-thê chỉ chứa rất ít lời giáo huấn dành cho hội thánh, ít đến mức độ đáng kinh ngạc. Thư tín này chủ yếu bao gồm những lời khuyên nhủ và khích lệ cá nhân dành cho Ti-mô-thê, và bất cứ chỗ nào đề cập đến kỷ luật hội thánh thì đều rất chung chung đến nỗi không thể nào không nghĩ rằng Phao-lô chỉ định lướt qua vấn đề ấy vì có vẻ như ông ý thức rằng đây có thể là lần cuối cùng ông liên lạc với Ti-mô-thê. Nếu có một sự trì hoãn giữa lần thẩm tra đầu và phiên tòa xét xử thì có thể lắm Phao-lô đã hy vọng rằng Ti-mô-thê có thể kịp đến gặp ông. Nhưng nếu không, thì Ti-mô-thê sẽ là người sở hữu những tư liệu giá trị cuối cùng này từ người thầy yêu quý của mình. Ngay cả khi giải pháp như thế làm cho lời chia tay ấy ít nhiều mất đi tính cảm động, thì ta có đang đánh giá trường hợp này dựa trên một ý niệm đầy định kiến về tính ấn tượng không? Có khi nào chính ý niệm đó đang bị hiểu sai không?

Harrison cho rằng tất cả những chi tiết cá nhân "mộc mạc" trong các thư tín mục vụ đều có thể hòa hợp với ký thuật của Công Vụ Các Sứ Đồ ở những thời điểm và nơi chốn khác nhau. Ban đầu, ông cho rằng có năm mảnh ghép, nhưng sau này ông giảm xuống còn ba mảnh: (i) Tít 3:12–15, được viết tại Ma-xê-đô-ni-a để gửi cho Tít, là người đang ở thành Cô-rinh-tô, ngay sau lá thư nghiêm khắc ông gửi cho hội thánh ở đó. Tít được bảo phải lên đường đến Epirus. (ii) 2 Ti-mô-thê 4:9–15, 20–21a và 22b được viết ra khi Phao-lô đang ở tại Ni-cô-bô-li. (iii) 2 Ti-mô-thê 1:16–18; 3:10–11; 4:1, 2a, 5b–8, 16–19, 21b–22a được viết tại Rô-ma vào cuối của lần ở tù được đề cập đến trong Công Vụ Các Sứ Đồ 28. Giữa ý tưởng này với các kế hoạch khác đã được đề xuất, chẳng hạn như của McGiffert, Falconer, Easton, Holtz và Dornier thì không có sự đồng thuận chung. A. T. Hanson viết một quyển sách giải nghĩa dựa trên giả thiết mảnh ghép, nhưng trong quyển giải nghĩa thứ hai của mình thì ông lại chối bỏ quan điểm này.

Tất cả các giả thiết về mảnh ghép đều không thuyết phục dựa trên các lập luận sau.

1. Tính không thể hợp nhất của cái gọi là những mảnh ghép mâu thuẫn với chính nó, đặc biệt là giả thiết của Harrison đã được bàn luận chi tiết ở phần trên. Rất khó để thấy người biên tập sách 2 Ti-mô-thê đã sử dụng tiến trình viết thư nào để gìn giữ những mảnh ghép chân thực này cho hậu thế. Người biên tập ấy gần như sẽ không đời nào xáo trộn chúng như ông đã làm trong chương 4, nếu ông không phải là người cẩu thả hoặc là người không có khả năng hiểu biết về mặt lịch sử hoặc không có khả năng phán đoán theo lẽ thường tình. Thế nhưng sự thật còn đó ấy là chương 4 đọc không có vẻ như một mớ hỗ lốn, vì thế cần phải thừa nhận dựa trên giả thiết này rằng người biên tập hẳn đã làm công việc của mình tốt một cách siêu nhiên

để chứng tỏ tất cả những nghi ngờ về một sự rời rạc ở đây là không đúng cho tới khi ngành phê bình của thế kỷ mười chín và hai mươi lần theo dấu vết của đám bùn ấy.[18]

2. Sự bảo tồn những mảnh ghép rời rạc này tạo nên một nan đề khác, vì đa phần, chúng không phải là những mảnh ghép thường chứa đựng nhiều điểm hấp dẫn. Ngay cả khi một Cơ Đốc nhân thời kỳ đầu có mối quan tâm đến chuyện xa xưa có tình cờ phát hiện ra và đánh giá cao những dấu tích chân thật này của Phao-lô, thì ta vẫn cần phải đưa ra một động cơ hợp lý cho việc các dấu tích chân thật này được tổng hợp một cách không đồng đều đến như vậy trong Tít và 2 Ti-mô-thê. Cho đến giờ phút này, không một cách giải thích nào về tiến trình này được đưa ra là thỏa đáng. Nói rằng người biên tập các ghi chép của Phao-lô đã tự viết ra các thư tín như một cách để gìn giữ những mảnh ghép này nếu không sẽ thêm những mảnh ghép ấy vào những lá thư nháp hiện thời để làm tăng tính thẩm quyền cho các thư tín ấy và để đảm bảo rằng chúng sẽ được hội thánh tiếp nhận thì chưa đủ, trừ phi người ta có thể trích dẫn những cách làm tương tự vào thời đó để làm bằng chứng hỗ trợ cho quan điểm một quy trình như thế là bình thường trong văn chương Cơ Đốc thời kỳ đầu. Nhưng quy trình như thế không hề có.

3. Là một phương thức nghiên cứu lịch sử, giả thiết về mảnh ghép phải chịu những lời phê bình dựa trên căn cứ cho rằng lịch sử Công Vụ Các Sứ Đồ phải chứa đựng trọn vẹn các chi tiết lịch sử về cuộc đời Phao-lô. Cho rằng các mảnh ghép ấy thật sự khớp với cấu trúc Công Vụ Các Sứ Đồ hiện thời làm thay đổi một cách hiệu quả bản chất của các dữ kiện lịch sử, nhưng đây không thể được coi là phương pháp lịch sử đúng đắn. Người ta có thể có một chút ngờ vực rằng cách lý giải truyền thống ít phải chịu những sự chống đối về phương diện lịch sử nhất. Cả giả thiết hư cấu và giả thiết mảnh ghép đều làm dấy lên nhiều nan đề không kém hơn những gì mà chúng tự nhận là mình giải quyết được.

---

[18]So sánh với cách giải thích thiếu thuyết phục của Harrison về tiến trình người biên tập thêm những ghi chú khác nhau vào trong "The Pastoral Epistles and Duncan's Ephesian Theory", *NTS* (1956), 251. Để đọc thêm phần thảo luận về những khó khăn của giả thiết mảnh ghép, so sánh với cuốn *New Testament Introduction* (1990), từ trang 636 trở đi của tôi.

5. Tình hình hội thánh

Những người tranh cãi về quyền tác giả của Phao-lô trước giờ vẫn thường giữ quan điểm cho rằng tình hình của hội thánh được phản ánh trong các thư tín mục vụ giống với tình hình của hội thánh đầu thế kỷ thứ hai, vì hội thánh ấy quá phát triển đến mức nó không thể nào thuộc về thời kỳ của Phao-lô. Nếu có bằng chứng ủng hộ cho tuyên bố này, thì dĩ nhiên tính chân thật của các thư tín này là không thể, nhưng khi xem xét dữ kiện, chúng ta thấy một quan điểm hoàn toàn khác. Trước khi xử lý các dữ kiện của các thư tín mục vụ, thì cũng cần phải lưu ý rằng sẽ là sai lầm nếu xem các thư tín này như những cuốn cẩm nang về trật tự hội thánh theo nghĩa giống như những cuốn cẩm nang được sử dụng sau này, bởi vì trong các thư tín này gần như hoàn toàn không có những huấn thị về việc điều hành hội thánh, về mối quan hệ giữa các thuộc viên trong hội thánh với nhau hay về cách cử hành buổi nhóm thờ phượng. Toàn bộ sự dạy dỗ về hội thánh của các thư tín mục vụ (1 Ti 3:1–3; 5:3–22 và Tít 1:5–9) chỉ chiếm chưa đến một phần mười đề tài trong các thư tín này, và ngay cả một phần mười này thì cũng hướng nhiều đến vấn đề cá nhân hơn là vấn đề tổ chức. Lập trường này có thể được tóm tắt như sau:

1. Các chức vụ được đề cập đến là chức vụ giám mục (*episkopos*), trưởng lão (*presbyteros*) và chấp sự. Ở cả 1 Ti-mô-thê và Tít, giám mục được đòi hỏi phải có những phẩm chất nhất định của một người có nhân cách trọn vẹn, nhưng cũng cần ghi nhận rằng những phẩm chất này thường không có gì đặc biệt. Đáng lưu ý là ở cả hai thư tín này thì các giám mục đều được đòi hỏi phải có khả năng giảng dạy, nhưng đòi hỏi này thì cũng không khác gì nhiều so với mong đợi đối với những thuộc viên có trách nhiệm hơn trong hội thánh. Chỉ mình 1 Ti-mô-thê cũng đã chứa đựng những lời chỉ dẫn về việc chọn lựa chấp sự, nhưng không đề cập gì đến trách nhiệm của họ.

2. Ở cả hai thư tín, cụm từ "trưởng lão" hay "giám mục" đều có vẻ như được sử dụng thay thế cho nhau. Tít 1:5–7 xác nhận quan điểm rằng hai cụm từ này có thể mô tả cùng một đối tượng, và điều này bây giờ đã được chấp nhận rộng rãi giữa vòng các học giả Tân Ước. Trong trường hợp này, cụm từ "giám mục" (tiếng Anh là 'overseer' hay 'bishop') không được sử dụng trong các thư tín mục vụ theo nghĩa chức vụ giám mục, một chức danh của hàng giáo phẩm. Thật ra, trong những thư tín này chẳng có chỗ nào có ý nói rằng giám mục là người chịu trách nhiệm độc nhất cho bất cứ một cộng đồng nào, cũng không có ý nói rằng mỗi cộng đồng chỉ giới hạn trong sự quản trị của một giám mục. Mặc dù các trưởng lão được nói đến ở số nhiều, nhưng thật ra giám mục được đề cập đến chỉ ở dạng số ít mà thôi. Tuy nhiên,

những chỗ dùng số ít này phải được hiểu theo nghĩa khái quát, nghĩa là nói về tầng lớp các giám mục, và chi tiết này không đề cập gì về vấn đề niên đại.[19]

3. Một nhóm người được biết đến như "những người đàn bà góa" được đề cập một cách cụ thể trong 1 Ti-mô-thê 5:3–16, nhưng không chỗ nào khác trong Tân Ước đề cập đến những điều được nói ở đây. Tất cả những gì đoạn Kinh Thánh này nói đó là phải giữ một cuốn sổ ghi tên các đàn bà góa nếu họ đủ tiêu chuẩn nhận sự hỗ trợ từ hội thánh. Bằng chứng này không đủ để kết luận rằng đây là sự thấy trước về một phẩm chức (hay một dòng tu) đặc biệt.

Từ dữ kiện này, người ta đã đưa ra hai diễn giải trái ngược nhau. Quan điểm truyền thống cho rằng những gì các thư tín mục vụ trình bày về tình hình hội thánh hoàn toàn không đòi hỏi một niên đại muộn hơn thời của Phao-lô. Ở thái cực khác là quan điểm của cả những người coi các thư tín mục vụ là hoàn toàn hư cấu lẫn những người giữ quan điểm có những mảnh ghép chân thực cho rằng tình hình của hội thánh như được trình bày trong các thư tín mục vụ phát triển hơn nhiều so với hội thánh vào khoảng giữa thế kỷ thứ nhất. Những người này tranh luận rằng giai đoạn phát triển ấy vượt xa những chứng cứ chúng ta có về cuộc đời của Phao-lô, nhưng lại phù hợp với xu hướng của đầu thế kỷ thứ hai. Để bàn về hướng tiếp cận này liên quan đến hội thánh, chúng ta sẽ xem xét những lý do khiến cho các học giả chối bỏ niên đại sớm của các thư tín mục vụ trên cơ sở cách tổ chức hội thánh của thời kỳ sau này.

a. Phao-lô không hứng thú gì với vấn đề quản trị hội thánh

Ý tưởng này đang phổ biến trong ngành phê bình Tân Ước (New Testament Criticism) kể từ thời của Baur, dựa trên giả định rằng tiêu chí chủ yếu để biết cách tiếp cận của Phao-lô là những thư tín tập trung về truyền giảng Tin Lành. Vì không thư tín nào trong các thư tín này cho thấy Phao-lô có ý quan tâm đến phương diện tổ chức hội thánh, vì thế ông không suy nghĩ đến vấn đề này. Ngược lại, ông thấy trước ân tứ mục vụ sẽ được thi hành ở cộng đồng người Cô-rinh-tô. Tuy nhiên, có những chứng cứ mạnh mẽ cho thấy khi hoàn cảnh đòi hỏi thì Phao-lô không hề phớt lờ vấn đề tổ chức hội thánh. Nếu Công Vụ Các Sứ Đồ 14:23 trình bày việc Phao-lô và Ba-na-ba đã bổ nhiệm các trưởng lão trong tất cả các hội thánh ở miền nam Ga-la-ti vốn được thành lập trong hành trình truyền giáo thứ nhất không sai niên đại,

---

[19] So sánh với J. N. D. Kelly, *The Pastoral Epistles* (1963), 74.

thì hai vị sứ đồ này chắc hẳn đã nhận ra nhu cầu cần một hệ thống trưởng lão ngay từ lúc bắt đầu sứ mạng truyền giáo cho dân ngoại, chí ít là ở một số cộng đồng. Có vẻ lý do duy nhất để coi Công Vụ Các Sứ Đồ 14:23 là câu Kinh Thánh bị ghi sai niên đại đó là vì câu này không ủng hộ giả thiết cho rằng hệ thống trưởng lão là sự phát triển sau này nhằm đáp ứng nhu cầu trong số nhiều nhu cầu khác của những người đi theo quan điểm truyền thống. Nhưng một phương pháp dựa trên một sự thay đổi chứng cứ vì ích lợi của một giả thiết đặt ra trước đó thì chắc chắn không tránh khỏi việc dấy lên sự ngờ vực nào đó.

Một điều nữa ủng hộ cho việc Phao-lô nhận thức vấn đề thiết lập trật tự trong hội thánh chính là việc nói đến các giám mục (overseer) tại hội thánh Phi-líp và các chấp sự (Phil 1:1), là những người vô tình được đề cập sau hàng tín hữu bình thường.[20] Liệu Phao-lô có liên quan gì tới việc chỉ định những chức vụ này hay không thì chúng ta không thể nói chắc được, nhưng chí ít thì nó cũng không phải là điều gì đó không hề được nghĩ đến, vì hội thánh này đã được thành lập bởi Phao-lô và trước giờ vẫn thường trao đổi với ông một cách gần gũi như cách thư gửi cho người Phi-líp cho biết. Thế nhưng, một số học giả lại tìm cách làm giảm sức mạnh của bằng chứng này bằng cách khư khư cho rằng các "giám mục" (*episkopoi*) được nói đến ở Phi-líp 1:1 không phải là những trưởng lão ở vai trò lãnh đạo, mà là chức sắc ở bất cứ vị trí hay cấp bậc nào nói chung. Nhưng cách hiểu này ít thuyết phục hơn cách hiểu cho rằng trong đầu Phao-lô có nghĩ đến một kiểu người lãnh đạo nào đó, và đó chắc hẳn là cách hiểu tự nhiên nhất của từ này. Bởi vì một trong những động cơ của Phao-lô khi viết thư gửi cho hội thánh Phi-líp là bày tỏ lòng biết ơn vì món quà mà những tín hữu ở đây đã gửi đến cho Phao-lô, nên tự nhiên ông sẽ đề cập trong phần lời chào hỏi đầu thư những chức sắc chắc chắn đã đứng ra quyên góp cho việc đó. Trong tất cả những thư tín khác của Phao-lô, không thư tín nào có một tình huống như thế và có lẽ điều này lý giải cho việc ông không đề cập đến các chức sắc hội thánh trong lời chào thăm đầu các lá thư ông gửi cho các hội thánh khác. Nhưng chúng ta không nên quên rằng 1 Tê-sa-lô-ni-ca 5:12 có ngầm ám chỉ về đối tượng này khi nhắc đến "những người đang làm việc vất vả giữa anh em".[21]

---

[20]Hanson, NCB, 31, công nhận cái khó của phần đề cập này, nhưng vẫn theo cách lý giải của Rohde là chấp sự và giám mục không phải là những vị trí cấp bậc trong hội thánh theo nghĩa sau này (Rohde, *Urchrisliche und fruhkatholische Amter*, 1976, 54–55).

[21]Hort cho rằng chắc chắn ở đây đang có ý nói đến các trưởng lão (*Christian Ecclesia*, 1897, 126). Nhưng Hanson nghĩ "những người đang làm việc vất vả giữa anh em" không thuộc cùng một cách phân loại như những người trong hàng giáo phẩm được phong chức mà chúng ta gặp trong các thư tín mục vụ, op.cit., 31.

Một hướng bằng chứng khác đến từ Ê-phê-sô 4:11. Câu này đề cập đến các chức vụ, trong đó nói đến "mục sư và giáo sư", có vẻ như mô tả cùng một chức vụ chứ không phải hai. Rõ ràng, nhiều chức vụ khác nhau đã được nhận diện đầy đủ khi thư tín này được viết ra, mặc dù điều này sẽ không có trọng lượng mấy đối với những ai coi thư Ê-phê-sô là một tác phẩm sau này mà không phải do Phao-lô viết.

Vì thế, có bằng chứng đáng kể cho thấy không phải Phao-lô không nghĩ gì đến vấn đề tổ chức hội thánh. Việc thiếu sự đồng bộ về mặt quản trị ở các hội thánh do Phao-lô thành lập rất có thể mở ra cho những cách giải thích khác hơn là cách giải thích rằng Phao-lô hoàn toàn không để tâm đến. Có vẻ Phao-lô có đủ sự linh động trong cách tiếp cận để cho phép hội thánh được tổ chức theo bất cứ hệ thống nào miễn là phù hợp với điều kiện của địa phương và được dẫn dắt bởi Đức Thánh Linh. Có lẽ lời phản biện mạnh mẽ nhất về ý niệm Phao-lô không để tâm tới chuyện tổ chức hội thánh được tìm thấy trong những lời ông viết cho các trưởng lão Ê-phê-sô (Công 20:28). "Anh em hãy giữ chính mình và luôn cả bầy chiên mà Đức Thánh Linh đã lập anh em làm kẻ coi sóc, để chăn dắt Hội Thánh của Đức Chúa Trời". Ở đây có một nhận thức rằng hệ thống trưởng lão ở hội thánh Ê-phê-sô là sự thiết đặt của Đức Thánh Linh và là một lời khẳng định gián tiếp rằng hệ thống ấy đã được vận hành một khoảng thời gian nào đó trước khi Ti-mô-thê đến nhận nhiệm sở. Quan trọng hơn, Phao-lô gọi các trưởng lão này là giám mục (*episkopoi*).

b. Các thư tín mục vụ mặc định một hệ thống quản trị vốn không thể vận hành trong thời đại các sứ đồ

Vì trong các thư tín mục vụ có quá nhiều chỗ đề cập đến việc lưu truyền các truyền thống, "đức tin" và "của cầm" nên người ta cho rằng những điều này không thể hiện hữu cho tới khi các truyền thống ấy đã được tiêu chuẩn hóa, mà điều này thì người ta cho rằng không thể nào xảy ra trong thời các sứ đồ. Người ta cho rằng chưa cần phải có hệ thống trưởng lão cho đến khi có một truyền thống cố định để truyền thụ lại. Nhưng quan điểm như thế không thích đáng dưới ánh sáng của một thực tế rằng truyền thống đang phát triển cũng cần một phương tiện mang tính thẩm quyền để duy trì. Cứ cho là như vậy, thì các thư tín mục vụ cũng chứa đựng bằng chứng cho rằng các lãnh đạo địa phương là những người giữ lấy truyền thống (2 Ti 2:2, Tít 1:9), và chính Ti-mô-thê cũng đã hơn một lần được thúc giục phải bảo vệ "chân lý" được trao phó cho ông như một của cầm hay một vật làm tin. Thế nhưng dường như đây là một yêu cầu quá căn bản đối với bất cứ hội thánh nào muốn sống còn, vì thế không có gì ngạc nhiên khi Phao-lô đề cập đến nó như một điều kiện tất yếu cho tương lai. Thêm vào đó, trong 1 Cô-rinh-tô 15:3–4, Phao-lô nói rằng một số dữ kiện căn bản nhất định về tin lành đã được truyền lại cho ông và qua ông truyền lại cho người Cô-rinh-tô. Lập trường này trong các thư tín mục vụ dường như là một sự phát triển rất tự nhiên từ đây.

c. Tổ chức hội thánh trong các thư tín mục vụ đòi hỏi một thời gian đáng kể sau thời kỳ các sứ đồ

Bằng chứng chủ yếu để ủng hộ cho phương pháp phê bình này là 1 Ti-mô-thê 3:6, ở đó có nói cụ thể rằng tân tín hữu (*neophytos*) không được làm giám mục. Thoạt nhìn thì có vẻ một điều kiện như thế không ủng hộ rằng đây là hội thánh chỉ mới được Phao-lô thành lập trước đó vài năm nhưng không nhất thiết phải như vậy. Hội thánh Ê-phê-sô gần như là một trong những hội thánh lớn nhất được Phao-lô thành lập vì ông đã dành ba năm ở thành ấy, và kết quả là sau một vài năm sẽ có nhiều Cơ Đốc nhân chỉ mới biết về niềm tin và nhiều người khác đã tin Chúa từ ban đầu. Cho nên việc loại những người mới biết về niềm tin ra khỏi điều kiện chọn vào chức vụ giám mục là một quy định khôn ngoan, nhưng không nhất thiết phải xem những ứng viên đủ tư cách là những lão làng râu tóc bạc phơ đáng kính, những người đã phải "học việc" trong thời gian dài. Như trong tất cả các cộng đồng ban sơ, những tiêu chuẩn phải được đặt ra khi hội thánh bắt đầu nhắm chọn lựa những thuộc viên cho những trách nhiệm đặc biệt, và khi số thuộc viên hội thánh gia tăng thì việc tuyển chọn gắt gao hơn sẽ là khả năng có thể sau này bởi vì phạm vi chọn lựa rộng lớn hơn. Vì thế, trong 1 Ti-mô-thê 3:6, vị sứ đồ chỉ cảnh báo việc thăng chức quá nhanh chóng thôi.

Có lẽ không phải là vô cớ mà trong những chỉ dẫn dành cho Tít lại không có chỗ nào đề cập đến "những tân tín hữu", vì rất có thể hội thánh Cơ-rết là hội thánh mới được thành lập sau này, so với hội thánh Ê-phê-sô, nơi mà lời ngăn cấm này được áp dụng. Một điểm khác không nên bị lờ đi đó là hệ thống trưởng lão mà, Công Vụ 20 cho thấy đã được vận hành ở Ê-phê-sô, có lẽ đã được bổ nhiệm ngay sau khi Phao-lô rời đi. Ắt hẳn trong số này phải có những "tân tín hữu".

Sự tồn tại của cái gọi là phẩm chức của các góa phụ cũng được trích dẫn như một bằng chứng về một hội thánh đã phát triển đầy đủ hơn. Nhưng ngay cả nếu 1 Ti-mô-thê 5 được hiểu theo kiểu các goá phụ là một "phẩm chức" rõ rệt, tất nhiên đây là cách hiểu khó xảy ra, thì không có một bằng chứng nào cho thấy một phẩm chức như thế bắt đầu từ khi nào,²² và chỉ khi bằng chứng như thế xuất hiện thì phân đoạn này mới được sử dụng để minh chứng cho việc các thư tín mục vụ sau này mới có. Phải thừa nhận rằng không có một bằng chứng nào khác trong Tân Ước ủng hộ cho một phẩm chức như thế dành cho nữ giới, nhưng cán cân xác suất lại ủng hộ cho việc phụ nữ đã sớm được sử dụng cho những trọng trách chính thức trong hội thánh. Phần đề cập đến Phê-bê trong tư cách một "chấp sự" (Rô 15:1) có lẽ là một phần đề cập tương ứng, mặc dù từ "chấp sự" được sử dụng ở đây có thể chỉ việc phục vụ nói chung chứ không phải nói đến một phẩm chức chuyên biệt.²³

d. Người ta khăng khăng cho rằng nhiệm vụ của Ti-mô-thê và Tít giống với nhiệm vụ của kiểu giám mục trong thời Ignatius.

Một số học giả đã nhất quyết cho rằng các thư tín mục vụ phản ánh một tình huống mà ở đó hệ thống giám mục như được tìm thấy trong các lá thư của Ignatius đã được thiết lập. Nhưng, bởi bằng chứng nội tại trong các thư tín mục vụ không đủ mạnh để ủng hộ cho quan điểm này, nên họ đã tạo ra nhân vật hư cấu Ti-mô-thê và Tít hư cấu, thực thi một phẩm chức theo chế độ giám mục hoặc thậm chí đã thực hành vai trò tổng giám mục. Quan điểm này là của Easton²⁴ và kể từ đó đã được Kasemann duy trì.²⁵ Hanson²⁶ phản đối và cho rằng có mọi nhân vật thực tế tương ứng với Ti-mô-thê và Tít lịch sử [đối lập với Ti-mô-thê và Tít hư cấu - ND], và cho rằng Ti-mô-thê và Tít lịch sử được kêu gọi để thực hiện cùng một chức năng như các giám mục thời Ignatius.

Nhưng khi những nhiệm vụ của Ti-mô-thê và Tít hư cấu được đem ra xem xét, thì những đòi hỏi ấy không hề vượt quá những đòi hỏi mà người ta trông đợi nơi những người được ủy thác từ các sứ đồ.²⁷ Họ phong chức cho những tăng lữ và phải giải quyết tất cả những công tác dành cho các trưởng lão. Thêm vào đó, người ta nghĩ rằng họ được quyền tự do đưa ra chọn lựa

---

²²Cách sử dụng từ "nữ chấp sự" đầy mơ hồ xuất hiện sớm nhất trong tư cách một chức vụ rõ ràng xuất hiện trong *Didascalia*, iii. 12–13, nhưng giữa chức "nữ chấp sự" này với phần liên hệ đến các góa phụ trong các thư tín mục vụ thì lại là một chặng đường khá xa.

²³So sánh với Easton, *The Pastoral Epistles* (1948), 185.

²⁴Easton, op. cit., 177 trở đi.

²⁵Kasemann, *Essays on New Testament Themes* (1964), 87.

²⁶NCB, 33.

²⁷Lock gọi những người được các sứ đồ ủy thác này là "Những linh mục hay mục sư tông đồ" (*The Pastoral Epistles*, 1924, xix).

của riêng mình khi lập lên các trưởng lão. Dựa trên căn cứ là 1 Ti-mô-thê 2:1, người ta cũng cho rằng họ cần phải biết cách hướng dẫn thờ phượng trước mặt mọi người. Họ phải là những người bảo vệ sự dạy dỗ Cơ Đốc, có thẩm quyền chỉ định người khác lưu truyền lại truyền thống dạy dỗ ấy. Mặc dù đúng là những nhiệm vụ này cũng được những giám mục thời Ignatius thực hiện, nhưng việc cứ khăng khăng cho rằng để thực hiện những nhiệm vụ đó thì những người liên quan phải là giám mục theo kiểu Ignatius thì quả là *non sequitur* (chẳng liên quan gì cả). Thực ra, không phải tất cả những ai phản đối quyền tác giả của Phao-lô đều cảm thấy thuyết phục như nhau về một sự đánh đồng như thế. Một số người sẽ chỉ thừa nhận rằng bằng chứng về cách tổ chức hội thánh của các thư tín mục vụ hướng đến, nhưng vẫn chưa đạt đến, đặc điểm giám mục thời Ignatius.[28] Kelly đã hoàn toàn đúng khi xác nhận rằng không có chỗ nào trong các thư tín mục vụ này đòi hỏi chúng ta phải đặt chúng ra ngoài thời điểm trong cuộc đời Phao-lô.[29] Cũng cần ghi nhận là sử gia hội thánh Kelly thiên về quan điểm này hơn là các học giả Tân Ước chống lại nó.

Cách phê bình giả thiết kiểu tổ chức hội thánh thời Ignatius là các thư tín mục vụ không hề có bất cứ ám chỉ nào thể hiện rằng chỉ một người giữ chức vụ giám mục mà thôi. Nếu trước giả các thư tín mục vụ thật sự muốn cho rằng Phao-lô ủng hộ cho hệ thống tôn ti tổ chức, thì thật đáng ngạc nhiên khi ông lại không làm cho vấn đề ấy trở nên rõ ràng hơn. Nếu ông làm thế thì mục đích của ông rõ ràng sẽ hiệu quả. Cũng thật đáng ngạc nhiên là ông vẫn để cho người đọc cảm thấy rất mơ hồ về sự khác biệt giữa trưởng lão và giám mục, nếu như lúc viết những thuật ngữ này không được sử dụng cho cùng một vị trí, như cách chúng được sử dụng trong các thư tín mục vụ.

Chắc chắn vẫn sẽ tiếp tục có những khác biệt về quan điểm liên quan đến vai trò của Ti-mô-thê và Tít, nhưng những người chống lại quyền tác giả của Phao-lô sẽ không thể tiếp tục làm ngơ với những quan điểm đầy sức nặng của những ai xem tình hình tổ chức hội thánh trong các thư tín mục vụ là đặc trưng sớm hơn nhiều so với tình hình của thế kỷ thứ hai. Nếu bằng chứng không nhất thiết phải vượt ngoài thời kỳ các sứ đồ, thì tranh luận về tổ chức hội thánh không thể được sử dụng để loại trừ khả năng Phao-lô là tác giả của các thư tín này. Quá nhiều cách tiếp cận với các thư tín mục vụ xem tình hình hội thánh trong các thư tín là kiểu tình hình của thế kỷ thứ hai vì những kết luận được đưa ra dựa trên cơ sở trái ngược với tính chân

---

[28] Lock gọi những người được các sứ đồ ủy thác này là "Những linh mục hay mục sư tông đồ" (*The Pastoral Epistles*, 1924, xix).

[29] Kelly, op. cit., 15.

thực. Cách đánh giá bằng chứng công bằng hơn sẽ là cho rằng bằng chứng không tự nhiên dẫn đến một tình huống muộn hơn trừ phi dựa trên những cơ sở khác, một niên đại muộn hơn là điều không thể tránh khỏi.

Vì thế, chúng ta có thể tóm lược bằng chứng về tình hình tổ chức hội thánh trong các thư tín mục vụ như sau. Vào thời điểm viết thư, đã có một hệ thống giáo huấn xác định, được các sứ đồ chứng thực, được giao phó cụ thể cho những người được các sứ đồ ủy nhiệm và cho các trưởng lão của hội thánh nói chung. Các chức sắc của hội thánh có lẽ cũng đã được phong chức, mà ở những buổi nhóm phong chức đó, việc đặt tay được sử dụng để biểu trưng cho việc chuyển giao ân tứ đặc biệt để có thể thực thi chức vụ đó. Nhiều mục vụ khác nhau đã tồn tại trong các hội thánh và người ta nhấn mạnh nhiều vào phẩm chất đạo đức của những người khao khát được phục vụ ở các vị trí đó. Vì thế, dữ kiện về tổ chức hội thánh của các thư tín mục vụ không chỉ cung cấp một bức tranh về một hội thánh đang phát triển về mặt tổ chức, nhưng cũng cho ta thấy sứ đồ Phao-lô là kiến trúc sư về tổ chức hội thánh. Không phải là tính chính thống hay tính tổ chức đã trở thành niềm say mê chiếm hết thời gian của ông trong những ngày cuối đời, mà ông đang cung ứng sự khôn ngoan cần thiết cho một thời điểm khi không còn lời chứng của các sứ đồ nữa, và Thánh Linh Đức Chúa Trời sẽ sử dụng những phương tiện khác để chỉ dẫn người thuộc về Ngài.

6. Các dị giáo được phản ánh trong các thư tín này

Việc xem xét tà thuyết hoành hành vào thời các thư tín này được viết ra chứa đựng tầm quan trọng bậc nhất trong việc nghiên cứu các thư tín này, bởi vì rõ ràng nó là một trong những lý do chúng được viết ra. Nhiều học giả khăng khăng cho rằng tà giáo được phản ánh ở đây giống với những tà giáo thịnh hành ở đầu thế kỷ thứ hai, và vì thế các thư tín mục vụ phải có cùng niên đại ấy và vì thế tác giả không thể là Phao-lô.

Cả ba thư tín này đều chứa đựng lời khuyên hãy đẩy lùi những dạy dỗ sai lạc, điều này cho thấy rằng đây là vấn đề cấp thiết. Thế nhưng trước giờ cũng có những ý kiến khác nhau về nhận dạng của tà thuyết này. Easton[30] khăng khăng cho rằng Phao-lô đang nghĩ đến một "tà thuyết nhất quán và đầy sức ảnh hưởng". Nhưng, như bằng chứng sau đây sẽ chỉ ra, đây là một sự phóng đại và không được các thư tín này ủng hộ. Nhiều người đã lập luận

---

[30]Op. cit., 2–3.

rằng đây là tà giáo liên kết với Trí huệ giáo, nếu không thì cũng là một dạng tà giáo tiền trí huệ. Thế nhưng người khác thì lại nhấn mạnh đến những yếu tố của Do Thái giáo, trong đó bao gồm cả Qumran. Để đưa ra bất cứ đánh giá hợp lý nào thì ta cũng cần phải xem xét chi tiết bằng chứng từ mỗi thư tín trong ba thư tín mục vụ.

Trong 1 Ti-mô-thê 1:3–7, Ti-mô-thê được bảo phải "truyền bảo một số người không được dạy một giáo lý nào khác, cũng đừng bận tâm đến những chuyện huyễn hoặc và những gia phả bất tận." Những người này rõ ràng rất thích làm giáo sư kinh luật mà không hiểu biết gì về kinh luật. Người ta đã thảo luận rất nhiều về ý nghĩa của từ "gia phả" trong phân đoạn này, nhưng kết luận của Hort,[31] rằng các tà giáo trong các thư tín mục vụ liên hệ chặt chẽ đến truyền thuyết Do Thái hơn là cách phỏng đoán của người Hy Lạp, dường như là một cách giải nghĩa hợp lý về những dữ kiện không nhiều lắm mà chúng ta có được.[32] Mối quan tâm đến luật pháp trong phân đoạn này đóng vai trò xác nhận kết luận này.[33]

Bằng chứng tiếp theo từ 1 Ti-mô-thê là phần ám chỉ mơ hồ đến những người đã sa ngã trong đức tin, trong số những người ấy, Hy-mê-nê và A-léc-xan-đơ là hai người được nêu tên cụ thể (1:19–20). Điều này ắt hẳn có liên hệ với phần ám chỉ trong 2 Ti-mô-thê 2:17 trở đi về một người tên là Hy-mê-nê, người đã đi chệch khỏi chân lý khi tuyên bố rằng sự sống lại đã qua rồi, nhưng trong trường hợp sau, tên của ông đi kèm với Phi-lết chứ không phải A-léc-xan-đơ. Trong phân đoạn phía trước, rõ ràng những người được liệt kê đã gây cho Phao-lô nhiều rắc rối và nguy hiểm vì thế ông có hành động quyết liệt đó là "phó mặc họ cho Sa-tan" (xem phần giải thích trong

---

[31]*Judaistic Christianity* (1894), 135 trở đi.

[32]Bernard nói "trong tác phẩm đầy chất hiếu kỳ được gọi là *Book of Jubilees*, chúng ta có một bằng chứng đáng chú ý về việc nhấn mạnh vào các gia phả như là các căn cứ từ đó dựng nên những câu chuyện thần thoại" (*Pastoral Epistles*, 1899, trang li). Một số người nghĩ *Jubilees* là khởi nguồn của cộng đồng Qumran (So sánh với C.T. Fritsch, *The Qumran Community*, 1956, 70, 106–107). Spicq (I.2), đưa ra rất nhiều điểm giống nhau giữa văn chương của cộng đồng Qumran với các thư tín mục vụ.

[33]Lock xem cả khuynh hướng Do Thái và Hy Lạp đồng hiện hữu ở Ê-phê-sô và Cơ-rết (op. cit., trang xvii), và Scott ghi nhận rằng trong khi Trí huệ giáo ở trạng thái đã phát triển của nó có tính bài xích Do Thái nặng nề, thế nhưng ban đầu "dường như nó nghênh đón những ý tưởng Do Thái và không bao giờ thôi vay mượn chất liệu Do Thái giáo trong việc dựng lên các câu chuyện hoang đường của mình" (*The Pastoral Epistles*, 1936, trang xxix). Các tác giả gần đây có khuynh hướng đặt điểm nhấn vào cách sử dụng từ gia phả theo hướng của Trí huệ giáo. So sánh với Hanson (NCB, 25). Dibelius-Cozelmann (*Die Pastoralbriefe*, 1955, 53 trở đi) nói về Trí huệ giáo Do Thái nguyên thủy.

1 Ti 1:20). Easton[34] cho rằng 2 Ti-mô-thê phải xuất hiện trước 1 Ti-mô-thê, vì thế ông xem việc xử lý Hy-mê-nê của 1 Ti-mô-thê là bằng chứng cho một tinh thần ít dung thứ hơn trong hội thánh đang ngày càng tăng. Nhưng có lẽ Phao-lô trong 2 Ti-mô-thê chỉ đang nói đến những người này như những ví dụ về những kẻ buôn chuyện bất kính, trong bất cứ trường hợp nào thì không có một sự suy luận theo trình tự thời gian nào có thể được đưa ra từ việc đề cập cách ngẫu nhiên về họ. Về giả thiết của Easton, ông cho rằng phải có một thời điểm tạm dừng đáng kể nào đó phân rẽ hai thư tín này, nhưng lại không đưa ra được căn cứ nào cho điều này.

Có những dữ kiện quan trọng được tìm thấy trong 1 Ti-mô-thê 4:1–5 nói về "giáo lý của ma quỷ", đặc biệt đề cập đến những tập tục khổ hạnh như sống độc thân và ăn uống kiêng khem. Đặc điểm thứ hai cũng đã được đề cập đến ở chỗ khác khi Phao-lô nói đến tà giáo, vì trong tà giáo ở Cô-lô-se có những quy định rõ ràng về vấn đề đồ ăn (Côl 2:16; 20–22), trong khi ngay cả trong hội thánh tại Rô-ma cũng có một số người có cái nhìn thiếu quân bình về nghi thức ăn uống (Rô 14). Tuy nhiên, thư Cô-lô-se không có một ám chỉ nào về việc sống độc thân. Bởi vì những lời Phao-lô viết ở đây mang tính tiên tri nhiều hơn tính lịch sử, nên chúng ta có thể kết luận một cách hợp lý, như Bernard đã nói,[35] rằng tập tục hay cách làm này vẫn chưa ảnh hưởng đến hội thánh Cơ Đốc. Trong trường hợp đó, Phao-lô chỉ đơn thuần là đang cảnh báo Ti-mô-thê chống lại những khuynh hướng mà ông nhìn thấy trước một cách rõ ràng, và là điều thực chất đã được thấy bên ngoài cộng đồng Cơ Đốc. Chẳng hạn, người ta đã biết rằng một tà giáo khắc kỷ nhất là phái Essense đã thực hành sống độc thân.[36] Thật thú vị khi ghi nhận rằng trong 1 Ti-mô-thê 4:3–5, Phao-lô đưa ra lời giải đáp Cơ đốc về vấn đề kiêng khem ăn uống mà lại không nói gì về vấn đề độc thân. Điều này có thể là bởi vì chính ông cũng được thu hút để sống đời độc thân, nhưng ông sẽ không tán thành việc áp dụng nó cho tất cả Cơ Đốc nhân.[37]

Những ám chỉ rõ ràng khác về tà giáo chỉ xuất hiện ở 6:3–5, là phần Kinh Thánh lặp lại lời cảnh báo về những kẻ ham tranh luận và cãi lẽ

---

[34]Op. cit., 18. Hanson xem cả hai ám chỉ về Hy-mê-nê đều là một ám chỉ tới một người chống đối đối Phao-lô, tức là người cũng có những môn đệ đi theo mình trong thời của tác giả (So sánh với NCB. 65, 135.

[35]Op. cit., 66.

[36]So sánh với quyển *Natural History*, V. vx. Của Pliny. Josephus nói về một nhóm *Essenes* cho phép một dạng thử thách hôn nhân. *N. B.* Độc thân có vẻ không được thực thi trong cộng đồng *Qumran*.

[37]Spicq đã đưa ra những so sánh với phái Qumran, nhưng Hanson lại khẳng định rằng phần Kinh Thánh nói về việc sống độc thân chỉ về Trí huệ giáo thời kỳ ban đầu.

về chữ nghĩa, và ở 6:20, câu Kinh Thánh liên hệ mật thiết với phần trên, nhưng cũng nối kết "những lời nhảm nhí phàm tục" với "các cuộc tranh cãi" (antitheseis), là từ cần phải bàn đến rất nhiều. Từ này xuất hiện thường xuyên ở Trí huệ giáo thế kỷ thứ hai, nhưng bất kỳ liên hệ cụ thể nào với từ "antitheseis" của Marcion cũng đều không chắc chắn. Người ta cho rằng mỗi nhà hùng biện trước kia đều được trang bị với một lô những "antitheseis" để thay đổi và nhu cầu này cũng được ám chỉ trong việc xuất hiện chữ "antitheseis" này ở các thư tín mục vụ.

Trong 2 Ti-mô-thê, ngoài phần nói đến Hy-mê-nê đã được đề cập, thì điểm nhấn chính lại một lần nữa đặt trên những tranh cãi phù phiếm (2:14, 16, 23). Vị sứ đồ tiếp tục mô tả đặc điểm tiêu biểu của những ngày sau cùng là "giữ hình thức tin kính, nhưng chối bỏ quyền năng của sự tin kính đó" (3:5). Tương tự, ông cũng nhìn xa đến một thời điểm khi người ta thích nghe những lời êm tai, và muốn người khác dạy mình những điều theo lòng mình muốn (4:3). Tuy nhiên, những điều thấy trước về tương lai này không thể cung cấp thông tin cụ thể cho việc quyết định bản chất của những sai lầm hiện thời về điều mà Phao-lô đang đặc biệt ưu tư. Trong lá thư thứ hai có phần cá nhân hơn gửi đến Ti-mô-thê, việc Phao-lô nhấn mạnh thêm vào những tranh cãi cho thấy ông sợ rằng người kế nhiệm của mình có thể tập trung quá nhiều vào những điều vô bổ này, trong khi ông cảm thấy cách tốt nhất là lờ chúng đi.

Trong Tít 1:10, một ám chỉ quan trọng về những kẻ huênh hoang của hội những người chủ trương cắt bì rõ ràng cho thấy rằng, trong trường hợp này tà giáo ấy có nguồn gốc Do Thái. Điều này càng được minh chứng thêm bởi phần đề cập cụ thể đến những chuyện hoang đường của người Do Thái (Tít 1:14), so sánh với lời ám chỉ tương tự nhưng có phần mơ hồ hơn trong 1 Ti-mô-thê 1:4. Một lần đề cập đến những tranh cãi vô bổ và phù phiếm nữa là ở Tít 3:9, liên hệ đến các gia phả và những tranh cãi về luật pháp (so sánh với 1 Ti 1:7–8). Từ những dữ kiện này, rõ ràng là một hình thức tranh luận Do Thái nào đó có tính chất toàn là phỏng đoán và không liên quan gì đã nổi lên ở Cơ-rết.

Rõ ràng có những khác biệt nho nhỏ giữa tà giáo ở Ê-phê-sô và ở Cơ-rết, nhưng những đặc điểm chính của hai tà giáo này là giống nhau, và việc coi chúng như hai cách thể hiện riêng rẽ của một khuynh hướng chung đang hiện hành là có lý lẽ vững chắc. Từ những dữ kiện được xem xét ở trên, những cơ sở sau đây có thể được viện dẫn dưới hình thức tóm tắt. (1) Sự dạy dỗ này rất nguy hại, phần nhiều là bởi sự vô bổ của nó hơn là bởi sự sai lầm của nó. (2) Nó dẫn tới hai khuynh hướng trái ngược nhau: một mặt là chủ nghĩa khắc kỷ (1 Ti 4:1–4), mặt khác có thể dẫn đến lối sống phóng túng, bừa bãi (như 1 Ti 5:22 dường như đã cho thấy). (3) Có nhiều đặc tính của Do Thái giáo như Tít 1:10, 14, 1 Ti-mô-thê 1:7 đã chỉ ra. (4) Một sự mê đắm vào các gia phả nào đó chiếm hết tâm trí thời gian của người ta.

Hai vấn đề nảy sinh từ bằng chứng này cần thảo luận thêm. Thứ nhất, mối liên hệ giữa tà giáo này với Trí huệ giáo thế kỷ thứ hai là gì? Thứ hai, cách xử lý những giáo sư giả này có nhất quán với cách tiếp cận của Phao-lô đối với dị giáo ở Cô-lô-se không? Nếu câu trả lời cho câu hỏi thứ nhất bày tỏ một sự kết nối không thể phủ nhận với Trí huệ giáo đã phát triển, thì kết luận của nó sẽ chống lại quyền tác giả của Phao-lô, tương tự, nếu câu trả lời cho câu hỏi thứ hai là không. Vì lý do này mà tầm quan trọng của những câu hỏi ấy không thể xem nhẹ.

a. Mối quan hệ giữa tà giáo này với Trí huệ giáo ở thế kỷ thứ hai

Để minh họa mối quan hệ này, những đặc điểm chung giữa Trí huệ giáo và tà giáo trong các thư tín mục vụ đã được bàn luận kỹ lưỡng để cho thấy một bối cảnh đương thời:

1. Trí huệ giáo về cơ bản mang tính nhị nguyên, là những hệ thống khác nhau được đưa ra nhằm bắc chiếc cầu nối liền khoảng cách giữa Đức Chúa Trời và thế giới xấu xa. Kết quả của nhị nguyên thuyết được nhìn thấy trong chủ nghĩa khắc kỷ nghiêm ngặt, chẳng hạn như nghiêm cấm việc cưới hỏi và những giới hạn khắt khe đối với những loại thực phẩm nhất định.

2. Có một khuynh hướng chung nhằm biểu tượng hóa Cựu Ước, mặc dù Marcion, là người không hẳn theo Trí huệ giáo theo nghĩa trọn vẹn của nó, chối bỏ toàn bộ Cựu Ước.

3. Đấng Christ học của Trí huệ giáo nhìn chung theo hướng của dị giáo hiện hình thuyết (Docetic), phủ nhận khả năng nhập thể vì tin rằng vật chất cố hữu là xấu. Cũng chính vì lý do này mà thực tại về sự phục sinh cũng bị họ chối bỏ.

Rõ ràng ta có thể đưa ra những lý giải hợp lý cho giả thiết rằng các thư tín mục vụ sẽ trả lời cho những khuynh hướng sai lầm như thế này. Chẳng hạn, việc trình bày về Đấng Christ trong tư cách "Đấng trung bảo duy nhất giữa Đức Chúa Trời và con người" (1 Ti 2:5) rất có thể là câu trả lời của người Cơ Đốc trước những lưu xuất vô tận trong hệ thống Trí huệ giáo phát triển hơn. Nhưng câu nói ấy cũng vừa vặn không kém ở bất cứ một tình huống nào mà trong đó địa vị trung bảo độc nhất của Đấng Christ vẫn bị thách thức, và không cần phải đến Trí huệ giáo thì mới có thể tìm được những ví dụ sớm nhất về điều này. Hẳn đó phải là một trong những khủng hoảng sơ khai nhất đối với những nhà biện giáo Cơ Đốc.

Người ta lại vẫn có thể khăng khăng cho rằng 2 Ti-mô-thê 3:15–17 có thể chống lại việc chối bỏ Kinh Thánh Cựu Ước và Tít 1:14 và 1 Ti-mô-thê 1:7 cũng là chỗ sử dụng cách biểu tượng hóa hay ẩn dụ hóa Kinh Thánh. Nhưng khuynh hướng biểu tượng hóa được tìm thấy rộng rãi ở thuật suy đoán của người Do Thái của thế kỷ thứ nhất, trong khi ý trước thì không hề nói đến khuynh hướng chối bỏ Kinh Thánh nào cả (xin xem phần giải thích ở 2 Ti 3:15–17). Đấng Christ học của các thư tín mục vụ chắc chắn sẽ hữu ích trong việc chống lại hiện hình thuyết, nhưng không trực tiếp bằng việc chống lại hiện hình thuyết của bất cứ thư tín nào của khác của Phao-lô hay bất cứ sách nào khác của Tân Ước với đầy đủ dữ kiện để đưa ra một giáo lý về nhân tính của Đấng Christ. Tuy nhiên, phủ nhận sự phục sinh là điểm cho thấy sự nối kết gần gũi hơn nhiều với hiện hình thuyết.

Sự giả dối và những thói tật cục cằn của người theo Trí huệ giáo cho thấy một sự tương đồng đáng ngạc nhiên với những điều xấu xa được các giáo sư giả như đề cập trong thư tín mục vụ lan truyền, nhưng câu hỏi chính yếu là liệu những sai lầm tương tự có phải lúc nào cũng sản sinh ra những tác động tương tự, vì nếu chúng thật có sản sinh ra những tác động tương tự (và có những lý do mạnh mẽ cho việc tin rằng chúng chắc sẽ sản sinh ra tác động ấy) thì sự tương đồng của những tác động ấy không thể nào bị coi là bằng chứng cho việc chúng có cùng nguồn gốc.

Vì thế, ta sẽ thấy rằng tất cả những gì có thể tuyên bố một cách thỏa mãn đó là các giáo sư giả trong các thư tín mục vụ là "họ hàng xa" của Trí huệ giáo, nhưng bằng chứng thì không đủ để xác định rằng trước giả đang chiến đấu với Trí huệ giáo đã phát triển. Vì một lý do nào đó, người ta có thể cho rằng bằng chứng ấy cho thấy một hình thức phôi thai của Trí huệ giáo như thế nhưng chúng ta không thể kết luận nhiều hơn thế. Điều này đang ngày càng được nhiều người vốn phản đối quyền tác giả của Phao-lô công nhận.[38] Mặc dù trong quá khứ, đã có những người cổ súy cho quan điểm cho rằng các thư tín mục vụ là để đối phó với phái Marcion, nhưng giờ đây rất ít người ủng hộ cho quan điểm này.

---

[38] So sánh với Spicq, op. cit., p.lxxi, để biết thêm chi tiết. Kelly, op. cit., 12, kết luận rằng các thư tín mục vụ bận tâm tới một điều gì đó căn bản hơn là Trí huệ giáo đã phát triển. Ông đưa ra giả thiết một hình thức Trí huệ giáo nào đó của Cơ Đốc giáo Do Thái. Như đã ghi nhận, Dibelius – Conzelmann (op. cit., trang 53 trở đi) nói về Trí huệ giáo nguyên thủy.

b. Thái độ của trước giả đối với tà giáo

Cách mà trước giả tư vấn cho người kế nhiệm của mình đối phó với giáo sư giả từ lâu đã được sử dụng như một bằng chứng chống lại quyền tác giả của Phao-lô, vì người ta viện cớ rằng, trong khi ở trường hợp của các tín hữu ở Cô-lô-se, Phao-lô chỉ bác bỏ tà giáo, thì ở đây ông lại kịch liệt lên án nó. Vì thế, sự thay đổi thái độ như vậy được xem là bằng chứng cho thấy đó là một người có đầu óc hẹp hòi hơn là Phao-lô. Cả Ti-mô-thê và Tít đều được thúc giục phải xử lý thật mạnh tay với những kẻ gây rối (1 Ti 1:3; 2 Ti 2:14; Tít 1:13). Nhưng Phao-lô có phản đối hành động như vậy hay không? Thái độ của vị sứ đồ trong tình huống này khó có thể được đánh giá từ thư tín của ông gửi cho người Cô-lô-se bởi vì ở đó ông gửi những lời khuyên bảo cho hội thánh nói chung, một hội thánh mà ông chưa bao giờ đến thăm, và vì lý do đó mà ông đưa ra sự dạy dỗ tích cực và cẩn trọng để giải trừ cái sai. Nhưng trong các thư tín mục vụ, những chỉ dẫn được gửi trực tiếp đến cho những người là đại diện đặc biệt của Phao-lô, khuyên bảo họ cần phải hành động theo hướng nào. Liệu họ có cần phải được Phao-lô giải thích về phương pháp bác bỏ tà giáo của mình không? Khó mà đưa ra kết luận rằng khi cùng làm việc với Ti-mô-thê và Tít, Phao-lô chưa bao giờ phải xử lý bất cứ giáo sư giả nào cả.

Người ta cho rằng trước giả không hề thể hiện sự quen thuộc thật sự nào với tà giáo mà ông đang lên án.[39] Ông thỏa mãn với việc nhạo báng nó như kiểu những chuyện rỗi hơi không đâu, những câu chuyện tám tít của các bà già, như một chứng ung thư lây lan, những chuyện huyễn hoặc của con người. Nhưng tính vô bổ của sự dạy dỗ này đủ rõ ràng để dẫn vị sứ đồ tới việc khuyên họ kịch liệt phản đối, trong khi bông trái của sự vô giá trị đủ để lên án hệ thống sản sinh ra nó.

7. Vấn đề tín lý

Những người phản đối tính chân thực lúc nào cũng chỉ ra, bằng những mức độ nhấn mạnh khác nhau, những khác biệt về mặt thần học giữa những thư tín này và các thư tín khác của Phao-lô. Đây ắt hẳn là một trong những yếu tố góp phần mạnh mẽ nhất vào bằng chứng tích cóp được để chống lại quyền tác giả của Phao-lô và đáng được quan tâm nhiều nhất.

---

[39]Cùng quan điểm, Scott, op. cit., trang xxx. Quan điểm của C. K. Barrett đó là trước giả gom hết tất cả các tà giáo mà ông gặp lại làm một (*NTS* 20, 1973–74, 240–241).

Ngay cả những người phê bình tính chân thực mạnh mẽ nhất cũng không thể phủ nhận "nền tảng Phao-lô" trong những lẽ đạo thần học mà các thư tín mục vụ thể hiện. Ngay cả trường phái Tubingen cấp tiến cũng sử dụng dữ kiện này trong nỗ lực nhằm tạo nên một tình huống mang tính luận chiến giữa Phi-e-rơ và Phao-lô làm bối cảnh cho những sách Tân Ước. Vì thế, rất hợp lý khi chúng ta bắt đầu bằng cách trích dẫn những sự tương đồng với Phao-lô về mặt ý tưởng. Scott[40] đã tóm tắt một cách súc tích như sau. Trước giả "công bố rằng Đấng Christ đã phó chính mình vì sự cứu chuộc của chúng ta, rằng chúng ta được xưng công nghĩa không phải bởi sự công chính của bản thân chúng ta nhưng bởi đức tin nơi Đấng Christ, rằng Đức Chúa Trời kêu gọi chúng ta bởi ân điển của Ngài trước khi thế giới hiện hữu, rằng chúng ta được định sẵn cho sự sống đời đời mà hiện thời chúng ta đã có thể bước vào rồi. Đây không hề đơn thuần là những tiếng vọng hời hợt của tư tưởng Phao-lô". Trong nhãn quan này, bất cứ nỗ lực nào nhằm đánh giá những chi tiết giáo lý được cho là không phải của Phao-lô cần phải được xem xét trước nền tảng thần học mang màu sắc Phao-lô này. Dĩ nhiên, một nền tảng thần học giống nhau không thể nào dẫn tới kết luận ủng hộ cho quyền tác giả của Phao-lô, vì một tác phẩm thứ cấp, bắt chước cũng có thể bắt nguồn từ cùng một trường phái ý tưởng khi mang trên mình những dấu ấn về khởi nguồn thần học của nó. Vì thế, những người phủ nhận tính chân thực đã đưa ra giả thiết như một giải pháp thay thế đó là một môn đồ sốt sắng nhất của vị sứ đồ lỗi lạc này đã viết nhằm trình bày sự dạy dỗ của thầy mình cho thế hệ sau. Nhưng câu hỏi quan trọng đó là liệu một giả thiết như thế có đòi hỏi phải có dữ kiện không? Để trả lời câu hỏi này, thì cần phải có một khảo sát về sự khác biệt giữa các thư tín khác của Phao-lô và các thư tín mục vụ.

Một quan điểm về thái độ niềm tin của trước giả đó là tư tưởng của ông tập trung vào *eusebeia*,[41] vì thế, mối quan tâm của ông nằm phần nhiều ở sự tin đạo chứ không phải ở thần học, phần nhiều ở tính chính thống chứ không phải tư tưởng tạo hình Cơ Đốc giáo. Theo quan điểm này, thì thời đại của tư duy suy đoán đã hết. Người ta nói rằng trong khi Phao-lô được soi dẫn, thì trước giả của các thư tín này đôi khi chỉ có tính chính thống mà thôi.[42] Nhưng câu hỏi nảy sinh là liệu niềm tin đúng đắn hay giáo lý vững chắc, tức là điều chi phối các thư tín mục vụ, có hoàn toàn nằm ngoài phạm vi tư tưởng được soi dẫn của vị sứ đồ này không. Có hoàn toàn đảm bảo là sứ đồ Phao-lô không bao giờ bắt nguồn từ lối tư duy tạo hình để xem xét

---

[40]Op. cit., trang xxx.
[41]So sánh với Scott, op. cit., trang xxx, xxxi.
[42]So sánh với J. Denney, *The Death of Christ* (1911), 147.

nhu cầu gìn giữ giáo lý không? Chìa khóa mở ra vấn đề này có lẽ nằm ở một sự hiểu biết đúng đắn về khải tượng thần học của Phao-lô hơn là ở so sánh căn bản giữa hai loạt thư tín. Tuy nhiên, những đặc điểm được cho là không mang màu sắc Phao-lô, những đặc điểm cần phải được xem xét, có thể được liệt kê như sau:

1. Ý niệm về Đức Chúa Trời được cho là một phần mang đặc trưng Do Thái một phần mang ảnh hưởng của Hy Lạp.[43] Những từ như "bất tử" và "vô hình" là từ của văn hoá Hy Lạp, nhưng hầu hết những từ khác được dùng cho Đức Chúa Trời thì lại mang đặc trưng Do Thái (ví dụ như "Đấng Cai trị" hay "Đấng Chủ tể", so sánh với 2 Mác-ca-bê 12:15; "Vua muôn vua và Chúa muôn Chúa", so sánh với Xuất Ê-díp-tô Ký 6:7, 2 Mác-ca-bê 13:4, "ánh sáng không ai có thể đến gần được", so sánh với Hê-nóc 12:15 trở đi). Vấn đề không nằm nhiều ở chỗ những từ này không được tìm thấy trong các thư tín khác của Phao-lô, nhưng ở sự thiếu vắng điều mà người ta cho là ý niệm đặc trưng nhất của Phao-lô về Đức Chúa Trời, đó là địa vị làm Cha của Ngài. Những phân đoạn như 1 Ti-mô-thê 1:17 và 6:15–16 rõ ràng đem đến cho độc giả một cảm giác về sự oai nghi của Đức Chúa Trời mà không ai có thể đến gần được, nhưng người ta không thể đảm bảo rằng sự cách biệt ấy vẫn tồn tại ở mọi trường hợp. Hai phần Kinh Thánh trích dẫn ở trên được chi phối bởi khao khát tôn cao Đức Chúa Trời và cảm giác kính sợ thiêng liêng là một đáp ứng thích hợp, nhưng chúng phải được giữ cho quân bình bởi những phân đoạn cho thấy Đức Chúa Trời là Đấng Cứu Thế (1 Ti 1:1; 2:3; 4:10; Tít 1:3; 2:10; 3:4), Đấng muốn mọi người đều được cứu (1 Ti 2:4), Đấng mà công tác cứu chuộc của Ngài được thúc đẩy bởi động cơ là lòng nhân từ và thương xót (Tít 3:4), Đấng mà mục đích của Ngài được mô tả là bắt nguồn từ ân điển (2 Ti 1:9; so sánh với Tít 2:11), Đấng ủy thác cho Phao-lô rao giảng Phúc âm (1 Ti 1;1; 2 Ti 1:1; Tít 1:3), và Đấng "đã hi sinh vì chúng ta để chuộc chúng ta khỏi mọi gian ác, và tinh luyện chúng ta thành một dân thuộc riêng về Ngài, là dân sốt sắng làm các việc lành" (Tít 2:14). Không ai có thể đưa ra lời công kích hợp lý cho rằng một tác giả viết ra những lời lẽ như thế này lại quá sợ hãi trước sự cách biệt của Đức Chúa Trời. Nếu sự vắng bóng của danh xưng "Cha" trong mỗi thư tín bị cho là có vấn đề, thì ta cần phải nhớ rằng danh xưng này xuất hiện những hai lần chỉ trong 1 Cô-rinh-tô (xem 8:6; 15:24) và Rô-ma (6:4; 15:6; nhưng so sánh với 8:15).

2. Có những quan điểm khác nhau về Đấng Christ học trong các thư tín mục vụ. Có người thấy "Đấng Christ học hiển hiện" (epiphany Christology)[44],

---

[43]So sánh với Easton, op. cit., 166.
[44]So sánh với Dibelius-Conzelmann, trong 1 Ti 3:16.

người khác thấy "Đấng Christ học 'danh xưng'" ('title' Christology),[45] thế nhưng người khác lại thấy "Đấng Christ học phụ thuộc" (subordination Christology).[46] Những khác biệt về quan điểm nói trên, tức quan điểm của những người phản đối quyền tác giả của Phao-lô, nổi lên khi họ quá tập chú vào một số câu khác nhau trong các thư tín mục vụ đến mức bỏ qua phần còn lại. Xét rằng những chỗ trình bày Đấng Christ học trong các thư tín mục vụ không cùng một mức độ rõ ràng như trong những thư tín khác của Phao-lô, nên không đủ luận chứng để kết luận rằng Đấng Christ học của các thư tín mục vụ phủ nhận quyền tác giả của Phao-lô.

Một vấn đề khác cũng liên hệ đến thần học về Đấng Christ là việc thiếu vắng sự dạy dỗ của Phao-lô về sự hiệp nhất huyền nhiệm giữa người tin Chúa với Đấng Christ. Cụm từ "ở trong Đấng Christ", là đặc trưng của Phao-lô, xuất hiện bảy lần trong 2 Ti-mô-thê (1:1, 9, 13; 2:1, 10; 3:12, 15) và hai lần trong 1 Ti-mô-thê (1:14; 3:13), nhưng không trường hợp nào trình bày theo nghĩa một sự huyền nhiệm.[47] Thế nhưng nghiên cứu chi tiết về những trường hợp này không hề minh chứng cho lời tuyên bố rằng cụm từ "trong Đấng Christ" không có nghĩa nào khác hơn là "thuộc về Đấng Christ" hay "Cơ Đốc nhân", vì ở những phân đoạn chứa đựng những phẩm chất được gọi là "ở trong Đấng Christ" thì cụm từ này chắc hẳn phải hàm ẩn nhiều hơn thế". Rất khó để thấy bất cứ khác biệt nào về cách tiếp cận giữa 2 Ti-mô-thê 1:13 với "đức tin và tình yêu trong Đấng Christ Giê-xu" và Cô-lô-se 1:4 với "đức tin của anh em trong Đấng Christ Giê-xu". Ngoài ra, nếu trong các thư tín mục vụ, "trong Đấng Christ" nhìn chung là một từ đồng nghĩa cho từ "thuộc về Đấng Christ" hay "Cơ Đốc nhân", thì nó cũng phải được xem xét theo cùng một cách như vậy trong những cách sử dụng nhất định của Phao-lô (ví dụ "các thánh đồ... trong Đấng Christ" ở trong Cô-lô-se, [Côl 1:2]). Phải thừa nhận rằng, cách Phao-lô sử dụng cụm từ này phổ biến nhất là để mô tả về con người chứ không phải phẩm tính, nhưng ở những chỗ nó được áp dụng cho phẩm tính, thì rất có khả năng một yếu tố huyền nhiệm nào đó ẩn chứa trong ý nghĩa của nó.

Hãy xem xét 2 Ti-mô-thê 1:9, chẳng hạn, "ân điển mà Ngài ban cho chúng ta từ muôn đời trước trong Đấng Christ Giê-xu", đây là phân đoạn có vẻ như ý muốn nói ân điển đã được ban cho từ trước muôn đời cho những ai ở trong Đấng Christ, nghĩa là trong sự liên hiệp huyền nhiệm với

---

[45]So sánh với P. Trummer, *Die Paulustradition dẻ Pastorbriefe* (1978), trang 193 trở đi.
[46]So sánh với Dibelius-Conzelmann về 1 Ti 2:5–6.
[47]So sánh với Easton, op. cit., 2.

Ngài (xin xem phần giải nghĩa ở 2 Ti 1:9 *ad loc*).[48] Những người phản đối quyền tác giả của Phao-lô không hoàn toàn đồng ý với điều này. Chẳng hạn, mặc dù chấp nhận một vài tương đồng trong các thư tín khác của Phao-lô (Rô 16:25–26; Êph 1:11; 2:5–10; 3:11) nhưng Hanson[49] vẫn xem các thư tín này là những lá thư thứ yếu mang màu sắc Phao-lô (deuteron-Pauline) và vì thế xem nhẹ chúng. Thậm chí ông còn đi đến chỗ chất vấn, dù sử dụng những nguồn tài liệu "của Phao-lô", nhưng liệu trước giả có phải lúc nào cũng hiểu những hàm ý thần học của những nguồn ấy hay không. Nhưng phương pháp loại bỏ những điểm tương đồng với thư tín của Phao-lô như thế thì không có tính thuyết phục.

3. Một khó khăn nghiêm trọng hơn là việc ít đề cập đến Đức Thánh Linh. Vì thế, người ta nghĩ rằng giáo lý này không mấy quan trọng đối với trước giả. Ba lần đề cập rõ ràng tới Đức Thánh Linh đều được phân biệt rõ với tinh thần/tâm linh của con người (1 Ti 4:1; 2 Ti 1:14 và Tít 3:5). Đoạn Kinh Thánh đề cập đến Đức Thánh Linh trong Tít 3:5 bị vứt bỏ bằng cách bị coi như phân đoạn về giáo nghi, nghĩa là ở đó trước giả bị xem là không sử dụng ngôn từ của chính mình.[50] Tuy nhiên, nếu dành sự quan tâm trọn vẹn đến câu Kinh Thánh này sẽ thấy rằng câu này không chỉ nói về Đức Chúa Trời Ba Ngôi mà quan điểm về Đức Thánh Linh của nó còn hòa hợp với giáo lý của Phao-lô về Đức Thánh Linh nữa.[51] 1 Ti-mô-thê 4:1 nói đến chức năng nói tiên tri của Đức Thánh Linh và rõ ràng không thể xem là không do Phao-lô viết bởi vì Phao-lô công nhận biết chức năng ấy của Đức Thánh Linh. Tương tự, 2 Ti-mô-thê 1:14 cũng hoàn toàn mang đặc trưng của Phao-lô, điều mà ngay cả những người phản đối quyền tác giả của Phao-lô cũng phải công nhận,[52] mặc dù họ coi đó là một trường hợp trước giả sửa lại ngôn ngữ của Phao-lô theo cách dùng của mình.

Có thể thấy rằng không có bất cứ câu nào trong đó mà bản thân Phao-lô không thể viết ra. Nếu việc không có câu nào khác đề cập đến các công tác của Đức Thánh Linh được xem là dấu hiệu cho thấy các thư tín này không phải do Phao-lô viết, thì cũng cần phải nhớ rằng những chỗ nói đến công tác như vậy của Đức Thánh Linh cũng không được rải một cách đồng đều trong

---

[48]Easton, op. cit. 210–211, dịch chỗ này là "đã được đảm bảo cho chúng ta từ cõi đời đời bởi hành động hiện hữu của Đấng Christ", là cách dịch đã làm suy yếu đáng kể sức mạnh của bản văn Hy Lạp ở đây. So sánh với chuyên khảo của tôi, *The Pastoral Epistles and the Mind of Paul* (1956), 25.

[49]*NCB*, 122–123.

[50]So sánh với Hanson, NCB, 40.

[51]So sánh với G. W. Knight, *The Faithful Sayings of the Pastoral Epistles* (1968), 91.

[52]So sánh với Hanson.

tất cả các thư tín trước đó của Phao-lô, vì trong trường hợp của thư Cô-lô-se, Thánh Linh chỉ được đề cập đến một lần (1:8), trong 2 Tê-sa-lô-ni-ca chỉ một lần (2:13) và trong Phi-lê-môn thì không lần nào đề cập.

4. Người ta nói rằng cách sử dụng từ "đức tin" (*pitis*) của các thư tín mục vụ không mang đặc trưng thư tín của Phao-lô, trong khi rõ ràng không có cách sử dụng đặc trưng của Phao-lô nào cả. Đối với Phao-lô, *pitis* thường biểu thị phẩm chất luôn luôn nương cậy Đấng Christ và *pitis* đã vượt qua nghĩa gốc của từ "tin cậy" hay "trung thành". Nhưng trong các thư tín mục vụ, nghĩa "tin cậy" là nghĩa thường thấy nhất, cùng với một ý nghĩa khách quan khi được dùng với mạo từ biểu thị "sự tổng hòa của các chân lý cần phải tin".[53] Trong các thư tín mục vụ, cách sử dụng khách quan có mạo từ này chiếm chín lần trong tổng số ba mươi ba lần từ này xuất hiện (1 Ti 1:19; 3:9; 4:1, 6; 5:8; 6:10, 12, 21 và 2 Ti 3:8), nhưng tự bản thân điều này không đặt ra khó khăn lớn nào khi ta nhớ đến những điều tương tự trong các thư tín của Phao-lô như Phi-líp 1:27; Cô-lô-se 2:7; Ê-phê-sô 4:5. Trong nhiều trường hợp khác, "đức tin" liên hệ tới "tình yêu thương" (2 Ti 1:13; 2:22; 3:10; 1 Ti 1:5, 14, 2:15; 4:12; 6:11) và "hy vọng" (Tít 1:1–2). Nhưng nếu phải chứng minh rằng trong những trường hợp này đức tin được xem như là bông trái của sự cứu rỗi thay vì là gốc mà từ đó các mỹ đức khác khởi nguồn,[54] thì phần so sánh với 1 Cô-rinh-tô 12:9; 2 Cô-rinh-tô 8:7; Ga-la-ti 5:22; Ê-phê-sô 6:23; 1 Tê-sa-lô-ni-ca 1:3; 3:6; 2 Tê-sa-lô-ni-ca 1:3–4; Phi-lê-môn 5 sẽ cung cấp cho chúng ta một minh chứng rõ ràng từ những sách trước đó của Phao-lô để thấy cách hiểu tương tự về từ *pitis*, trong khi bài thánh ca vĩ đại là 1 Cô-rinh-tô 13 của Phao-lô lại đặt tình yêu thương lên trên đức tin trong số ba mỹ đức chính yếu. Một số lần từ này xuất hiện, như trong 1 Ti-mô-thê 5:12, nơi *pitis* có nghĩa là "lời thề ước" (một số nhà giải kinh cũng tính thêm cả Tít 2:10, là phân đoạn *pitis* rõ ràng mang nghĩa là "trung thành", và 2 Ti 4:7), không dễ dàng có sự tương đồng trong các thư tín khác của Phao-lô, nhưng lại rất có thể là cách sử dụng chính trong các thư tín mục vụ.

Tuy nhiên, ta vẫn cần phải xem xét lời tuyên bố rằng cách dùng đặc trưng nhất của Phao-lô không có trong các thư tín mục vụ, tức là nguyên tắc xưng công chính. Đúng là đức tin không được đề cập đến trong phân đoạn chính yếu nói về việc xưng công chính (Tít 3:5–7), nhưng chúng ta

---

[53]Easton, op. cit., 203. Jeremias (*Die Briefe an Timotheus und Titus*, 1963, 4) nghĩ rằng việc nhấn vào sự dạy dỗ về niềm tin trong tư cách một quy phạm cố định được giải thích bởi mối bận tâm của trước giả với xung đột với dị giáo.

[54]Scott, op. cit., trang xxxi, nói: "Trong các thư tín mục vụ, đức tin ít được hiểu là gốc rễ mà là một nền tảng (so sánh với 1 Ti 3:15; 6:19) – nền tảng cần thiết của tất cả nếp sống đúng đắn, mặc dù bản thân nó không tự sản sinh ra điều đó.

không thể cho rằng đức tin như thế đã bị loại trừ. Thật ra, 1 Cô-rinh-tô 6:11 trang bị một điểm tương đồng gần gũi mà trong đó chính động từ "xưng công chính" đã được sử dụng mà không hề đề cập đến đức tin (xin so sánh với phần giải nghĩa Tít 3:5). Về điều này, không phải là không quan trọng khi quan sát thấy rằng vị sứ đồ sử dụng động từ *dikaioo* theo nghĩa thần học của từ "xưng công nghĩa" hay tuyên bố là công chính chỉ trong Rô-ma và Ga-la-ti, hai thư tín đặc biệt bàn luận sâu về chủ đề này. Nếu sự thiếu vắng ý tưởng này trong các thư tín mục vụ là một nan đề, thì nó cũng sẽ áp dụng y như vậy với nhiều thư tín khác của Phao-lô, mặc dù ý niệm được cứu bởi đức tin không hề xuất hiện. Phải thừa nhận là có thiếu vắng sự tương phản quen thuộc của Phao-lô giữa đức tin và việc làm, mặc dù Tít 3:5 khó có thể được hiểu theo bất cứ cách nào khác, một dữ kiện mà các nhà phê bình quyền tác giả của Phao-lô được chuẩn bị để chấp nhận.[55] Xem xét bằng chứng nói chung, cách sử dụng từ *pitis* của thư tín mục vụ không thể được xem là một chướng ngại không thể vượt qua đối với tính chân thật của chúng, mặc dù một số khía cạnh trong cách sử dụng trước đó của Phao-lô không tìm được ở chúng.

5. Người ta đã đưa ra phản đối tương tự về cách sử dụng từ "ân điển" (*charis*) của các thư tín mục vụ. Scott diễn đạt cái khó ấy như sau: "Trong khi tác giả nghĩ sự cứu chuộc là một món quà miễn phí của Đức Chúa Trời, ông vẫn để con người được góp phần vào. Ông mô tả ân điển như sự hành động thông qua một tiến trình giáo dục (Tít 2:11–12). Thông qua ân điển được ban cho chúng ta trong tặng phẩm của Đấng Christ, chúng ta được thêm năng lực để làm chủ tất cả những ham muốn thấp hèn hơn và bước đi trong nẻo đàng tin kính."[56] Nhưng không điều gì mang đặc trưng của Phao-lô hơn cụm từ "nhờ ân điển Ngài mà được xưng công chính" trong Tít 3:7, là cụm từ hoàn toàn tương ứng với Rô-ma 3:24. Cụm từ này trong Tít rõ ràng là sự tương phản của câu 5 "không phải bởi việc công chính chúng ta đã làm", trong trường hợp đó nghĩa của từ "ân điển" là nghĩa thường thấy của Phao-lô, đó là đặc ân chiếu cố.

---

[55]Easton, op. cit., 102, xem đây như một nỗ lực có một chút ép buộc nhằm giới thiệu ngôn ngữ của Phao-lô. Hanson, NCB, 191, xem nó như một nỗ lực để mô phỏng tư tưởng của Phao-lô, nhưng không phải theo cách Phao-lô rất hay trình bày. Houlden, *The Pastoral Epistles* (1976), 28, đã gọi nó một cách khá vô lý là một sự nhái lại giáo lý của Phao-lô.

[56]Scott, op. cit., trang xxxi. Hanson, NCB, 183, không xem những câu này là của Phao-lô. Nhưng Spicq gần với trọng tâm của vấn đề hơn khi ông tuyên bố rằng những câu này nằm trong số những phân đoạn mang đặc trưng của Phao-lô nhất trong các thư tín mục vụ.

Đây là những vấn đề giáo lý chính được nêu ra để chống lại việc Phao-lô là tác giả của các thư tín mục vụ. Nhưng những điều khác cũng cần được đề cập.

1. Những người cổ súy cho giả thiết mảnh ghép bị đặt vào một tình thế tiến thoái lưỡng nan về quan điểm "người biên tập dựa hơi Phao-lô" của họ bởi vì họ bị buộc phải duy trì *ex hypothesi* (giả thiết) cho rằng người biên tập ấy quen với các thư tín thật sự của Phao-lô đến mức mà tâm trí của người ấy hẳn đã thấm nhuần trong tư tưởng của Phao-lô.[57] Thế nhưng, sự khác biệt giữa thần học của các thư tín mục vụ và thần học của Phao-lô buộc những người cổ súy cho giả thiết này phải chấp nhận rằng "vị môn đồ làm công tác biên tập của Phao-lô này đã không hiểu Phao-lô, không chỉ ở một số phương diện."[58] Nói cách khác, ở những chỗ tương đồng với thư tín Phao-lô có thể được cung cấp, thì đó là bằng chứng cho thấy tư tưởng của Phao-lô đang vang vọng trong một tâm trí khác, nhưng ở những chỗ mà những thay đổi có thể nhận ra được thì những suy nghĩ của cá nhân tác giả dựa hơi Phao-lô lại được biểu thị. Giả thiết như thế rất khả thi và thật sự cần thiết nếu những yếu tố cho thấy các thư tín này không phải thuộc về Phao-lô được minh chứng. Nhưng nếu những yếu tố này có thể được giải nghĩa một cách hợp lý theo cách nhất quán với cách sử dụng của Phao-lô, thì việc xem chúng là những sự thay đổi từ một đầu óc phong phú thay vì là sự hòa quyện của cả hai mới là một giả thiết đáng tin cậy hơn.

2. Một điều quan trọng thứ hai cần cân nhắc ấy là liệu Phao-lô có bị xem là đang sử dụng một giáo lý rập khuôn hay không. Việc nhấn mạnh vào "giáo lý chân chính", "chân lý", "của cầm", quá thường gặp trong các thư tín mục vụ, chẳng phải là xa lạ với tâm trí đầy sáng tạo của vị sứ đồ lỗi lạc này sao? Có vẻ như người để lại cho hội thánh đầu tiên những tư duy giáo lý cao quý nhất đã hạ chuẩn xuống chỉ còn lại những mối quan tâm ít mang đặc trưng của ông nhất, đó là giữ gìn truyền thống, nhưng để kết luận rằng điều này không thể nào xảy ra là điều không thể. Thông tin duy nhất chúng ta có đó là trong các bức thư khác của mình, sứ đồ Phao-lô không mấy quan tâm đến truyền thống như thế nhưng trong các thư tín mục vụ thì lại rất quan tâm. Thế nhưng điều đó không có nghĩa là những hoàn cảnh khác, cụ thể là việc nhận ra rằng công tác của mình sắp hoàn tất, không thể nào dẫn đến một cách tiếp cận khác. Ngoài ra, việc sử dụng thuật ngữ rập

---

[57] So sánh với Harrison, op. cit., 87 trở đi.

[58] Scott, op. cit., trang xxv. Những người chấp nhận giả thiết hư cấu từ đầu đến cuối buộc phải coi tất cả những tương đồng với các thư tín khác của Phao-lô là những nỗ lực, dù không phải lúc nào cũng thành công, nhằm mô phỏng tư tưởng của Phao-lô. Tuy nhiên, các tác giả như Hanson, Brox và Houlden nghĩ rằng trước giả không hiểu Phao-lô.

khuôn trong các lá thư gửi đến cho những bạn đồng liêu thân cận thì hợp lý hơn là trong những lá thư gửi đến cho các cộng đồng có nhiều thành phần.

Một khía cạnh khác của cùng một vấn đề là việc trích dẫn trong các thư tín này công thức giáo nghi chẳng hạn như năm châm ngôn trung thành và bài thánh ca Cơ Đốc trong 1 Ti-mô-thê 3:16. Cách trích dẫn này không chỉ hoàn toàn không được biết đến trong các thư tín khác của Phao-lô, mà cách sử dụng những câu phát biểu trang trọng như thế này cũng bị nói là bằng chứng cho một sự phát triển muộn hơn trong hội thánh, liên hệ đến một thời kỳ khi giáo lý Cơ Đốc được rút gọn thành những câu tín điều vì mục đích dạy giáo lý. Nhưng vấn đề thật sự ấy là liệu vị sứ đồ đầy sáng tạo Phao-lô có trích dẫn những công thức hiện thời hay không, vì không có lý do gì để cho rằng công thức như thế không được sử dụng từ giai đoạn đầu trong lịch sử hội thánh.

Nếu cứ khăng khăng cho rằng vị sứ đồ này không hề quan tâm đến việc bảo tồn giáo lý, thì dĩ nhiên việc cho rằng ông đã trích dẫn một công thức hiện hành là điều không thể xảy ra. Nhưng có phải là Phao-lô không hề để tâm gì đến việc gìn giữ tín lý không? Lời phát biểu thường được trích dẫn của Sabatier cung cấp lời giải đáp: "Phao-lô là sứ đồ trước khi ông là một nhà thần học. Đối với ông, nhu cầu bảo tồn, gìn giữ cấp thiết hơn là nhu cầu cách tân."[59] Về phía sứ đồ Phao-lô, sẽ là cực kỳ thiển cận nếu ông phớt lờ việc phê chuẩn, nếu không nói là tạo ra, một số phương tiện hiệu quả cho việc truyền bá những chân lý mà chính ông đã góp phần trình bày một cách có hệ thống.[60] Cũng không ai lấy làm lạ khi bằng chứng chính cho khuynh hướng bảo tồn ấy về phía sứ đồ Phao-lô cần phải đến với chúng ta thông qua những lá thư ông viết cho những đồng lao thân cận nhất của mình, vì nhiệm vụ chính của họ dường như là đảm bảo tính liên tục trong những sự dạy dỗ của các sứ đồ. Nếu điểm thứ hai được xem là bằng chứng cho niên đại sau thời các sứ đồ, thì nó đòi hỏi một sự so sánh chi tiết duy nhất giữa các thư tín mục vụ và các giáo phụ thời kỳ hậu sứ đồ nhằm minh chứng một cách quả quyết rằng điểm sau đã thất bại, nếu họ đã từng cố gắng, để bảo tồn nguyên vẹn truyền thống của các sứ đồ. Không ai có thể phủ nhận cái vực sâu ngăn cách giữa những câu phát biểu giáo lý "đã được nghi thức hóa" trong các thư tín mục vụ với những lời phát biểu "được soi dẫn" nhất của các giáo phụ tiếp nối các sứ đồ ở thế kỷ thứ hai đang hiện hành.

---

[59]Sabatier, *Paul* (1903), 270.

[60]Để đọc phần thảo luận đầy đủ về vấn đề này và về cách sử dụng những châm ngôn trung thành, So sánh với *the Pastoral Epistles and the Mind of Paul* (1956), 17–29.

8. Vấn đề về mặt ngôn ngữ

Điều còn lại cần phải xem xét là điều thường được xem là lập luận cấp thiết nhất chống lại quyền tác giả của Phao-lô và lập luận rõ ràng tạo nên thế cân bằng cho việc nghiêng về quan điểm phủ nhận tính chân thật của các thư tín này trong tâm trí nhiều học giả. Đó là sự khác biệt đáng ghi nhận về mặt ngôn từ giữa các thư tín của Phao-lô và các thư tín mục vụ. Điều này lần đầu bị chĩa mũi nhọn vào để mổ xẻ phê bình là bởi Schleiermacher (1907) trong tác phẩm của ông viết về 1 Ti-mô-thê. Trong suốt thế kỷ mười chín, lời phê bình này được đà tiến lên, đặc biệt là được F. C. Baur (1835) và H. J. Holtzmann (1880) đi theo và phát triển. Nhưng chính việc đi theo cách xử lý các dữ kiện ngôn ngữ của P. N. Harrison vào năm 1921[61] mà nhiều người từ trước giờ vẫn tin theo quan điểm truyền thống rằng Phao-lô là tác giả của các thư tín mục vụ cảm thấy quan điểm này không còn vững vàng nữa. Ngay cả một người ủng hộ tính chân thực mạnh mẽ như Lock cũng cho thấy những dấu hiệu dao động trong phần giải nghĩa của ông xuất bản sau cuốn sách của Harrison ba năm. Trong những lần gần đây, những dữ liệu về ngôn ngữ đã trải qua quá trình xem xét mang tính thống kê một cách công phu hơn cách Harrison sử dụng, nhưng cách tiếp cận căn bản của ông vẫn là cách xử lý tiêu chuẩn và đòi hỏi phải được xem xét.

Harrison trình bày vấn đề này theo bốn khía cạnh: (1) Vấn đề số lượng lớn những từ chỉ có trong các thư tín mục vụ trong Tân Ước (đó là 175 từ độc hiện, tức là những từ chỉ xuất hiện duy nhất một lần trong Tân Ước). (2) Vấn đề số lượng lớn những từ thông dụng đối với các thư tín mục vụ và các sách Tân Ước nhưng lại không được biết đến trong mười thư tín khác của Phao-lô. (3) Vấn đề những từ mang đặc trưng của Phao-lô và những nhóm từ không xuất hiện trong các thư tín mục vụ. (4) Vấn đề những khác biệt về ngữ pháp và văn phong. Ông mang rất nhiều số liệu thống kê ra để ủng hộ cho lý lẽ của mình đó là các thư tín mục vụ không thể nào là của Phao-lô, rằng chúng thuộc trường hợp một lối nói đương thời của thế kỷ thứ hai. Phần xem xét chi tiết bằng chứng của Harrison được cung cấp trong phần Phụ Lục, vì thế ở đây tôi chỉ đưa ra những kết luận cho phần nghiên cứu về ngôn ngữ này.

Chắc chắn là có nhiều khác biệt giữa các thư tín mục vụ với mười thư tín khác của Phao-lô, nhưng những sự khác biệt này không giống nhau và không thể được xem như một bằng chứng mang tính quyết định để phủ nhận quyền tác giả của Phao-lô. Cách tiếp cận như thế hàm ý rằng không

---

[61] *The Problem of the Pastorals.*

thế nào có sự thay đổi về văn phong và ngôn ngữ trong cùng một tác giả, và quan điểm này không thể được quyết định dựa trên những dữ liệu về con số mà không xem xét đến tính khả dĩ về mặt tâm lý, nhưng Harrison chẳng hề xem xét đến yếu tố tâm lý gì cả. Nếu chúng ta chấp nhận sự khác nhau về mặt chủ đề, những sự thay đổi dựa trên tuổi cao tác lớn, sự mở rộng vốn từ dựa trên sự thay đổi môi trường và việc người nhận thư khác nhau khi so sánh với các lá thư trước đó, thì những điểm đặc biệt về mặt ngôn ngữ của các thư tín mục vụ nhìn chung có thể được giải thích một cách thỏa đáng.

Lời tuyên bố thêm đó là ngôn ngữ của các thư tín mục vụ là ngôn ngữ hiện hành của thế kỷ thứ hai, nếu được chứng minh sẽ vô cùng có sức nặng chống lại tính chân thực do Phao-lô viết. Harrison đã viện dẫn những sự tương đồng nhất định với các giáo phụ sau thời các sứ đồ và các nhà biện giáo, nhưng khi xem xét thì bằng chứng của ông không hề ấn tượng như ông nghĩ, và trong bất cứ trường hợp nào, bằng chứng ấy dường như cũng bị vô hiệu hóa bởi sự thật đó là nhiều tương đồng hơn có thể được đưa ra khi ngôn ngữ của các thư tín mục vụ được đem ra so với ngôn ngữ của Bản Bảy Mươi. Harrison thấy cũng cần phải viện dẫn các tác giả bên ngoài của thế kỷ thứ hai để ủng hộ cho chính đề của mình và cho rằng bằng chứng này chứng minh những từ khác lạ trong các thư tín mục vụ trong Kinh Thánh Hy Lạp lại rất thường được sử dụng trong giai đoạn thế kỷ thứ hai. Nhưng xét thấy tất cả (ngoại trừ một nhóm nhỏ) những từ trong số này đều đã được biết đến trong văn chương Hy Lạp trước năm 50 T.C, thì bằng chứng của Harrison chẳng chứng minh được điều gì cả. Chỉ khi người ta cho thấy rằng ngôn ngữ của các thư tín mục vụ không thể nào được sử dụng trong thế kỷ thứ nhất thì mới có những cơ sở xác định để quy cho chúng là thuộc thế kỷ thứ hai. Nhưng không lập luận nào về ngôn ngữ có thể củng cố lập trường này.

Từ thời của Harrison, đã có nhiều người phê bình cơ sở tiếp cận của ông. Người ta đã chỉ ra rằng các thư tín mục vụ không cung cấp tài liệu đầy đủ cho một khuôn mẫu trọn vẹn.[62] Trước giờ người ta cũng đặt ra câu hỏi liệu mặc định cho rằng ngôn từ trong mười thư tín khác của Phao-lô có sự nhất quán có còn giá trị hay không.[63] Trong việc tiếp cận với ngôn ngữ của các thư tín mục vụ, người ta đã giảm sự nhấn mạnh vào từ độc hiện, nhưng điều này vẫn còn những ảnh hưởng ngấm ngầm. Một số học giả đã thách

---

[62] So sánh với W. Metzger, *ExpT* 70, 3 (1958), trang 91–94, người đã viện dẫn tác phẩm của G. U. Yule, *The Statistical Study of Literary Vocabulary* (1944). Để đọc những bài phê bình khác về lập luận ngôn ngữ học, so sánh với *New Testament Introduction* của tôi, trang 632 trở đi.

[63] So sánh với W. Michaelis, *ZNTW* 28 (1929), trang 70 trở đi.

thức cách tiếp cận bằng số liệu thống kê từ quan điểm cho rằng chính bản thân Phao-lô không chịu trách nhiệm về cách dùng từ trong các lá thư của mình, có nghĩa là quan điểm về một giả thiết cho rằng một thư ký chịu trách nhiệm về việc biên soạn ra các lá thư này.[64]

9. Vấn đề quyền tác giả

Tất cả những lập luận chính yếu phản đối tính chân thực đều đã được xem xét, giờ đây chúng ta có thể tiếp cận với vấn đề ai là tác giả và việc đề cập đến những giải pháp khác nhau đã được đưa ra.

a. Phao-lô

Việc cho rằng chính Phao-lô là tác giả đã được hỗ trợ bởi lời chào thăm ở đầu mỗi bức thư của các thư tín mục vụ và bởi lời chứng không thể bàn cãi của hội thánh. Mặc dù rõ ràng là có những vấn đề trong quan điểm này, nhưng không vấn đề nào có thể khiến cho quan điểm này trở thành không thể.

Một số học giả, dù vẫn được thuyết phục về đặc trưng của Phao-lô trong các thư tín mục vụ, vẫn xem xét việc liệu có một bàn tay nào khác đã viết nên những bức thư này hay không. Những khác biệt về ngôn ngữ và các khác biệt khác là do sự tự do mà người biên chép được cho phép khi viết. Bởi sự thân thuộc về mặt ngôn ngữ của các thư tín mục vụ với sách Lu-ca - Công Vụ Các Sứ Đồ, nên người ta cho rằng có thể Lu-ca đã chịu trách nhiệm

---

[64]J. N. D. Kelly, *The Pastoral Epistles* (1963), trang 25 trở đi, xem giả thiết có một viên thư ký vô hiệu hóa nhiều bằng chứng về mặt thống kê. Kể từ khi quyển sách của Harrison xuất hiện, có nhiều nghiên cứu đã được xuất bản nhằm thách thức phương pháp thống kê của ông. Nghiên cứu gần đây nhất là nghiên cứu của A. Kenny, *A Stylometric Study of the New Testament* (1986), nghiên cứu dựa trên những số liệu thống kê mà đưa ra kết luận rằng một trong các thư tín mục vụ có thể bị thách thức là Tít, và liệu thư này có đủ dài để cho phép đưa ra những kết luận đáng tin cậy. Cũng so sánh với J. J. O'Rourke, CBQ 35 (1973), trang 483–490. A. Q. Morton and J. McLeman, *Christianity and the Computer* (1964) và *Paul, The Man and the Myth* (1966), cũng đã cố gắng ứng dụng những phương pháp thống kê vào trong việc nghiên cứu các thư tín của Phao-lô và kết luận rằng không chỉ các thư tín mục vụ nhưng tất cả ngoại trừ bốn thư tín khác của Phao-lô phải được tuyên bố là không do Phao-lô viết. Nhưng những phương pháp của họ đã bị phê bình kịch liệt. So sánh C. Dinwoodie, SJT 18 (1965), trang 204–218, G. B. Caird, ExpT 76 (1965), trang 76, H. K. McArthur, ExpT 76, trang 367–370, idem, NTS 15 (1969), trang 339–349, J. J. O'Rourke, JBL 86 (1967), trang 110–112.

về những khác thường về mặt văn phong.⁶⁵ Nhưng điều này mở ra câu hỏi là liệu Phao-lô có cho phép Lu-ca được tự do như thế hay không.

b. Ti-mô-thê và Tít

Một giả thiết trước giờ vẫn được đưa ra đó là hai đồng lao thân cận của Phao-lô đã hiệu đính tài liệu của Phao-lô mà họ có được và sau khi Phao-lô chết thì công bố nó dưới hình thức mà chúng ta có ngày nay.⁶⁶ Nhưng dường như không có đủ động cơ để giải thích cho một tiến trình như thế nếu Phao-lô đã để lại tư liệu căn bản vốn đã như hình thức hiện nay, và nếu ông có để lại một tài liệu như vậy thì giả thiết như thế này dường như chẳng mấy ích lợi.

c. Một người biên tập

Một biến thể của quan điểm trên đó là sau khi Phao-lô qua đời, thì một người nào đó đã biên tập lại tài liệu của Phao-lô mà người đó đang giữ và sắp xếp lại những ghi chú của Phao-lô,⁶⁷ nhưng những vấn đề thường được tuyên bố là đủ sức nặng để chống lại quyền tác giả của Phao-lô thường không được ghi nhận chỉ là việc đơn thuần sắp xếp lại. Nếu muốn cho những sự phản đối được thỏa đáp một cách trọn vẹn thì trong trường hợp này người biên tập phải viết lại tài liệu, nhưng giả thiết này không nói như thế. Nếu người biên tập thật sự viết lại tài liệu thì dường như không có một động cơ nào là thuyết phục để lý giải cho việc làm đó.

---

⁶⁵H. J. Holtzmann, *Die Pastoralbriefe* (180), trang 92 trở đi, đã thu hút sự chú ý vào những sự thân thuộc nổi bật giữa các thư tín mục vụ và các sách của Lu-ca. Một người khác nghiêng về hướng Lu-ca là trước giả của các thư tín mục vụ là R. Scott, *The Pauline Epistles* (1909), trang 329–371, dựa trên cơ sở là những từ ngữ chung, những từ giống nhau cho thấy sự tương thuộc, những thuật ngữ về y khoa, những ý tưởng niềm tin của Hy Lạp và những từ, những thành ngữ yêu thích tương tự nhau. Một tác giả gần đây hơn, S. G. Wilson, *Luke and the Pastoral Epistles* (1979), đã đưa ra nhiều điểm tương đồng giữa các sách này nhằm ủng hộ cho giải pháp là Lu-ca có liên hệ đến các thư tín mục vụ. Cũng so sánh với A. Strobel (*NTS* 15, 1969, 191–220) người tranh luận từ khía cạnh ngôn ngữ lẫn thần học, nhưng quan điểm của ông đã bị N. Brox phê bình (*Jahrbuch fur Antike and Christentum* 3, 1970, 62–77) vì ông nghĩ rằng cách thư tín mục vụ có mặt quá trễ nên Lu-ca không thể nào là tác giả được.

⁶⁶So sánh với A. C. Deane, *St Paul and His Letters* (1942), 208–220.

⁶⁷So sánh với F. J. Badcock, *The Pauline Epistles and the Epistle to the Hebrews in their Historical Setting* (1937), 115–133.

d. Một người sau này dựa hơi Phao-lô

Đối với những người phản đối quyền tác giả của Phao-lô thì cung cấp một giả thiết thôi sẽ không đủ. Người ấy phải sẵn sàng để chứng minh rằng giả thiết của chính mình là tương đối thoát khỏi những phản đối mà dựa trên cơ sở ấy người đó phủ nhận tính chân thực. Chúng ta sẽ bắt đầu với phần tóm tắt ngắn gọn về những vấn đề của thuyết mảnh ghép.

i. Vấn đề biên soạn

1. Rất khó để thấy tại sao hai thư tín được viết cho Ti-mô-thê và một cho Tít nếu trước giả định trình bày cách tiếp cận của Phao-lô với tình huống hiện thời. Bởi vì hai trong số những phần được coi là "chân thực" là nằm ở 2 Ti-mô-thê và phần thứ ba và là phần ngắn hơn là ở Tít, nên nó nêu lên một câu hỏi là tại sao tác giả dựa hơi Phao-lô lại phân chia một cách thiếu cân bằng như thế. Không một cách giải thích thỏa đáng nào được đưa ra, cho đến giờ phút này.

2. Không có một sự thống nhất chung về trình tự biên soạn các thư tín này. Một số người cho rằng 1 Ti-mô-thê và Tít có trước 2 Ti-mô-thê, tức hướng đến Phao-lô trực tiếp hơn, trong khi những người khác lại đặt 2 Ti-mô-thê lên trước, sự thành công của nó đã thúc đẩy trước giả viết những thư tín khác ít mang đặc trưng của Phao-lô hơn. Ngoài những mâu thuẫn qua lại ấy, thì cả hai giả thiết này đều hoàn toàn không thể giải thích được những sự bất nhất của tác giả dựa hơi Phao-lô. Chẳng phải tất cả các thư tín này đều có nội dung hướng trực tiếp đến Phao-lô hay sao?

3. Có những ám chỉ cá nhân rải rác trong cả ba thư tín này nhưng lại không có trong những tài liệu thường được xem là "chân thực" (so sánh với 1 Ti 1:3; 3:14; 5:23; 2 Ti 1:5, 15, Tít 1:5), và theo quan điểm mảnh ghép thì rất có thể quy những ám chỉ này hoàn toàn là do trí tưởng tượng của tác giả dựa hơi Phao-lô. Nhưng về mặt tâm lý, liệu có thể nào một môn đồ trung tín nào đó của Phao-lô lại suy nghĩ và tự "bịa" ra việc Phao-lô quan tâm đến bệnh đau dạ dày của Ti-mô-thê hay đề cập đến tên mẹ và bà ngoại của Ti-mô-thê không? Nếu những mảnh ghép chân thật này đủ để đảm bảo được phê chuẩn là do Phao-lô viết, thì tại sao phải "bịa" ra những mảnh ghép khác nữa làm gì?

4. Một vấn đề khác là sự khó khăn trong việc hiểu được những mảnh ghép chân thực này đã được gìn giữ bằng cách nào, vì dường như chúng đã

được kết hợp lại theo một cách rất rời rạc.⁶⁸ Rõ ràng tác giả dựa hơi Phao-lô không nhận ra những vấn đề về mặt lịch sử mà ông sẽ tạo ra bằng cách dựng lại những mảnh ghép này.⁶⁹

5. Tác giả dựa hơi Phao-lô chắc hẳn phải là một người lớn tuổi hoặc phải có những hiểu biết đáng nể mới có thể phác họa những đặc điểm tâm lý của tuổi già một cách chính xác đến như vậy.⁷⁰ Nhưng ông cũng đưa ra nhiều dấu hiệu cho thấy đặc trưng của Ti-mô-thê và Tít, là điều được tuyên bố một cách hợp lý là hòa hợp với điều chúng ta biết về họ từ những chỗ khác trong Tân Ước. Dĩ nhiên, vẫn để ngỏ cho những người ủng hộ giả thiết mảnh ghép giữ quan điểm cho rằng điều này phản ánh những mối quan tâm về những chuyện cổ xưa của tác giả, nhưng họ không thể đồng thời buộc tội ông vì thiếu đi cái nhìn về mặt lịch sử.⁷¹ Dường như hợp lý hơn khi thấy trong những bức chân dung y như thật này một bản ký thuật chân thực về những sự kiện có thật.

6. Ngoài ra, có một vấn đề rất thật về mặt ngôn ngữ trong giả thiết mảnh ghép vì nó giả định rằng tác giả dựa hơi Phao-lô, rất rành rẽ về những ghi chép chân thực của Phao-lô, chắc hẳn đã thường xuyên có những sai sót khi ông quên đưa đặc trưng của Phao-lô vào những gì ông đang viết.⁷² Khó để tin rằng tác giả dựa hơi Phao-lô sẽ viết những phần dài ngoằng (ví dụ 1 Ti 3:1–13; 5:14–25) mà không cố gắng, theo như thuyết của Harrison, để đưa ra càng nhiều những thanh âm vang vọng từ những thuật ngữ của Phao-lô càng tốt. Dĩ nhiên, cần ghi nhận một số học giả vẫn cho rằng mặc dù quen thuộc với thư tín của Phao-lô, nhưng tác giả không bao giờ thật sự hiểu Phao-lô, nhưng điều đó không giải thích việc trong những đoạn văn đó, những từ đặc trưng của Phao-lô không được nhắc đến.

7. Nổi lên từ cách sử dụng những thuật ngữ của Phao-lô, giả thiết mảnh ghép, ít nhất là theo như cách giải thích của Harrison⁷³ có vẻ như sử dụng những tiêu chuẩn phê bình mâu thuẫn với nhau. Ở những phân đoạn dày đặc những cụm từ của Phao-lô thì nó lại là bằng chứng về một người dựa

---

⁶⁸Xem trang 13–14 để biết thêm chi tiết.
⁶⁹So sánh với phần giải nghĩa 2 Ti 4:16–17.
⁷⁰So sánh với Spicq đã có phần bàn thảo rất xuất sắc về điểm này, op. cit., trang lxxxix trở đi.
⁷¹Để đọc phần bàn luận về quan điểm của Easton rằng trước giả đã bóp méo mối quan hệ giữa Phao-lô và Ti-mô-thê, xin xem *The Pastoral Epistles and the Mind of Paul*, trang 31 trở đi.
⁷²So sánh với Lập luận của Harrison trong JTS 49 (1948), 209, khi phê bình *Les Epitres Pastorales* của Spicq.
⁷³So sánh với op. cit., 87–93.

hơi Phao-lô, vì Phao-lô sẽ không trích dẫn chính mình một cách liên tục như thế, nhưng ở những chỗ mà những cụm từ như thế không hiện diện thì nó là bằng chứng về những mảnh ghép chân thực của Phao-lô. Nhưng khác biệt này quá rõ ràng đến nỗi nó bất khả thi về mặt tâm lý. Việc quyết định khi nào thì một phân đoạn có quá nhiều hay quá ít đặc trưng của Phao-lô đến nỗi không thể nào là thật đơn thuần là một tiến trình chủ quan.

8. Giả thiết mảnh ghép còn giả định thêm rằng, dù rất quen thuộc với các thư tín của Phao-lô, nhưng tác giả dựa hơi Phao-lô thường không hiểu được quan điểm giáo lý của Phao-lô,[74] và thực tế không nắm được những yếu tố chính trong thần học của Phao-lô. Người ta đã minh chứng rằng không có sự mâu thuẫn về mặt bản chất nào tồn tại giữa giáo lý của Phao-lô và giáo lý của các thư tín mục vụ, nhưng chắc hẳn nhiệm vụ làm sao cho càng giống càng tốt với những khuôn mẫu trước đó là nhiệm vụ của người bắt chước hơn là nhiệm vụ của chính Phao-lô. Một khó khăn tương tự cho giả thiết này là làm tương xứng tính ưu việt đã được công nhận của các thư tín mục vụ so với tất cả những tác phẩm đương thời ở thế kỷ thứ hai của tác giả.

ii. Vấn đề động cơ

Những người ủng hộ cho giả thiết mảnh ghép nhìn chung đồng ý rằng tác giả dựa hơi Phao-lô có một ước muốn chân thành là trình bày những gì Phao-lô có thể đã nói nếu cá nhân ông đứng trước một tình huống hiện thời như thế. Vì thế, mục tiêu của ông rất cao cả, và cách sử dụng bút danh của ông là một bằng chứng cho sự khiêm tốn bởi vì ông không có mơ tưởng trình bày những điều mà trong thực tế là suy nghĩ của thầy mình như là điều của mình.[75] Nhưng Phao-lô không hề đưa ra bất cứ dấu hiệu nào về cách ông tiếp cận với một tình huống trong đó hệ thống tôn ti giám mục đã được thiết lập hoặc là chí ít là đang xuất hiện. Những khó khăn của tác giả dựa hơi Phao-lô trong việc tránh những lỗi sai niên đại gần như là không thể khắc phục được.

Ngay cả khi việc nghĩ mục đích như thế là khả dĩ, thì vẫn cần phải hòa giải giữa mục tiêu cao cả của tác giả với cách ông sử dụng những mảnh ghép có thật. Chúng ta không rõ liệu việc có được những mảnh ghép này, tình cờ hay hữu ý, thúc giục ông đưa ra những chỉ dẫn cho hội thánh theo cách có tính chất được các sứ đồ bảo lãnh, hay có phải là ông có một nguyện vọng áp dụng những nguyên tắc của thầy mình cho thế hệ của mình trước rồi việc có được các mảnh ghép ấy mới cung cấp cơ hội trực tiếp. Nhưng không

---

[74]So sánh với Scott, op. cit., trang xxi, xxv.
[75]So sánh với Easton, op. cit., 19.

chọn lựa thay thế nào trong hai chọn lựa ấy có vẻ như khả dĩ về mặt tâm lý, vì các thư tín mục vụ hẳn đã hữu dụng một cách đặc biệt trong việc xúc tiến một hệ thống tôn ti giám mục mà ở đó hệ thống này chưa hề tồn tại, và sẽ không cần thiết ở nơi mà nó đã trở thành một thực tế đã được xác lập.

e. Tác giả hư cấu

Vì giả thiết mảnh ghép có quá nhiều vấn đề đến nỗi nhiều học giả đã kết luận ủng hộ một giả thiết thuần hư cấu. Nhưng những học giả này vẫn phải đối diện với sự cần thiết phải lý giải cho sự hư cấu đó. Đặc điểm bộ ba của các thư tín mục vụ là một vấn đề lớn không kém gì giả thiết mảnh ghép. Tại sao ba lá thư, và tại sao Ti-mô-thê và Tít lại được chọn? Thêm vào đó, loại giả thiết này ngụ ý cho rằng bất cứ ảnh hưởng nào mà thư tín của Phao-lô có trên tác giả, thì tác giả cũng thất bại trong việc nắm bắt tác động trong sứ điệp của Phao-lô. Nếu chúng ta cho rằng một giả thiết như thế có nền tảng vững chắc, thì chúng ta cần hỏi người nhận thư nguyên thủy liệu họ sẽ phản ứng thế nào về nỗ lực đó. Họ có vui vẻ đón nhận các thư tín này như là những nỗ lực chân thật nhằm diễn đạt ý tưởng của Phao-lô cho mình không? Nếu họ biết các thư tín của Phao-lô, hay chí ít là một vài thư tín trong số đó, thì tại sao họ lại không nghi ngờ rằng những thư tín mục vụ này không cùng nằm trong nhóm đó? Mặt khác, nếu họ không biết gì về các thư tín của Phao-lô, thì các thư tín này phải có một niên đại rất sớm thì mới đáng tin cậy.

Một câu hỏi nữa cần được đặt ra là liệu những lý do cho việc viết thư mà những người cổ súy cho giả thiết hư cấu đã đưa ra liệu có vẻ gì là thật hay không. Việc tuyên bố, như Hanson đã làm, rằng tác giả của các thư tín mục vụ nhắm vào việc làm cho Phao-lô có vẻ dễ hiểu hơn với thế hệ của mình có cơ sở vững chắc không? Điều này dường như có nghĩa là trình bày đầy đủ về Phao-lô theo cách các thư tín đã được công nhận khác đã làm sẽ không hề dễ hiểu, trong khi việc hạ bệ tư tưởng thần học của Phao-lô xuống hay thậm chí không nắm vững thần học của Phao-lô thì lại góp phần vào việc hiểu rõ hơn về Phao-lô. Giả thiết như thế chỉ đáng tin cậy khi độc giả hiểu sai rất trầm trọng thần học của Phao-lô chứ không phải là tác giả hiểu sai. Có một sự mâu thuẫn cố hữu giữa sự quả quyết là tác giả muốn làm cho Phao-lô trở nên thực tế với những người trong thời của tác giả và quan điểm cho rằng tác giả không hiểu được Phao-lô. Luận điểm này sẽ đáng tin cậy hơn nếu tác giả đi sát hơn theo cách của Phao-lô mà mọi người đã biết.

Tất cả những giả thiết cho rằng Phao-lô không phải là tác giả của các thư tín mục vụ đều phải đối diện với vấn đề bút danh, mặc dù nhiều học giả hiện đại không chấp nhận rằng đó là một vấn đề. Hanson, chẳng hạn, có thể tuyên bố rằng những người sống cùng thời với trước giả sẽ không bị lên án vì viết mà dùng bút danh của Phao-lô. Vấn đề với lời tuyên bố này đó là không có một bằng chứng tối thượng nào ủng hộ cho quan điểm này. Viện dẫn những ví dụ về việc dùng bút danh khác của Tân Ước như Ê-phê-sô và Cô-lô-se như một cách để minh chứng cho việc người ta chấp nhận cách làm này trong văn chương là né tránh vấn đề.[76] Đòi hỏi cấp thiết là phải tìm ra những bằng chứng không thể chối cãi rằng hội thánh Cơ Đốc vui vẻ chấp nhận tập tục này đối với các sách có thẩm quyền. Không có bằng chứng nào cho thấy điều này xảy ra, nhưng rõ ràng là một số bằng chứng cho rằng tập tục này được coi là tập tục của thời kỳ sau này. Cách chấp nhận tập tục ấy sau đó tìm sự ủng hộ cho quan điểm này dựa trên những tương đồng trong lối suy nghĩ của người Do Thái như một số người gần đây đã giải thích cũng không phải là cách.[77] Dù học giả tự tin ủng hộ việc dùng bút danh nhiều thế nào đi nữa, thì người ta cũng cần nhận ra rằng những cách tiếp cận với các thư tín mục vụ dựa vào tính hiệu lực của việc dùng bút danh thì không đáng tin cậy so với những giải pháp không lệ thuộc vào điều đó. Ngay cả khi người ta thừa nhận giá trị của quan điểm rằng một người ngưỡng mộ Phao-lô nào đó có lẽ đã thật sự cảm thấy thuyết phục rằng viết một lá thư nào đó nhân danh Phao-lô là việc có giá trị và ích lợi đi nữa, thì nỗ lực có chủ đích nhằm cho cách làm ấy có vẻ là thật khó mà hòa hợp với giả thiết ấy.[78] Vẫn chưa có một cách lý giải thỏa đáng cho việc sáng tác ra các thư tín mục vụ từ quan điểm tác giả chỉ là người dùng bút danh.

10. Thông điệp của các thư tín mục vụ

Những bức thư được vị sứ đồ gửi cho những người đồng lao thân cận của mình bày tỏ khá nhiều điều về tác giả, về người nhận thư và về tình hình hội thánh được phản ánh qua chúng nói chung. Chúng cung cấp những hiểu biết quý giá về những vấn đề mà hội thánh đầu tiên phải đối diện và đưa ra những lời khuyên về cách tốt nhất để giải quyết những vấn đề này. Chúng cho thấy sự lưu tâm rất lớn đến vấn đề tổ chức hội thánh, chí ít là liên hệ đến việc chỉ định những nhân sự phù hợp. Vì lý do đó, chúng ta có một nguồn hướng dẫn giá trị cho vấn đề mục vụ trong suốt lịch sử tiếp nối của hội thánh.

---

[76] A. T. Hanson, NCB, 49.
[77] So sánh với D. G. Meade, *Pseudonymity and Canon* (1986).
[78] So sánh với J. N. D. Kelly, op. cit., trang 33.

Đặc biệt trong 2 Ti-mô-thê, chúng ta biết nhiều về sứ đồ Phao-lô khi ông đối diện với viễn cảnh là sự chết. Không phải là vô cớ khi thư tín này vẫn thường được gọi là tác phẩm tiễn biệt của Phao-lô. Chương kết vừa đầy lòng can đảm lại vừa cảm động. Đức tin của Phao-lô chiếu sáng lấp lánh, thế nhưng vẫn có một nỗi buồn đâu đó trong việc chỉ mình Lu-ca còn bên cạnh ông. Nó là một cao trào phù hợp cho cuộc đời của một vị sứ đồ lỗi lạc và nó là một niềm cảm hứng cho các thế hệ Cơ Đốc từ đó trở đi.

Những thư tín này vẫn rất gần gũi với thời hiện đại của chúng ta. Nhu cầu cần cách giải quyết khôn ngoan cho những câu hỏi về sự xếp đặt trong hội thánh và kỷ luật hội thánh thì lúc nào cũng có, và những thư tín này vẫn luôn cung cấp cho những lãnh đạo Cơ Đốc lời khuyên thực tế, đúng mực trong những vấn đề đó. Chúng có thể không chứa đựng sức nặng thần học sâu sắc như một số thư tín khác trong Tân Ước, nhưng chúng không phải là không chứa đựng những viên ngọc sáng lấp lánh về thần học. Những người học trò chăm chỉ sẽ không chỉ thấy mình vật lộn với những vấn đề thực tiễn của một hội thánh đang phát triển mà cũng sẽ thấy linh hồn mình trở nên phong phú hơn bởi nhiều tia sáng của những hiểu biết sâu sắc về giáo lý.

1 Ti-mô-thê: Phân tích

1. SỨ ĐỒ PHAO-LÔ VÀ TI-MÔ-THÊ (1:1–20)

    a) Lời chào thăm (1:1–2)
    b) Sự đối lập giữa tin lành và những giáo lý sai lạc (1:3–11)
    c) Kinh nghiệm cá nhân của Phao-lô về tin lành (1:12–17)
    d) Lời ủy thác của Phao-lô dành cho Ti-mô-thê (1:18–20)

2. SỰ THỜ PHƯỢNG VÀ TRẬT TỰ TRONG HỘI THÁNH (2:1–4:16)

    a) Tầm quan trọng và phạm vi của sự cầu nguyện nơi cộng đồng (2:1–8)
    b) Địa vị và cách hành xử của người nữ Cơ Đốc (2:9–15)
    c) Phẩm chất của những chức sắc trong hội thánh (3:1–13)
        i. *i. Giám mục (3:1–7)*
        ii. *ii. Chấp sự (3:8–13)*
    d) Đặc điểm của hội thánh (3:14–16)
    e) Những mối đe dọa đến sự an ninh của hội thánh (4:1–16)
        i. *i. Sự bội đạo sắp xảy đến (4:1–5)*
        ii. *ii. Các phương cách đối phó với tà thuyết (4:6–16)*

3. KỶ LUẬT VÀ TRÁCH NHIỆM (5:1–6:2)

    a) Những nhóm tuổi khác nhau (5:1–2)
    b) Các quả phụ (5:3–16)
        i. *i. Các quả phụ cần được giúp đỡ (5:3–8)*
        ii. *ii. Các quả phụ hầu việc Chúa (5:9–10)*

iii. *iii. Những quả phụ trẻ tuổi (5:11–16)*

c) Các trưởng lão (5:17–20)

d) Cách cư xử của cá nhân Ti-mô-thê (5:21–25)

e) Chủ và tớ (6:1–2)

4. NHỮNG HUẤN THỊ KHÁC (6:3–21)

a) Nói thêm về các giáo sư giả (6:3–5)

b) Hiểm họa của sự giàu có (6:6–10)

c) Sự ủy thác cho người của Chúa (6:11–16)

d) Lời khuyên dành cho người giàu (6:17–19)

e) Lời khuyên bảo cuối dành cho Ti-mô-thê (6:20–21)

1 Ti-mô-thê: Giải nghĩa

1. SỨ ĐỒ PHAO-LÔ VÀ TI-MÔ-THÊ (1:1–20)

a. Lời chào thăm (1:1–2)

1. Như thường lệ, Phao-lô mở đầu bằng một lời tuyên bố về thẩm quyền của ông để làm cho thẩm quyền của sứ điệp mà ông dạy dỗ trở nên đáng tin cậy. Phong cách ông chọn vừa mang tính trang trọng vừa mang tính cá nhân, vì bản thân Ti-mô-thê không cần một sự nhắc nhở như thế về thẩm quyền sứ đồ của Phao-lô.

Từ *sứ đồ* phải mang nghĩa hẹp hơn là "thành viên của hội các sứ đồ." Rất có thể một số người tại Ê-phê-sô đang chất vấn thẩm quyền của Phao-lô, vì thế việc ông tự xưng nhận chức danh của mình sẽ ngay lập tức sửa lại quan điểm sai lầm về địa vị chính thức của ông trong hội thánh. Có thể Phao-lô thích dùng trật tự *Christ Giê-xu* trong danh xưng của Chúa bởi vì đối với Phao-lô, sự mạc khải về Đấng Mê-si-a là quan trọng hơn hết. Thế nhưng, cách dùng danh xưng này của vị sứ đồ thì lại không hề nhất quán (so sánh với Rô 1:1; 1 Cô 1:1).

Ý tưởng về thẩm quyền càng được nhấn mạnh bằng cách sử dụng cụm từ *theo mệnh lệnh của Đức Chúa Trời*. Phao-lô thích nói "theo ý muốn của Đức Chúa Trời" (như trong 2 Ti 1:1) hơn, nhưng ông sử dụng cụm từ hiện thời (*kat' epitagēn*) trong Rô-ma 16:26 để thể hiện tính thúc ép của trong sự ủy thác của Chúa (cũng xem 1 Cô 7:6 và 2 Cô 8:8). Thật ra, ông không bao giờ có thể quên rằng ông là một người nhận mệnh lệnh từ Chúa.

Việc dùng *Đức Chúa Trời, Cứu Chúa chúng ta* đối với Phao-lô cũng là bất thường bởi vì, ngoài các thư tín mục vụ, ông luôn dành danh xưng *Cứu Chúa chúng ta* cho Đấng Christ. Nhưng ở đây, tâm trí ông đang tập chú vào nguồn tối thượng của sự cứu chuộc của người Cơ Đốc. Danh xưng này đi theo khuôn mẫu ý niệm quen thuộc trong Cựu Ước, mà nền tảng thần học của vị sứ đồ thì lại bắt nguồn từ đó. Nó cũng chứa đựng ý nghĩa đương thời ở chỗ là danh xưng *Cứu Chúa* (*sōtēr*) được sử dụng trong tôn giáo thờ phượng hoàng đế và khi ấy đang được áp dụng cho hoàng đế Nê-rô đầy tai tiếng. Có lẽ một sự tương phản ngấm ngầm cũng được tìm thấy trong cách Phao-lô sử dụng tính từ sở hữu *chúng ta*. Việc bỏ đi mạo từ trong tiếng Hy Lạp ở đây có thể mang nghĩa từ này lúc ấy đã được công nhận là một danh xưng Cơ Đốc.

Sự nối kết giữa *Đấng Christ Giê-xu, niềm hy vọng của chúng ta* với câu trước đó làm cho lời giới thiệu của vị sứ đồ thêm trọng lượng và chiếu sáng trên lập trường thần học của ông. Sự kết hợp giữa Cha và Con là nguồn gốc thẩm quyền của vị sứ đồ cho thấy sự tin quyết của ông nơi thần tính của Đấng Christ (so sánh với Simpson). Từ Hy Lạp được dịch là *hy vọng* (*elpis*), được sử dụng theo nghĩa Cơ Đốc, chuyển tải yếu tố sự đảm bảo hoàn toàn mà cách sử dụng từ này trong tiếng Anh ngày nay thường đánh mất.

2. Lời Phao-lô mô tả Ti-mô-thê *con thật của ta trong đức tin* (*gnēsios* có nghĩa là "chân thật, thành thật") là một bằng chứng nổi bật về mối quan hệ Cơ Đốc thân mật giữa hai người. Không có gì giả tạo về địa vị của Ti-mô-thê *trong đức tin*. Dù cụm từ này trong nguyên văn Hy Lạp không có mạo từ, vì thế có thể được hiểu là trong niềm tin nói chung, nhưng cách hiểu thích hợp hơn ở đây là cụm từ này chỉ về niềm tin phúc âm. Ti-mô-thê đứng trên cùng một truyền thống như chính Phao-lô vậy. Cách dùng từ cha-con diễn tả mối liên hệ thầy-trò là cách dùng phổ biến trong xã hội đương thời, đặc biệt trong những sự mầu nhiệm (so sánh với Dibelius-Conzelmann). Tuy nhiên, cách dùng này khoác lên mình một ý nghĩa mới mẻ khi liên hệ đến đức tin Cơ Đốc.

Thật thú vị khi nhận thấy Phao-lô sử dụng công thức chào thăm đầy đủ của mình, thêm ý tưởng *sự thương xót* vào cách dùng *ân điển* và *sự bình an* quen thuộc của mình. Ba điều này chỉ được tìm thấy ở một chỗ duy nhất khác trong các thư tín của Phao-lô là 2 Ti-mô-thê 1:2. Như Bernard đã diễn đạt điều này rất hay: "Ngay cả *ân điển* cũng sẽ không thể mang lại *sự bình an* cho con người, trừ khi *sự thương xót* đi kèm với ân điển đó; vì con người cần được sự tha thứ cho quá khứ chẳng kém gì cần sức mạnh cho tương lai." Như trong câu mở đầu, ở đây cũng vậy, nguồn mà bộ ba phước lành này được ban cho là Đức Chúa Trời và Đấng Christ (*Nguyện xin Đức Chúa Trời, Cha chúng ta và Đấng Christ Giê-xu, Chúa chúng ta, ban...*). Đấng Christ là Đấng trung bảo của tất cả những phước hạnh mà Cha ban xuống.

b. Sự đối lập giữa tin lành và những giáo lý sai lạc (1:3–11)

3. Những dòng ý tưởng của Phao-lô tuôn chảy ào ạt đến mức ông quên đưa ra phần kết về mặt ngữ pháp cho câu văn bắt đầu ở câu này. NIV diễn đạt câu này như sau *Như ta đã thúc giục con… hãy ở lại Ê-phê-sô*, là cách diễn đạt ít nhất cũng nắm bắt chính xác được ý, nếu không nói là cả cấu trúc ngữ pháp. Không rõ động từ Hy Lạp *parakaleō* ở đây chứa đựng sức nặng như thế nào. Cả NIV và RSV vẫn thích tầng nghĩa mạnh hơn (đó là chữ *thúc giục*), nhưng từ nhẹ hơn là "khích lệ" hay "khuyên" không phải là không phù hợp với bối cảnh này. Sứ đồ Phao-lô nhắc lại sự ủy thác đã ban cho Ti-mô-thê để người trai trẻ này được sự khích lệ.

Việc nhắc đến *Ê-phê-sô* ở đây không hàm chứa ý cho rằng gần đây chính Phao-lô đã có mặt ở đó, bởi vì hiện tại phân từ *poreuomenos* [nghĩa là *ta đi* - ND] trong tiếng Hy Lạp có thể chỉ ra rằng ông đã rời Ti-mô-thê để lên đường đi Ê-phê-sô và ông đã ủy thác cho Ti-mô-thê *ở lại đó*. Rất có thể đây là thời điểm tiếp theo sau lịch sử của Công Vụ Các Sứ Đồ (xem phần Dẫn Nhập, trang 44), mặc dù vẫn có những lập luận đầy thuyết phục đưa ra nhằm ủng hộ cho việc đặt sự kiện này trong bối cảnh của sách Công Vụ Các Sứ Đồ. Những lời của vị sứ đồ cho thấy rằng có một sự miễn cưỡng nào đó về phần của Ti-mô-thê trong việc ở lại Ê-phê-sô, là một trong những hội thánh châu Á quan trọng nhất, cả về mặt chiến lược lẫn mặt văn hóa. Bản chất có phần nhút nhát của Ti-mô-thê có lẽ đã khiến ông rụt rè trước một nhiệm vụ quá đỗi lớn lao đến như vậy.

Ti-mô-thê giờ đây được nhắc nhở rằng chính ông cũng là một người có thẩm quyền. Ông nhận được một sự ủy thác rõ ràng là hãy chặn đứng những người dạy tà giáo, và rõ ràng Phao-lô mong đợi Ti-mô-thê xác định chỗ đứng của mình trước mặt họ, như được bày tỏ qua động từ được dịch là *truyền bảo* (*parangellō*), một từ dùng trong quân đội có nghĩa đen là chuyển một mệnh lệnh từ người này sang cho người khác. *Không được dạy một giáo lý nào khác* cho thấy rằng đã tồn tại một chuẩn giáo lý Cơ Đốc được công nhận (xem phần Dẫn Nhập, trang 47). Những lời này cho những người sống ở thời hiện đại như chúng ta sự cảnh báo đúng lúc, chống lại việc tìm kiếm những điều "mới lạ" trong sự dạy dỗ Cơ Đốc.

4. Giáo lý sai lạc đó tiếp đến được mô tả với đặc tính là *những chuyện huyễn* và *những gia phả bất tận*. Không có điều gì xa rời nội dung trang nghiêm của phúc âm hơn thế. Tính chất không liên hệ gì đến đời sống của giáo lý giả mạo đối lập trực diện với tính chất gây dựng vốn là kết quả của giáo lý Cơ Đốc chân thật.

Nhiều học giả thấy trong *những gia phả* một sự liên hệ rõ ràng đến Trí Huệ giáo của thế kỷ thứ hai. Nhưng dường như có những lý do vững chắc hơn để cho rằng những người dạy tà giáo vô danh này là thuộc viên của một giáo phái bị thu hút bởi những khía cạnh mang tính phỏng đoán nhiều hơn của Do Thái giáo. Trong Tít 1:14, là chỗ mà từ *những chuyện huyễn (mythoi)* này xuất hiện, thì điều này được mô tả là thuộc về người Do Thái, và có một giả định khá vững chắc rằng ở đây, trong đầu Phao-lô cũng đang nghĩ đến chính kiểu người này. Một ví dụ cho thấy niềm ham thích suy đoán của người Do Thái dẫn đến việc họ biên soạn lại lịch sử của những chuyện trong Cựu Ước được tìm thấy trong cuốn sách Do Thái gọi là *Jubilees*. Những phương cách hết sức vô độ (bất tận, *aperantos*, có thể được hiểu theo nghĩa này) chắc chắn gây ra sự *tranh cãi*, và tất cả những chuyện không ích lợi gì này khắc sâu trong tâm trí Phao-lô sự hoàn toàn vô bổ của nó. Chẳng thế mà ông đã đối lập nó với *công việc của Đức Chúa Trời trong đức tin*. Từ Hy Lạp được dịch là *công việc* (*oikonomia*) đúng ra có nghĩa là "chức vụ quản gia" (ví dụ, vị trí mà người quản lý một điền trang nắm giữ) nhưng lại được sử dụng theo một nghĩa chung chung hơn là "quản trị", là cách mà Phao-lô thường dùng (so sánh với 1 Cô 9:17; Êph 3:2, 9). Ở đây có một sự đối lập giữa hai hoạt động, chứ không phải hai thế giới quan. Phao-lô mới chỉ nhấn mạnh sự vô ích của giáo lý sai lạc và giờ đây ông đối lập nó với kỷ luật của đức tin. Bản RSV diễn đạt cụm từ này là "sự rèn giũa của Chúa", là cách diễn đạt nắm bắt được chút nào đó ý tưởng về kỷ luật cần có cho công việc của Đức Chúa Trời.

5. *Việc răn bảo* hay huấn thị (một lần nữa thuật ngữ quân sự *parangelia* được sử dụng) có thể chỉ về Luật Môi-se, và nếu vậy thì hàm ý của nó là những người dạy tà thuyết này đã không hiểu đúng về mục đích thật sự của Luật Môi-se, nhưng nhiều khả năng là ông đang suy nghĩ đến các bổn phận đạo đức của Cơ Đốc nhân. *Mục đích của việc răn bảo này* cho ta biết mục đích của nó (RSV thì dịch là 'mục tiêu sự ủy thác của chúng ta'). Chắc chắn đối với người tin Chúa, thì mục tiêu của tất cả những lời khuyên bảo trong thực tế là *tình yêu thương*, điều hoàn toàn vắng bóng ở những kẻ hay lý sự theo kiểu phỏng đoán mà mục đích chính của họ là cho thỏa mãn cái đầu của mình.

Vị sứ đồ sau đó đã nói rõ nguồn cội của tình yêu này. Giới từ *ek*, được dịch là *từ* hay *đến từ*, buộc ta chú ý đến nguồn cội của nó theo ba phương diện.

(1) *Tấm lòng trong sạch.* Đây là điều kiện thiết yếu. Kế thừa Cựu Ước, từ *tấm lòng* đại diện cho toàn bộ cảm xúc đạo đức của con người, và nếu không có sự trong sạch ở đây, thì rõ ràng không thể có được sự cao thượng trong nhân cách. Chúa Giê-xu dành một lời hứa đặc biệt cho những người có lòng trong sạch (Mat 5:8) và Ngài nói về việc tỉa sửa nhánh nho như một minh họa cho việc thanh tẩy các tín hữu thông qua Lời Ngài (Giăng 15:3).

(2) *Lương tâm trong sáng*. Từ Hy Lạp cho chữ *lương tâm* (syneidēsis) theo nghĩa đen biểu thị 'sự hiểu biết chung', và được sử dụng để nói về phương tiện hay chức năng phân biệt đúng sai. Việc vận hành chức năng này một cách đúng đắn có vị trí đặc biệt nổi bật trong thần học của Phao-lô. Bằng phương thức đối lập, Ti-mô-thê sau này được nhắc nhở rằng những kẻ bội đạo là những người có lương tâm bị chai lì (1 Ti 4:2). Khái niệm về lương tâm này khá nổi tiếng trong văn hóa Hy Lạp, nhưng qua cách sử dụng của người Cơ Đốc thì nó mang một ứng dụng thoáng đạt hơn (so sánh với Simpson).

(3) *Đức tin chân thành*. Có lẽ đức tin giả vờ không có nền tảng vững chắc là thứ đức tin đang thể hiện rõ ràng nơi những người dạy tà thuyết. Sự chân thành của những gì đã được tuyên xưng là điều quan trọng.

Bộ ba khía cạnh của nguồn tình yêu này đã khiến cho một số học giả chất vấn về tính chân thực của phân đoạn này, dựa trên cơ sở đó là đối với Phao-lô, đức tin tự nó đã đầy đủ rồi. Đúng là trong cách thư tín của Phao-lô, không có cách sử dụng từ đức tin tương tự như thế này tồn tại, nhưng cũng không có lý do gì để nghi ngờ việc Phao-lô xác nhận tình yêu bắt nguồn từ đức tin. Trong bài thánh ca vĩ đại về tình yêu thương của mình, ông đã nối kết tình yêu với đức tin và hy vọng, mặc dù đức tin và hy vọng thấp hơn, hay lệ thuộc vào, tình yêu thương (1 Cô 13:13). Trong trường hợp nào thì cách sử dụng từ đức tin của ông ở đó cũng có quan hệ gần gũi với việc sử dụng từ đức tin ở đây.

6. Bộ ba này của Cơ Đốc nhân rõ ràng đã bị một số người làm ngơ. Họ *đi chệch mục đích* và *sa vào những cuộc tranh luận rỗng tuếch*. Hai động từ sống động này hàm ý, vì họ đã bị trật mục tiêu (*astocheō*) nên họ không tránh khỏi sa chân (*ektrepō*). Vì đánh mất cột trụ Cơ Đốc của mình, họ trôi giạt vào sự hoang phí vô định, vì đời sống không có bộ ba mỹ đức này không chỉ thiếu vắng tình yêu thương, nhưng còn chẳng sản sinh ra thứ gì tốt đẹp ngoài những tranh luận vô nghĩa. Từ được dịch là *tranh luận rỗng tuếch* (*mataiologia*) tóm lược sự xa rời đời thực vốn là một trong những đặc điểm chính của tà thuyết.

7. Thèm muốn được làm *thầy dạy luật* là một dấu hiệu cho thấy đặc tính Do Thái của những người này, là những người mà mối quan tâm chính từ lâu dường như là kình địch với cách giải kinh của các Ra-bi đương thời, thay vì giải thích phúc âm. Phao-lô đưa ra bản cáo trạng đanh thép chống lại những người thầy quá bất xứng đối với chức trách của mình, họ vừa không hiểu biết vừa mông muội. Họ không nắm bắt được nội dung thiêng liêng của kinh luật, và khi nói, thì lời nói của họ vừa chẳng có ý nghĩa gì cho chính họ cũng như cho người khác. Sự thâm sâu của chân lý Cơ Đốc không bao giờ được phép bị nghẹt ngòi trong sự tinh khôn vô nghĩa, một lỗi mà những ai mê đắm trong những cách giải nghĩa theo ẩn dụ không phải lúc nào cũng có thể tránh được.

8. Việc đề cập đến luật pháp trong câu 7 dẫn vị sứ đồ đến việc thảo luận về luật pháp và mục đích của luật pháp. Ông cho rằng nó chứa đựng những chức năng hữu ích nào đó khi được sử dụng một cách *đúng đắn* (*nominōs*, một từ đúng ra có nghĩa là "đúng luật"). Trạng từ này trong Tân Ước chỉ được tìm thấy ở đây và trong 1 Ti-mô-thê 2:5, cung cấp chìa khóa cho câu nói về luật pháp. Luật pháp phải được giới hạn trong mục đích chính yếu của nó – kiềm chế việc làm sai quấy. Theo nghĩa này, thì luật pháp được mô tả là *tốt*, và thật quan trọng khi từ Hy Lạp được sử dụng là từ *kalos* chứ không phải từ *agathos*, vì từ *kalos* thu hút sự chú ý không chỉ vào sự ưu việt của phẩm chất bên trong mà cả vẻ đẹp của hình thức bên ngoài. Vị sứ đồ không hề chê bai những giới luật cao quý của luật pháp Môi-se, nhưng đặc biệt chống lại sự vô ích của nhiều sự suy đoán về Ngũ Kinh. Thật ra, ông còn tiếp tục mô tả những hạng người mà luật pháp đặc biệt nhắm đến.

Một câu hỏi nổi lên là liệu cách tiếp cận luật pháp này có thể không dung hòa với giáo lý của Phao-lô hay không. Trước giờ, người ta vẫn cho rằng câu này không ăn khớp với 2 Ti-mô-thê 3:16–17. Nhưng so sánh với Rô-ma 7:12, 16 sẽ cho thấy rằng cách tiếp cận ở đây không có gì là khác biệt như Jeremias đã chỉ ra. Thật ra, một số học giả phản đối quyền tác giả của Phao-lô đã coi việc thêm vào mệnh đề *nếu được sử dụng đúng đắn* như là cách không nắm bắt hoàn hảo suy nghĩ của Phao-lô (so sánh với Hanson). Từ được dịch là *đúng đắn* (*nominos*) là từ thường được sử dụng để nói về việc vâng giữ luật pháp Do Thái (Spicq), và người ta nghĩ rằng điều này mâu thuẫn với quan điểm của Phao-lô cho rằng vâng giữ luật pháp là điều không thể. Nhưng quan điểm của Jeremias có vẻ như đúng đắn hơn.

9–10. Ở câu 9, bản NIV đi theo bản Hy Lạp khi bỏ đi mạo từ trước chữ *luật pháp*, điều này làm cho từ *luật pháp* mang nghĩa khái quát hơn, nhưng khi xem xét cách sử dụng mạo từ trong câu 8 thì có vẻ đúng khi cho rằng ở đây Phao-lô đang nghĩ đến cụ thể là luật pháp Môi-se. Ý của Phao-lô được diễn đạt bằng cả hình thức phủ định lẫn hình thức khẳng định. Theo hình thức phủ định, luật pháp không liên hệ gì mấy đến những người vẫn vâng giữ luật pháp. Khi Phao-lô phác họa mặt tích cực của luật pháp, thoạt tiên có vẻ như ông giới hạn chính mình trong những người phạm những tội lỗi ghê tởm. Thế nhưng khi liệt kê danh sách những ví dụ cực đoan ấy, thì vị sứ đồ đã chỉ ra mặt giới hạn trong mục đích kiềm chế và kết tội của luật pháp. Việc làm cho người ta ít phạm tội hơn cũng tự nhiên được kể vào trong những giới hạn này. Trật tự ở đây cũng rất quan trọng: đầu tiên là những tội phạm với Chúa, sau đó là những tội phạm với con người như được liệt kê trong mười điều răn.

Quan trọng hơn đó là việc không có tội nào trong bảng liệt kê đó tương ứng với việc luật pháp lên án tội tham lam, đối với một số người, đây vẫn bị xem là điều khó hiểu bởi vì Phao-lô viện dẫn nó ra trong Rô-ma 7:7 khi nói về kinh nghiệm của bản thân ông đối với luật pháp. Nhưng mục đích của ông ở đây thì rất khác bởi vì rõ ràng ông lưu tâm đến chức năng bên ngoài của luật pháp, tức là chức năng kiềm chế người ta phạm tội. Không nhất thiết phải cho rằng câu này bác bỏ tất cả những chức năng khác của luật pháp. Bởi vì thay chỗ của luật pháp là tin lành nên Mười Điều răn vẫn còn nguyên giá trị của nó, đó là một phương tiện bên ngoài của công lý, nhưng đối với "người tốt" thì nó không còn được áp dụng như một tiêu chuẩn hành xử tích cực nữa. Bản RSV [cũng như bản TTHĐ - ND] dùng từ *"người công chính"* chứ không phải là "người tốt" và đây là ý nghĩa đúng hơn của từ *dikaios*. Luật pháp được lập ra cho *kẻ phạm pháp* tức những người lờ đi luật pháp, cho *những kẻ phản nghịch*, là những người không tuân theo kỷ luật, vì *những kẻ phàm tục* là những người không kính sợ Chúa, vì *người bất khiết* chống nghịch Chúa, và vì *kẻ vô luân và tội lỗi* chối bỏ những điều thiêng liêng.

Việc đề cập đến *những kẻ giết cha mẹ* có lẽ cần được hiểu là đang mô tả những người đánh đập cha mẹ mình, một sự vi phạm nghiêm trọng điều răn thứ năm. *Những kẻ giết người* được tách riêng ra nói đến những kẻ giết người nói chung. Tương tự, hai từ *những kẻ tà dâm và đồng tính luyến ái* nhắm đến những sự vi phạm nghiêm trọng điều răn "ngươi chớ phạm tội tà dâm". Từ thứ hai nói về những người có hành vi tình dục đồng giới, bởi vì rõ ràng một thế kỷ sau đó, thành phố Ê-phê-sô trở nên nổi tiếng là có rất nhiều người đồng tính.

Có thể nghe rất lạ khi thấy từ *những kẻ buôn người* đi chung với từ *kẻ nói dối, man khai* ở cuối bản danh sách. Từ đầu tiên có thể được hiểu là "những kẻ bắt cóc" (như cách dịch của bản RSV), trong trường hợp này nó mang hơi hướng của thời hiện đại hơn. Nhưng phần nói đến những kẻ nói những lời không đáng tin cậy là một sự nhắc nhở rằng luật pháp liên hệ đến cả đến lời nói lẫn việc làm. Danh sách những tội lỗi thường được kết lại với điệp khúc *và tất cả những gì chống lại với giáo lý chân chính*, là câu cho thấy tác giả coi những tội lỗi được đề cập đến là một phần liệt kê cụ thể chứ không phải liệt kê hết tất cả những tội lỗi liên quan. Nhưng tại sao lại kết thúc với việc nhắc đến *giáo lý chân chính* khi danh sách ở phía trước thì lại liên hệ đến luật pháp. Giáo lý đúng đắn là chủ đề quan trọng trong các thư tín mục vụ và xuất hiện ở trong các thư tín này thường xuyên hơn bất cứ nơi đâu trong Tân Ước. Việc chuyển qua nói về giáo lý cho thấy một sự chuyển biến về ý tưởng từ sự dạy dỗ dành cho những kẻ tội phạm sang những sự dạy dỗ được xem là nguyên tắc bình thường trong cuộc sống. Vì thế, mô tả giáo lý bằng từ *chân chính* (hygiainousa), một từ chỉ xuất hiện trong các thư tín mục vụ, bày tỏ sự trọn vẹn hay sự lành mạnh của giáo lý Cơ Đốc chân thật. Khác biệt giữa luật pháp và giáo lý ở đây được tóm tắt như một khác biệt giữa thuốc men và thức ăn đem lại sức lực cho con người. Dù bất ngờ, nhưng phần kết của danh sách này cho thấy uy thế của phúc âm và phần kết này cũng dẫn vị sứ đồ đến chỗ đưa ra một câu phát biểu thêm về vấn đề này.

11. Câu này tóm tắt phần từ câu 8 trở đi. Không phải Phao-lô đang nói về luật pháp theo quan điểm riêng của mình mà nói về những gì được dạy dỗ *từ tin lành vinh quang*. Cụm từ này trong nguyên văn Hy Lạp có nghĩa chính xác là "tin lành của vinh quang của Đức Chúa Trời hạnh phước" lột tả nhiều hơn so với với cách diễn đạt của bản NIV (với AV và RSV - cũng như so với bản TTHĐ - ND) bởi vì nó nối kết vinh quang ấy với hình ảnh trọng tâm của vở kịch hơn là bản thân vở kịch ấy. Cũng chính từ này được dùng trong 2 Cô-rinh-tô 4:4–6 với nội dung sở hữu cách, mô tả tin lành như một sự bày tỏ vinh quang của Đức Chúa Trời qua gương mặt Đức Chúa Giê-xu Christ.

Từ *hạnh phước* được dùng cho Đức Chúa Trời chỉ xuất hiện ở đây và trong 6:15, nhưng cách sử dụng này vẫn thường thấy trong các sách của Phi-lô. Nó mô tả Đức Chúa Trời là khách thể của sự phước hạnh, nhưng Ngài kinh nghiệm trong chính Ngài niềm vui sướng toàn hảo. Ý tưởng này rất phù hợp với sự oai nghi mà Ngài chiếu rọi qua tin lành.

Cụm từ *mà ta đã được giao phó* áp dụng cho tin lành mang đặc trưng của Phao-lô (so sánh với 1 Cô 9:17; Ga 2:7). Mặc dù Phao-lô không trình bày rõ ràng đối tượng giao phó là ai nhưng rõ ràng đó chính là Đức Chúa Trời.

c. Kinh nghiệm cá nhân của Phao-lô về tin lành (1:12–17)

Phần này có vẻ như là lạc đề, nhưng thật ra lại cần thiết cho lập luận ở đây. Phao-lô đang viện dẫn kinh nghiệm của chính ông như là bằng chứng cho năng quyền biến đổi của Đức Chúa Trời. Nếu Đức Chúa Trời có thể kêu gọi và trang bị cho một người đã có lúc chống đối tin lành dữ dội như Phao-lô thì năng quyền ấy có giới hạn nào không? Bằng sự liên hệ rất tự nhiên về mặt ý tưởng, suy nghĩ về tầm mức rộng lớn của tin lành được giao phó cho ông (câu 11) dẫn ông đến chỗ ngạc nhiên về chính năng quyền thêm sức của Đức Chúa Trời mà ông kinh nghiệm được.

12. Lời cảm tạ đột nhiên được thốt lên theo sau hoàn toàn mang đặc trưng của Phao-lô, người không bao giờ thôi kinh ngạc về tin lành. Năng quyền thêm sức của Đức Chúa Trời là một chủ đề thường trực của ông. Thì bất định của phân từ (*endynamōsanti*) được dịch là *Đấng đã ban năng lực cho ta* cho thấy một thực tế diễn ra trong quá khứ. Một biến thể ở đây nhưng ít xác thực hơn (trong một vài thủ bản - ND) dùng hiện tại phân từ *endynamounti*, đặt điểm nhấn lên Đấng Christ trong tư cách là Đấng không ngừng ban thêm sức (so sánh với Phi 4:13). Cả hai cách hiểu đều biểu thị lẽ thật sâu sắc, nhưng vì Phao-lô đang trong tâm trạng hồi tưởng nên thì quá khứ, ngoài tính xác thực cao hơn, thì cũng phù hợp hơn với bối cảnh.

Tiếp theo, sứ đồ Phao-lô bày tỏ lý do cho sự cảm tạ Chúa của mình, đó là vì ông được kể là *trung tín*, từ này nên được hiểu theo nghĩa là "đáng tin cậy". Việc ông đang sử dụng câu này mà không hề khoe mình được thể hiện rõ qua các cụm từ *chỉ định ta phục vụ* (*diakonia*) *Ngài* và từ những điều ông tự bộc lộ về mình ở phần sau. Thuật ngữ tiếng Hy Lạp dùng cho từ *phục vụ* được sử dụng ở đây, vốn là một cụm từ mà Phao-lô rất yêu thích, càng ủng hộ cho một niên đại sớm hơn của các thư tín mục vụ, bởi vì ở thế kỷ thứ hai, dùng từ này có nguy cơ sẽ bị lộn với trật tự đã được thiết lập là chức vụ chấp sự [cũng dùng từ này - ND] và vì thế khiến cho thuật ngữ này không thể áp dụng cho một vị sứ đồ [tức sẽ dễ bị nhầm lẫn thành *chỉ định ta làm chấp sự* - ND].

Cụm từ *chỉ định ta phục vụ Ngài* cho thấy Phao-lô ấn tượng sâu sắc như thế nào về việc ông không thể nào tự lập mình vào vị trí đó. Ông đang nhấn mạnh sự khởi xướng của Chúa, và nhờ đó cung cấp cho ông cơ sở đảm bảo trong suốt quá trình phục vụ có nhiều thay đổi của mình (so sánh với 1 Cô 12:28).

13. Không hề ngạc nhiên khi việc hồi tưởng của Phao-lô dẫn ông tới chỗ xem xét lại tình trạng trước khi biết Chúa của mình, vì việc ông ngẫm suy về năng quyền thêm sức của Đấng Christ chỉ làm cho cảm giác mình không xứng đáng của ông lớn hơn mà thôi. Vì thế, việc ông mô tả sự tự lên án mình là *kẻ phạm thượng, bắt bớ* thể hiện hết sức mạnh của nó. Khi ông nói thêm rằng ông là người *xấc láo*, chắc chắn ông đang nghĩ về những lần ông lùng sục bắt các Cơ Đốc nhân khỏi nhà của họ theo một cách đáng chê trách nhất. Thế nhưng, một con người như thế mà lại *nhận ơn thương xót!* Việc sử dụng hình thức bị động của động từ ở đây là một đặc trưng của Phao-lô (Rô 11:30–31; 1 Cô 7:25; 2 Cô 4:1), người mà tình trạng khốn nạn của ông đã thôi thúc ông nhận ra sự chu cấp đầy thương xót của Đức Chúa Trời. Nhưng vị sứ đồ nhận ra một nguyên cớ của sự thương xót ấy. Ông nói, *vì lúc ấy ta đã hành động một cách ngu muội*. Không giống như những sự cố tình ngu muội vốn làm gia tăng tội lỗi (so sánh với Rô 10:3), sự ngu muội của Phao-lô được liên kết với *một lương tâm trong sạch* (2 Ti 1:3), chỉ bị bóp méo bởi *lòng vô tín*. Sự nghiệp sai lầm của ông trước khi tin Chúa trở thành mục tiêu của sự thương cảm hơn là sự đoán phạt trong con mắt của Đức Chúa Trời, Đấng nhận thấy trong Sau-lơ ở Tạt-sơ là một người đầy tớ có tiềm năng vô cùng lớn lao một khi ông nhận ra chân lý.

14. Phao-lô không bao giờ có thể viết dài nếu ông không mang chủ đề *ân điển của Chúa chúng ta* vào bàn luận. Với ông, đó không phải là một khái niệm chỉ hoàn toàn mang tính trừu tượng, mà là một sức mạnh vận hành và định hình, chi phối cả suy nghĩ và hành động. Lời của ông ở đây nhắc ta nhớ về những lời trong Rô-ma 5:20, vì trong cả hai trường hợp các động từ được sử dụng đều được ghép với giới từ *hyper* (nghĩa là *chan chứa/gia tăng*) trong một nỗ lực nhằm thể hiện tính chất vô cùng dư dật của ân điển Chúa. Một khó khăn mà một số học giả cảm nhận về cách mà những phẩm chất Cơ Đốc được kết hợp trong câu này. Người ta cho rằng Phao-lô sẽ mô tả đức tin và tình yêu thương một cách riêng biệt với ân điển và là sự thêm vào của ân điển hoặc chắc hẳn đã coi đức tin không gì khác hơn là kết quả của sự quy đạo. Nhiều học giả nghĩ cách sử dụng ngôn ngữ của Phao-lô rất mơ hồ. Nhưng không cần thiết phải cho rằng những sự phân biệt giữa *ân điển* và *đức tin* và *tình yêu* trong câu này là không mang màu sắc Phao-lô. Thật ra, giới từ *meta* (nghĩa là *cùng với*) chỉ ra sự nối kết gần gũi nhất giữa ân điển của Đức Chúa Trời và hai phẩm chất Cơ Đốc ngang hàng. Phao-lô sẵn sàng đồng ý rằng ngoài sự vận hành của ân điển của Chúa, thì tình yêu và đức tin trở thành điều không thể, thế nhưng nếu không có tình yêu và đức tin thì sẽ không có bằng chứng nào của ân điển cả. Quan điểm cho rằng ân điển ở đây được sử dụng như "năng quyền" khác biệt so với "thuần ân huệ" cũng là quan điểm không mấy vững vàng (so sánh với Rô 5:22), bởi vì từ này rõ ràng là sự mở rộng của từ thương xót được đề cập đến trong câu

13. Cũng chính những mỹ đức ấy, đức tin và tình yêu trở nên đủ điều kiện bởi những từ *trong Christ Giê-xu* được tìm thấy trong 2 Ti-mô-thê 1:13 (xem phần ghi chú sau đó).

15. Công thức đầy ấn tượng, *Đây là lời chắc chắn*, chúng ta không gặp ở đâu khác trong Tân Ước trừ ra bốn lần xuất hiện trong các thư tín mục vụ. Đây được viện làm cái cớ để người ta dấy lên một vấn đề về quyền tác giả của Phao-lô nhưng không có lý do gì để cho rằng Phao-lô không thể, hoặc sẽ không, sử dụng những câu nói như thế này. Trong bối cảnh hiện thời, có vẻ như ông đang trích dẫn, dưới hình thức có âm điệu, một câu nói đang phổ biến trong các hội thánh và được công nhận là *chắc chắn*. Có vẻ lạ khi ông sử dụng công thức này khi viết cho Ti-mô-thê, nhưng có lẽ ông muốn nhắc lại cho người đồng lao trẻ tuổi của mình về đặc điểm căn bản của câu nói mà ông đang viện dẫn.

Trong Tân Ước, những chữ thêm vào câu nói ấy *và hoàn toàn đáng tiếp nhận* chỉ được tìm thấy duy nhất ở đây và ở 4:9, nhưng đã trở thành một công thức chuẩn trong ngôn ngữ bản địa Hy Lạp (xin xem M & M nói về *apodochē*).

Đấng Christ Giê-xu đã đến trong thế gian để cứu vớt tội nhân tóm tắt lại lẽ thật chính yếu của chân lý Cơ Đốc. Nó hướng ta đến tâm điểm của tin lành. Việc nhấn mạnh vào sự nhập thể và mục đích của sự nhập thể là điều mang nhiều đặc trưng của Giăng hơn là của Phao-lô, và điểm nhấn này tạo thêm sức nặng cho quan điểm cho rằng ở đây Phao-lô đang trích dẫn một câu trình bày tin lành đương thời. Qua nội dung của nó, thì những lời này có lẽ có thể được truy nguồn trực tiếp là từ lời nói của Chúa Giê-xu, chứa đựng trong nguồn tài liệu hình thành nên nền tảng của sách Phúc Âm thứ tư.

Phao-lô không bao giờ đi xa khỏi lẽ thật đó là sự cứu chuộc Cơ Đốc dành cho *những tội nhân,* và càng nắm lấy sự bao la của ân điển Chúa, thì ông càng nhận thức sâu sắc về bản chất tội lỗi của chính mình cho tới khi ông có thể viết ra được dòng chữ *trong những tội nhân đó, ta là người đứng đầu* (từ *protos* trong tiếng Hy Lạp được sử dụng, có nghĩa là "ở cấp bậc cao nhất"). Có người đã coi đây là kiểu tạo kịch tính quá mức, nhưng không có lý do gì chúng ta lại không thể coi đó là dấu hiệu của sự khiêm nhường chân thành nhất. Phao-lô thấy chính mình là người đứng hàng đầu trong số những người tội lỗi đã được kêu gọi đến với nguồn của sự thương xót của Đức Chúa Trời. Phao-lô có thói quen sử dụng dạng câu so sánh nhất cho chính mình, dù là xếp mình vào hạng nhỏ nhất trong các sứ đồ (1 Cô 15:9) hay không bằng người hèn mọn nhất trong các thánh đồ (Êph 3:8) hay là người đứng đầu những tội nhân. Sự tự hạ mình của Phao-lô không phải là kiểu hạ mình không lành mạnh, giống như John Bunyan đã viết trong quyển *Grace Abounding to the Chief of Sinners* (Ân điển Tuôn tràn cho Kẻ Tội lỗi Hàng đầu).

16. Ý tưởng về việc đã nhận được sự thương xót lặp lại ý trong câu 13, nhưng ở đây mục đích cụ thể đã được đưa ra. Phao-lô xem trường hợp đáng kinh ngạc của mình là một ví dụ đặc biệt cho thấy điều Đấng Christ có thể làm cho những con người khác. Lòng thương xót được bày tỏ cho người mà Phao-lô xem là tệ hại nhất trong số các tội nhân chắc hẳn phải cho ta một ví dụ tột bậc cho những thế kỷ sau, đặc biệt khi trường hợp của Phao-lô bày tỏ cho ta thấy điều mà ông gọi là *sự nhẫn nhục trọn vẹn* của Đấng Christ. Sự nhẫn nhục đó không bao giờ vơi cạn đối với tội nhân.

Từ Hy Lạp được dịch ra là *làm gương* (hypotypōsis) có thể được hiểu là bản phác thảo của một họa sĩ hoặc là một từ minh họa lột tả được mục đích rất nóng cháy của tác giả (so sánh với Simpson). Kinh nghiệm của Phao-lô đóng vai trò như một ví dụ đầy thuyết phục cho vô số *những ai sẽ tin Ngài* (nghĩa là tin Đấng Christ). Cấu trúc (giới từ *epi* cùng với một tặng cách) theo sau động từ được dịch là *tin* biểu thị rằng Đấng Christ là nền tảng vững chắc của niềm tin. Sự đảm bảo không gì lay chuyển ấy đem lại sự thỏa mãn không phải chỉ trong đời này mà cả trong cõi đời đời.

17. Lời ca ngợi theo kiểu đặc trưng của Phao-lô là kết quả của những suy ngẫm đầy cảm động về sự thương xót của Đức Chúa Trời. Những đặc điểm mới không được tìm thấy trong những ví dụ trước đây giờ lại xuất hiện, nhưng sự tôn kính Chúa hết lòng và cảm nhận về sự uy nghi của Chúa thì vẫn còn đó. Không chỗ nào khác Phao-lô sử dụng cụm từ *Vua muôn đời*, và danh xưng này chỉ xuất hiện một lần duy nhất trong Tô-bi-a 13:6, 10 [sách thứ kinh - ND] và Khải Huyền 15:3 trong Kinh Thánh tiếng Hy Lạp. Nó có lẽ được sử dụng giữa vòng người Do Thái và bắt nguồn từ quan điểm Do Thái về hai thời kỳ, thời kỳ hiện tại và thời kỳ sẽ đến. Đức Chúa Trời là Vua trong cả hai thời kỳ, và thật ra Ngài là vua "từ đời này qua đời kia" như cụm từ *đời đời* cho ta thấy.

Lời tán tụng *bất tử* có vẻ như là từ mang ảnh hưởng của văn hoá Hy Lạp hơn là Do Thái, nhưng Rô-ma 1:23 lại cung cấp một điểm tương đồng từ Phao-lô. Tương tự, tính từ *vô hình* áp dụng cho Chúa thì cũng tìm được một chỗ tương đồng trong thư tín Phao-lô gửi trong Cô-lô-se 1:15. Dường như không mấy người nghi ngờ rằng câu *Đức Chúa Trời duy nhất* là câu đúng, thay vì biến thể [trong một số thủ bản - ND] "Đức Chúa Trời khôn ngoan duy nhất" như trong AV, tính từ "khôn ngoan" đã được vay mượn từ

Rô-ma 16:27. Việc bỏ đi tính từ này ở đây cung cấp một cụm từ nhấn mạnh chủ nghĩa độc thần Do Thái nhiều hơn.

d. Sự ủy thác của Phao-lô dành cho Ti-mô-thê (1:18–20)

Những câu này tiếp tục phần câu 3–5, và tuyên bố chính xác mục đích viết thư của Phao-lô.

18. Phao-lô cũng lại sử dụng chính từ *parangelia* để chỉ *mệnh lệnh* (RSV dùng "nhiệm vụ") truyền cho Ti-mô-thê như ông đã dùng từ này trong câu 5 để diễn đạt lời huấn thị yêu thương của người Cơ Đốc. Thường được sử dụng trong các ngữ cảnh quân đội (ví dụ như trong Xenophon và Polybius), nó chuyển tải ý nói về một nhiệm vụ khẩn cấp. Ti-mô-thê được trịnh trọng nhắc nhở rằng chức vụ không phải là chuyện có thể đùa giỡn, nhưng là một mệnh lệnh từ tổng tư lệnh. Đáng lưu ý là từ *truyền* (được dịch từ động từ *paratithēmi*), là từ mô tả việc Phao-lô ủy thác nhiệm vụ này cho Ti-mô-thê, cũng được sử dụng trong 2 Ti-mô-thê 2:2 nói về việc Ti-mô-thê cần giao phó nó cho những người khác nữa.

Theo các lời tiên tri về con từ trước phải được hiểu theo nghĩa những lời dự đoán theo cách nào đó mà Phao-lô dành cho Ti-mô-thê trước khi ông được kêu gọi vào chức vụ. Nó có thể giống như những điều Hội Thánh An-ti-ốt dự đoán về công tác truyền giáo của Phao-lô và Ba-na-ba. Trong bất cứ trường hợp nào, những lời này không chỉ minh chứng cho sự tin cậy hoàn toàn của Phao-lô rằng Ti-mô-thê là sự lựa chọn của Đức Chúa Trời để làm người kế thừa cho ông, mà còn là sự phê chuẩn đối với sự lựa chọn của các cộng đồng Cơ Đốc mà Ti-mô-thê được cộng tác với.

Phao-lô tiếp tục dùng ngôn ngữ quân đội, qua những từ như *chiến đấu dũng cảm*, khi ông thúc giục người đồng lao trẻ tuổi của mình đi theo những lời tiên tri xác nhận sự kêu gọi đó của mình. Cách dịch của bản RSV "được soi dẫn bởi những lời đó" thu hút sự chú ý vào tác động soi dẫn của những lời tiên tri về Ti-mô-thê. Ti-mô-thê có thể được thêm sức khi biết rằng sự kêu gọi của mình là sự kêu gọi từ Đức Chúa Trời.

19. Trong khi ở Ê-phê-sô 6:10–17, Phao-lô mô tả chi tiết khí giới của Cơ Đốc nhân, thì ở đây ông lại giới hạn trong hai món dụng cụ có thể bao hàm những khía cạnh căn bản của giáo lý và lối sống. *Đức tin và lương tâm trong sáng* được liên kết với nhau ba lần trong thư tín này (so sánh với 1:15 và 3:9), bày tỏ một sự nối kết không thể tách rời giữa đức tin và nếp sống đạo đức. Ở đây chúng ta không cần phải giới hạn đức tin với "niềm tin đúng đắn" như một số học giả vẫn hay nói, mặc dù khía cạnh này chắc chắn phải bao hàm trong đó. Dường như nó là hình ảnh thu nhỏ cho khía cạnh thuộc linh là chiếc áo giáp của người chiến binh Cơ Đốc.

Ở mệnh đề tiếp theo, Bản NIV dịch là "đã chối bỏ chúng", nhưng trong tiếng Hy Lạp lại là từ số ít và liên hệ trực tiếp tới lương tâm, vì thế cách dịch của bản RSV là *"chối bỏ lương tâm đó"* [tương tự cách dịch của bản TTHĐ - ND] là cách dịch tốt hơn. Động từ ở đây là một động từ rất nặng (*apotheo*), hàm ý một sự chối bỏ có chủ đích và dứt khoát. Vì hình ảnh liên quan đến hàng hải được dùng ở đây nên rất có thể Phao-lô đang nghĩ đến lương tâm như một nhân tố đem lại sự ổn định mà khi bị chối bỏ thì con tàu sẽ bị dao động. Những ai làm ngơ lương tâm mình thì *đức tin* họ sẽ bị sụp đổ, như một số Cơ Đốc nhân đầu tiên này đã vấp phải.

20. *Hy-mê-nê* (được nói đến một lần nữa trong 2 Ti 2:17) và A-léc-xan-đơ được trích dẫn như những ví dụ minh họa cho những tín hữu sa ngã trong đức tin. Về nhân thân A-léc-xan-đơ, các chi tiết chúng ta có được không đủ để kết luận rằng ông cũng chính là A-léc-xan-đơ đã được đề cập đến trong Công Vụ Các Sứ Đồ 19:33 và 2 Ti-mô-thê 4:14. Dù hai người này là ai thì trường hợp của họ cũng đòi hỏi một hành động kỷ luật nghiêm khắc, được mô tả bằng những từ ngữ ẩn dụ *phó mặc cho Sa-tan*. Cụm từ này cũng được sử dụng trong 1 Cô-rinh-tô 5:5 và cả hai trường hợp đều phải được hiểu như nhau. Nếu phân đoạn 1 Cô-rinh-tô được hiểu là hàm ý nói về việc dứt phép thông công, thì Phao-lô không có ý gì khác hơn là cần phải đưa họ ra khỏi hội thánh và phó họ vào trong lãnh địa của Sa-tan (nghĩa là thế giới của người không thuộc về Chúa). Giải pháp này bị chối bỏ bởi một số người cảm thấy rằng dứt phép thông công sẽ càng làm gia tăng chứ không hề ngăn cản sự phạm thượng, rằng những lời này vì thế hàm ý một hình thức tai họa về thể chất nào đó. Trong các trường hợp như ở Công Vụ Các Sứ Đồ 5:1–11 và 13:11 nói về việc kỷ luật bằng hình phạt thể chất nào đó và một ám chỉ có phần tối nghĩa hơn là trong 1 Cô-rinh-tô 11:30 ủng hộ cho ý tưởng thứ hai, nhưng sự kết hợp cả hai hình thức này có thể là quan điểm đúng đắn. Có lẽ Hy-mê-nê và A-léc-xan-đơ cần phải bị xem là những trường hợp ngoại lệ.

Mệnh đề kết thúc *để họ học tập đừng phạm thượng nữa* cho thấy rõ ràng rằng mục đích là để sửa chữa chứ không phải đơn thuần là hình phạt. Dù tiến trình ấy có nghiêm khắc như thế nào thì động cơ vẫn là lòng thương xót, và bất cứ khi nào kỷ luật hội thánh rời xa mục đích phục hồi này, thì sự nghiêm khắc của nó đã được minh chứng là rào cản cho sự tiến bộ. Nhưng đây không phải là lý do để hoàn toàn bỏ qua chuyện kỷ luật, một khuyết điểm thường trở thành đặc trưng của các hội thánh thời hiện đại.

2. SỰ THỜ PHƯỢNG VÀ TRẬT TỰ TRONG HỘI THÁNH (2:1–4:16)

Bây giờ nhiệm vụ chính của thư tín này được bắt đầu, và qua những lời mở đầu phần này, Phao-lô có vẻ như tiếp tục chủ đề của 1:3. Ông đề cập đến một vài chủ đề trực tiếp liên hệ đến việc tổ chức hội thánh.

a. Tầm quan trọng và phạm vi của sự cầu nguyện trước cộng đồng (2:1–8)

1. Từ *trước hết* không chỉ liên hệ đến tính hàng đầu về mặt thời gian mà còn tính hàng đầu về mặt tầm quan trọng. Đầu tiên, cần phải đảm bảo cách tiếp cận với việc cầu nguyện giữa chốn đông người một cách cao quý. Trong khi động từ được dịch là *khuyên* (*parakaleō*) có thể chứa đựng ý nghĩa là "khẩn nài" hay "khích lệ", nghĩa "khẩn nài" có lẽ được tác giả nhắm đến khi xem xét sự liên hệ giữa nó với động từ thể hiện sức mạnh là *parangellō* (truyền bảo) trong 1:3.

Không thể phân biệt chính xác các ý nghĩa bao hàm bởi bốn từ được sử dụng cho cầu nguyện ở đây. Ba từ đầu tiên có quá nhiều điểm chung đến nỗi mục đích hữu ích đơn sơ của chúng không giúp gì được trong việc xác định ý nghĩa tương ứng của mỗi từ; nhưng có thể ý nghĩa nằm ở thực tế là "cầu xin" (*deēseis*) mang lại cảm giác rõ ràng hơn về nhu cầu so với "những lời khẩn nguyện" (*proseuchai*), là một từ đại diện cho chữ cầu nguyện chung chung hơn (trong Tân Ước chỉ sử dụng những lời cầu nguyện hướng về Đức Chúa Trời), trong khi "cầu thay" (enteuxeis) là một thuật ngữ thường được dùng để kiến nghị lên cấp trên. Cách dùng các từ ngữ khác nhau là để nhấn mạnh sự phong phú của hoạt động thuộc linh này. "Cảm tạ", như cách dùng của Phao-lô trong các thư tín trước đó, được coi là một phần chính yếu không thể thiếu của sự cầu nguyện, nhưng đây là một yếu tố xuất hiện rất thường xuyên trong phần nền của những giờ tĩnh nguyện của Cơ Đốc nhân thời hiện đại. "Cầu thay cho mọi người" là lời nhắc nhở đúng thời điểm dành cho chúng ta trước sự cám dỗ chỉ giới hạn cầu nguyện cho những lợi ích nhỏ nhen của chính mình. Càng cầu nguyện cho nhiều đối tượng thì khải tượng về những linh hồn cầu nguyện sẽ càng rộng lớn hơn.

2. Những ví dụ về phạm vi toàn cầu của sự cầu nguyện được giới hạn trong lời cầu nguyện cho những bậc lãnh đạo, có lẽ bởi vì khuynh hướng bỏ qua việc chuyên tâm cầu nguyện cho tầng lớp này của các Cơ Đốc nhân, đặc biệt là khi những người lãnh đạo công khai thù nghịch với đạo Chúa.

Danh từ số nhiều *các vua* không cần thiết phải ám chỉ một thời điểm khi các hoàng đế cùng chia sẻ ngôi hoàng đế, vì một nguyên tắc chung được phát biểu ở đây, áp dụng cho mọi thời đại. Thái độ của Cơ Đốc nhân với nhà nước là thái độ có tầm quan trọng bậc nhất. Dù những bậc cầm quyền về mặt dân sự có sai lầm hay không, họ cũng phải trở thành đối tượng cho sự cầu nguyện, vì qua đó những công dân là người Cơ Đốc có thể ảnh hưởng trên diễn tiến của tình hình đất nước, một lẽ thật thường bị quên lãng ngoại trừ những lúc khủng hoảng trầm trọng.

Mục đích, chứ không phải là nội dung, của lời cầu nguyện ấy giờ đây được nói rõ. *Để chúng ta được sống yên ổn, bình an* hàm ý chính quyền có thể mang lại điều kiện sống bình yên và an toàn, giúp cho Cơ Đốc nhân và công dân của họ mưu cầu cuộc sống của mình. Ở dưới sự cai trị của một số chính quyền thì điều này không hề được bảo đảm. Các từ đồng nghĩa cặp *ēremos* (bình an) và *hēsychios* (yên ổn) gần như có thể hoán chuyển cho nhau (Bản RSV đã hoán chuyển vị trí của chúng). Ở đây chúng được liên kết với nhau để nhấn mạnh tầm quan trọng của sự tĩnh lặng và thanh bình trong các vấn đề xã hội.

Hai từ tiếp theo biểu thị tâm tính được phát triển tốt nhất trong môi trường yên bình. Từ thứ nhất, *lòng tin kính* (*eusebeia*), là một mô tả chung về sự tận hiến tâm linh, trong khi từ thứ hai, *đạo đức* (*semnotēs*), biểu thị chân giá trị trong cách hành xử của người Cơ Đốc, hay biểu thị tính chất nghiêm túc của mục đích. Từ thứ hai được bản RSV dịch là "sự tôn trọng" và cách dịch này mang đến cho ta một ý nghĩa chân thật hơn. Barret đề xuất cách dịch "những tiêu chuẩn đạo đức cao". Theo tầng nghĩa đầy đủ nhất của mình, cả hai phẩm chất này đòi hỏi phải có điều kiện là sự bình an ở bên ngoài, mặc dù có thể chúng trở nên sâu sắc hơn khi gặp hoàn cảnh khó khăn.

3. *Đó là điều tốt đẹp* có vẻ như có sự liên hệ với câu 1, và liên hệ đến ý tưởng về sự cầu nguyện phổ quát. Hai phần của câu này cần phải được hiểu tách rời nhau: (1) sự cầu nguyện phổ quát là điều *tốt đẹp;* (b) Sự cầu nguyện ấy *làm hài lòng Đức Chúa Trời*. Chính đặc điểm thứ hai đưa ra tiêu chuẩn tối thượng cho mọi sự thờ phượng của người Cơ Đốc.

Danh xưng *Đức Chúa Trời, Cứu Chúa chúng ta* đã được sử dụng trong 1:1, ở đây mang một ý nghĩa đặc biệt, vì nó liên kết sự cầu nguyện cho mọi người với đặc tính cứu chuộc của Đức Chúa Trời. Việc dâng trình lời cầu thay cho mọi người lên Đấng mà bản chất của Ngài là cứu giúp, một ý tưởng được phát triển trong câu tiếp theo, rất có ý nghĩa.

4. Câu *Đấng muốn mọi người được cứu rỗi* trở thành trọng tâm của sự tranh cãi giữa phái Calvin với phái Arminius ở thế kỷ thứ mười bảy, và thuyết sự cứu rỗi đại đồng (hay còn gọi là phổ quát thuyết) cũng mượn chính những từ ngữ này để lập luận. Người ta cho rằng động từ được sử dụng ở đây *thelō* ("muốn") biểu đạt một mục đích chung của Đức Chúa Trời khi so với ý muốn đơn lẻ (Bernard). Nếu vậy thì nó nói về lòng thương xót của Đức Chúa Trời đối với tất cả mọi hạng người, không phân biệt chủng tộc, màu da, điều kiện hay địa vị. Nhưng nhiều học giả, đặc biệt là những người không công nhận Phao-lô là tác giả (so sánh với Hanson), tranh cãi rằng những từ này hàm ý nói về sự cứu rỗi (nghĩa là mỗi một con người đều sẽ được cứu). Từ trước đến giờ vẫn tồn tại một khuynh hướng coi sự cứu rỗi là phần dành riêng cho một số người, những người có lẽ bị ảnh hưởng bởi chính động cơ đã đẩy những người theo Trí huệ giáo sau này vào trong các nhóm riêng biệt của những người đã tin đạo, và để cung cấp một liều thuốc giải độc thì có lẽ ở đây Phao-lô đang nhấn mạnh lòng thương xót dành cho tất cả mọi người của Đức Chúa Trời. Những lời này bày tỏ tính khoan dung, nhân ái của Chúa. Từ *mọi người* cần phải được liên kết với từ "mọi người" trong câu 1. Cầu thay cho mọi người chỉ có thể được giải thích dựa trên cơ sở là sự sẵn lòng cứu tất cả mọi người của Đức Chúa Trời (so sánh với Jeremias).

Một tuyến giải nghĩa khác đó là cách hiểu động từ "cứu rỗi" theo nghĩa thấp hơn là "gìn giữ" hoặc "bảo vệ". Có thể hiểu lời cầu nguyện này là một lời thỉnh cầu cho tất cả mọi người đều sẽ được gìn giữ khỏi sự cai trị vô pháp (so sánh với Simpson). Nhưng tổng thể phân đoạn này dường như mang nặng ý nghĩa thần học nên không thể hiểu theo nghĩa ấy, và phần kết của câu này, *và nhận biết chân lý*, sẽ phù hợp hơn với ý là sự cứu rỗi tâm linh chứ không phải sự gìn giữ theo hướng tự nhiên, trừ phi nó có nghĩa là điều kiện sống bình yên hỗ trợ cho công tác truyền bá phúc âm.

Cụm từ *nhận biết chân lý* làm ta nhớ lại Giăng và ngoài các thư tín mục vụ ra thì không chỗ nào khác trong các thư tín của Phao-lô có cụm từ này. Nó cần phải được hiểu là sự khải thị đầy đủ của Đức Chúa Trời qua Đấng Christ, để biết điều gì là đỉnh điểm của sự cứu rỗi Cơ Đốc.

5. Có nhiều quan điểm khác nhau về việc liệu câu này có phải là một câu trích dẫn từ một nguồn khác hay không hay liệu nó có phải là câu nói của chính tác giả hay không. Vì ý tưởng về một Đấng Trung Bảo là ý tưởng nổi bật từ các thư tín gửi cho người Hê-bơ-rơ, người ta đã cho rằng câu này đã bị ảnh hưởng bởi thư tín đó. Nhưng chính Phao-lô chắc hẳn đã đồng ý với cả hai lời phát biểu trong câu này. Ông lý luận từ sự hiệp một của Đức

Chúa Trời đến phạm vi toàn cầu của sứ mạng mà ông nhận lãnh để giải thích cho độc nhất thuyết của người Do Thái trong Rô-ma 3:29–30. Ở đây, sự viện dẫn giáo lý sự hiệp nhất của Đức Chúa Trời, là giáo lý quen thuộc với cả Do Thái giáo và Cơ Đốc giáo, liên hệ với ước muốn của Chúa là tất cả mọi người đều nhận biết chân lý. Phần thứ hai của câu Kinh Thánh này thêm vào một yếu tố Cơ Đốc mang tính loại trừ. Giáo lý Đấng Christ là *Đấng Trung Bảo* được giải thích đầy đủ hơn trong thư gửi người Hê-bơ-rơ khi liên hệ đến giao ước. Việc Đức Chúa Trời và con người không thể có mối liên hệ nào nếu không có Đấng Christ Giê-xu cũng là tư tưởng căn bản của Phao-lô. Chính vì một người trung bảo thì phải là người đại diện nên nhân tính của Đấng Christ (*Đấng Christ Giê-xu, cũng là người*) cũng trở nên nổi bật.

6. Suy nghĩ về việc Đấng Christ là Đấng Trung Bảo đã dẫn Phao-lô tới chỗ đưa ra một lời công bố chính xác hơn về sự chuộc tội. Việc đề cập đến *giá chuộc tội* (*antilytron*) vang vọng lại lời của Chúa Giê-xu: "Con Người đã đến không phải để được phục vụ nhưng để phục vụ, và hiến dâng mạng sống mình làm giá chuộc (*lytron*) cho nhiều người" (Mác 10:45). Ở đây có một sự kết hợp của hai giới từ mà cả hai đều mang đến sự thật ấy là Đấng Christ đang làm một việc cho người khác. Tiếp đầu ngữ *anti* trong danh từ này có nghĩa là "thay cho" và *hyper* theo sau động từ có nghĩa là "thay mặt cho" (mặc dù cũng cần phải ghi chú rằng *hyper* trong một số trường hợp có thể vẫn có nghĩa là "thay cho"). Đấng Christ được mô tả là "giá để hoán đổi" thay mặt cho và thế chỗ cho *mọi người*, qua đó mà sự tự do được ban cho. Thế nhưng không phải tất cả mọi người đều được hưởng sự tự do đó. Đúng là giá chuộc tội đó là cái giá vô hạn vô lượng, nhưng ích lợi mà nó đem đến thì đòi hỏi một sự quy gán. Ở đây, sứ đồ Phao-lô đang ám chỉ rằng vì giá chuộc tội là đủ cho tất cả mọi người, nên Đức Chúa Trời ắt hẳn cũng muốn mọi người đều được cứu.

Ý nghĩa chính xác của cụm từ cuối, *là lời chứng được ban cho đúng thời điểm*, khá mơ hồ do đặc điểm bị dồn lại. Vì những lời này đi ngay phía sau một câu phát biểu rất sâu sắc về công tác cứu chuộc của Đấng Christ, nên tốt nhất là nên coi "lời chứng" muốn nói đến ở đây là hành động của Đức Chúa Trời trong việc sai Con Ngài đến vào thời điểm đã định (so sánh với Ga 4:4).

7. Những từ mở đầu có thể được viết lại là "Để rao truyền lời chứng ấy, ta đã được bổ nhiệm làm *người truyền giảng* và *sứ đồ*". Phao-lô không tự bổ nhiệm chính mình cho một nhiệm vụ to lớn và mạo hiểm, trách nhiệm ấy được đặt trên vai ông bởi Đức Chúa Trời (so sánh với 2 Ti 1:11). Từ được nhấn mạnh *Ta* bày tỏ một sự kinh ngạc mang tính cá nhân. Nhưng tại sao

Ti-mô-thê cần được nhắc nhở về sự kêu gọi của Chúa cho chức vụ của Phao-lô? Trong số tất cả những người khác thì Ti-mô-thê phải là người nhận thức rõ ràng nhất về điều đó chứ? Và tại sao phải dùng cụm từ thể hiện sự quả quyết *ta nói thật, không nói dối*? Nhiều học giả thấy thật sự rất khó để tin rằng Phao-lô sẽ có lúc bày tỏ chính mình theo cách như thế này cho một Ti-mô-thê thật sự, nhưng sự quả quyết với bản chất mạnh mẽ này có thể được tìm thấy ở những chỗ khác trong các thư tín của Phao-lô (Rô 9:1; 2 Cô 11:32; Gal 1:20). Phải thừa nhận rằng những sự tương đồng này được viết ra trong những hoàn cảnh nơi mà thẩm quyền của Phao-lô đã bị một số người nghi ngờ, mà đây không phải là trường hợp của Ti-mô-thê. Nhưng nếu các thư tín mục vụ được coi là vừa công khai vừa riêng tư thì chắc hẳn Ti-mô-thê cần có một sự quả quyết mạnh mẽ nhất có thể về địa vị sứ đồ chân thật của Phao-lô để chống lại một số người chối bỏ điều đó ở Ê-phê-sô (so sánh với Jeremias). Sự ủy thác của Ti-mô-thê có liên hệ tới sự chân thật trong sự kêu gọi của người tiền nhiệm của ông. Ngoài ra, sự quả quyết mạnh mẽ nào đó không phải là đặt không đúng chỗ ở đây bởi vì tính xác thực của sứ mạng truyền giáo cho người ngoại bang đang bị bị đe dọa.

Một câu hỏi được đặt ra là liệu sự quả quyết này có liên hệ đến những từ phía sau đó, thay vì là những từ phía trước, hay không. Nếu vậy, tính xác thực sẽ được dành cho lời tuyên bố của Phao-lô là ông được bổ nhiệm một cách đặc biệt để làm *giáo sư cho các dân ngoại* chứ không phải là lời tuyên bố về chức vụ sứ đồ của ông. Nhưng hai lời tuyên bố này không thể tách rời. Từ *đức tin* và *chân lý* trong tiếng Hy Lạp là hai từ, *pitis* (đức tin) và *alētheia* (*chân lý*), là những từ bày tỏ tầm ảnh hưởng của sự dạy dỗ ấy. Chúng bao hàm cả tinh thần của người thầy và nội dung của sứ điệp, mặc dù cái sau dường như nổi bật hơn cái trước.

8. Giờ đây Phao-lô quay trở lại chủ đề sự cầu nguyện. Thẩm quyền mà ông dựa vào được toả sáng trong động từ mở đầu *Ta muốn* (*boulomai*), là động từ có thể được xem gần như là một mệnh lệnh. Phao-lô không chỉ đang bày tỏ một ước muốn thoáng qua. Đối với ông, cầu nguyện là vấn đề vô cùng quan trọng.

Có lẽ việc lựa chọn *những người đàn ông* ở đây để nói về những người cần phải cầu nguyện cần phải được hiểu trong mối liên hệ với những gì được nói về phụ nữ ở phần sau (câu số 9). Khi sử dụng cụm từ *khắp mọi nơi* (theo nghĩa đen là "ở khắp mọi nơi"), có thể Phao-lô đang nhắc lại Ma-la-chi 1:10–11 (so sánh với Brox), nhưng cụm từ này thường được coi là cụm từ của Phao-lô (so sánh với 1 Cô 1:2; 2 Cô 2:14; 1 Tê 1:8), trong khi đưa *tay* lên trời là tập tục phổ biến giữa vòng người Do Thái và người ngoại cũng như là tập tục phổ biến của các Cơ Đốc nhân khi nói về thái độ cầu nguyện (so sánh với Lock). Mặc dù việc thường xuyên cầu nguyện ở đây được coi là vấn đề bắt buộc của Cơ Đốc nhân, nhưng điệu bộ được đề cập đến bổ sung cho tính từ chỉ phẩm cách *thánh sạch*. Những người thờ phượng với đôi tay bị vấy bẩn bởi những việc làm không xứng hiệp trước nhất cần phải được tẩy sạch trước khi đến gần với Đức Chúa Trời trong sự cầu nguyện (so sánh với Thi 26:6). Những từ kết lại câu này *không giận dữ và cãi cọ* cho thấy rằng những thái độ sai lầm không phù hợp với vị trí thiêng liêng của sự cầu nguyện giống như những đôi tay vấy bẩn. Không chỉ hành động trong sạch mà cả động cơ trong sạch đều cần thiết cho sự thờ phượng Chúa của người Cơ Đốc.

b. Địa vị và cách hành xử của người nữ Cơ Đốc (2:9–15)

9. Về mặt ngữ pháp, phần này tiếp tục nối kết với câu 8, nghĩa là nó đưa ra những quan sát về cách hành xử của phụ nữ trong việc cầu nguyện nơi công cộng. Nhưng dường như có vẻ Phao-lô không có ý định giới hạn chính mình theo cách này, vì không có một sự phân biệt rõ ràng nào được đưa ra giữa những gì là xứng hợp với sự thờ phượng chung và những gì là xứng hợp ở những dịp khác. Lời khuyên được đưa ra dường như mang tính phổ quát, vì thế chúng ta cần phải hiểu rằng Phao-lô chuyển từ mục tiêu trước mắt nhằm đưa ra những quan sát rộng hơn về cách hành xử của phụ nữ.

Từ được dịch là *ăn mặc* (*katastolē*) có lẽ nói về cách hành xử cũng như phục trang. Điểm nhấn này là ở phẩm tính nết na đi kèm với cách ăn mặc. Chỉ hành vi chừng mực, nết na và trật tự mới có thể xứng hiệp với tinh thần thờ phượng Cơ Đốc. Điều này phản ảnh một thái độ đúng đắn của tâm trí, vì Phao-lô đủ tinh tế để biết rằng cách ăn mặc của người nữ là tấm gương phản chiếu tâm trí của người ấy. Ông dường như loại trừ bất cứ sự phô trương hình thức nào vì nó không xứng hiệp với hình thức thờ phượng thành kính trong tinh thần cầu nguyện.

Các từ *đứng đắn, giản dị* và *lịch sự* được thêm vào để giải thích cho cách ăn mặc được chấp nhận. Một lần nữa, đây là vấn đề về phẩm giá và tính nghiêm túc của mục đích, đối lập với sự khinh suất và phù phiếm. Phao-lô không để cho ta có bất cứ thắc mắc nào về điều ông muốn nói khi thêm một danh sách những điều bị cấm đoán trong cách điểm trang bề ngoài.

Bới tóc là phong cách làm tóc quen thuộc của phụ nữ Do Thái, và theo những cách tỉ mỉ, những cách bới tóc được buộc lại bằng nơ (so sánh với Strack-Billerbeck). Dĩ nhiên Phao-lô không hề phản đối việc bới tóc một cách phù hợp, nhưng ông chống lại những cách làm tóc nhằm phô trương và việc đó thì không phù hợp với phụ nữ Cơ Đốc. Một nguyên tắc tương tự áp dụng cho việc sử dụng trang sức hay quần áo đắt tiền. Bất cứ hình thức phô trương nào cũng có khuynh hướng kéo chúng ta xa rời mục đích chính của sự thờ phượng.

10. Phao-lô nhanh chóng nói thêm rằng không có nghĩa là phụ nữ không điểm trang gì cả, nhưng thứ vốn quý lớn nhất mà người phụ nữ sở hữu chính là một đời sống tin kính và yêu mến Chúa. Ông nói rõ rằng ông chỉ nói những điều ấy cho phụ nữ Cơ Đốc, những *người phụ nữ tin kính* và những người có tiêu chuẩn luôn luôn cao hơn tiêu chuẩn của những người không tin kính Chúa. Có một sự nhấn mạnh đặc biệt ở đây, cũng giống như ở những chỗ khác trong các thư tín mục vụ, là nhấn mạnh vào tầm quan trọng của *việc lành*, có lẽ bởi vì những lời phỏng đoán hiện hành có khuynh hướng tách bạch giữa giáo lý và việc làm. Ý niệm về việc lành như một vật điểm trang là một ý niệm đầy thu hút, vì cuộc đời tận hiến cho người khác phi vụ lợi được xem là điều làm con người đó nổi bật lên. Tóm lại, điều tô điểm một người phụ nữ không nằm ở những gì người ấy khoác lên người, nhưng ở sự phục vụ yêu thương mà người ấy ban ra.

11. Việc phụ nữ cần *yên lặng học hỏi*, hoàn toàn phù hợp với 1 Cô-rinh-tô 14:34–35, mặc dù phần Kinh Thánh ở Cô-rinh-tô đặc biệt nói về sự thờ phượng chung. Rất có thể sự phê bình nghiêm khắc hiện thời của Phao-lô cần phải được hiểu theo cùng một điều kiện như vậy, và được viết ra để kiềm chế các khuynh hướng mới mẻ liên quan đến việc giải phóng phụ nữ Cơ Đốc, việc họ lợi dụng sự tự do mới tìm thấy của mình khi cai trị nam giới một cách bất xứng. Những sự thái quá ấy sẽ mang lại tiếng xấu trên cả cộng đồng, như nó đã xảy ra tại Cô-rinh-tô mà Phao-lô đã phải kêu gọi một cách xử lý cứng rắn. Khi dự phần trong sự thờ phượng chung, thì phần của phụ nữ là *học*, hay ít nhất là "yên lặng lắng nghe" (Moffatt). Bình đẳng giới, điều mà tư tưởng xã hội hiện đại đặt lên hàng đầu, lại ít được công nhận trong thời xa xưa. Không chỉ bởi vì thái độ của người Hy Lạp đương thời chống lại nó mà tư tưởng của người Hê-bơ-rơ đối với vấn đề này cũng lãnh đạm y như vậy.[79] Phao-lô đề cập *thái độ hoàn toàn thuận phục* (*en pasei hypotagei*) chủ yếu liên hệ đến sự thờ phượng chung như sau này quy định, và phải dè dặt, thận trọng nếu muốn rút ra những nguyên tắc mang tính phổ quát từ từ những trường hợp cụ thể. Tuy nhiên, ý tưởng người nữ phải thuận phục không chỉ được thấm sâu vào trong nhận thức của phần đông nhân

---

[79]So sánh với Strack-Billerbeck, *Kommentar zum Newen Testament aus Talmud und Midrasch* (1922–61), tập 3, trang 428 trở đi.

loại (điều mà dĩ nhiên bản thân nó không phải là lý lẽ biện minh cho nó), nhưng dường như cũng là điều vốn có trong quá trình Chúa tạo dựng nên nhân loại. Phao-lô đề cập đến khía cạnh thứ hai này trong câu 13.

12. Rõ ràng phụ nữ được khuyến khích để học nhưng không được phép *dạy dỗ*. Có lẽ sự cấm đoán này có những lý do về mặt địa phương mà chúng ta không biết được. Cần phải ghi nhận rằng 1 Cô-rinh-tô không hề ghi nhận bất cứ lời huấn thị cụ thể này lần nào cả, mặc dù 1 Cô-rinh-tô 14:34–35 có cấm phụ nữ nói. Nếu lời cấm đoán ở câu 12 này được giới hạn cho việc giảng dạy trước mặt hội chúng (có vẻ rất có thể là như vậy) thì nó hoàn toàn phù hợp với phần Kinh Thánh ở 1 Cô-rinh-tô. Phao-lô không thể bị buộc tội là người ghét phụ nữ, như thi thoảng ông vẫn bị, dựa trên sức mạnh của bằng chứng này, bởi vì ông thừa nhận một số phụ nữ giữa vòng những người đồng công với mình, như Bê-rít-sin (Rô 16:3–5), Ê-vô-đi và Sin-ty-cơ (Phil 4:2–3). Có lẽ lời cấm đoán này căn cứ trên hoàn cảnh là rất có thể những người nữ thời đó đang rơi vào ảnh hưởng của những kẻ lừa đảo, mạo danh (so sánh với Falconer). Một ý tưởng tương tự đó là người ta đang chiến đấu với khuynh hướng làm ngơ những sự khác biệt giữa nam và nữ giữa vòng những người theo Trí huệ giáo sau này (so sánh với Brox), nhưng khuynh hướng này có lẽ đã có nguồn gốc sớm hơn rất nhiều ở thế kỷ thứ nhất.

Những cấm đoán của các ra-bi khắt khe hơn nhiều so với những cấm đoán của người Cơ Đốc, bởi vì phụ nữ, mặc dù về lý thuyết vẫn được phép đọc Tô-ra trước mặt người khác, trong thực tế lại không được dạy ngay cả dạy các trẻ em nhỏ tuổi.[80] Công tác dạy dỗ giáo lý Cơ Đốc có vẻ như bị Phao-lô giới hạn chỉ cho người nam thực hiện, và điều này đã được thực hành gần như không có sự thay đổi trong lịch sử hội thánh. Nhưng hẳn là người ta đã bỏ sót việc Phao-lô công nhận rằng Ti-mô-thê đã được dạy Kinh Thánh từ khi còn nhỏ và sự dạy dỗ này theo cách tự nhiên nhất là từ mẹ của ông bởi vì cha ông là một người Hy Lạp (so sánh với 2 Ti 1:5; 3:15). Ngoài ra, trong phong trào truyền giáo hiện đại, phụ nữ quá thường xuyên phải đảm nhiệm vai trò là người dạy khi vắng bóng những đồng lao nam. Có thể xem câu 12 mang tính tương đối thay vì là một sự cấm đoán triệt để nếu nó được giải nghĩa trong ánh sáng của câu 14. Ê-va đã tìm cách chỉ dẫn A-đam trong khi bà không hiểu thấu vấn đề cách đầy đủ. Thực ra, liệu Phao-lô có đang nói rằng không người nữ nào được quyền dạy dỗ nếu trước nhất người đó không dành thời gian để học dựa trên thực tế là phụ nữ khi ấy không có cơ hội để được học?

---

[80] So sánh với Strack-Billerbeck, op. cit., tập 3, 467.

Từ được dịch là *cai trị* (*authenteō*) có nghĩa là "có quyền trên". Trong những buổi nhóm họp chung, phụ nữ Cơ Đốc cần phải kiềm chế việc đặt ra những luật lệ cho người nam. Họ cần phải im lặng. Có thể chủ yếu trong đầu Phao-lô đang nghĩ đến những người nữ đã có gia đình và chữ *người nam* ở đây có thể được hiểu là "người chồng", mặc dù cách hiểu này có thể không mấy liên quan nếu phân đoạn này đang nói về những buổi nhóm trong hội thánh. Thật ra, phần kết luận của lời huấn thị *phải im lặng* không thể áp dụng cho gia đình Cơ Đốc, vì thế cả câu này phải liên hệ đến hội chúng.

13. Trong 1 Cô-rinh-tô 11:9, Phao-lô đã sử dụng lập luận cho rằng thứ tự tạo dựng trước khiến người nam có lợi thế hơn người nữ. Dường như giả định ấy cho rằng với sự phê chuẩn của chính Đấng Tạo Hóa, trật tự tạo dựng ban đầu cần phải được coi là quy ước cho việc quyết định trật tự đúng đắn của nam và nữ. Thế nhưng, trật tự thời gian mà thôi trong trường hợp này không thể được coi là quan trọng bởi vì A-đam được tạo dựng sau khi Đức Chúa Trời tạo dựng các loài vật, tuy nhiên A-đam vẫn được giao cho quản trị muôn loài. Ý chính ở đây đó là loài người thì có đôi có cặp (A-đam và Ê-va). Ê-va được định để trở thành người đồng hành với A-đam. Mối liên hệ giữa họ không thể được coi là mối liên hệ cạnh tranh mà là mối liên hệ bổ sung.

14. Bây giờ một lý do khác lý giải việc tại sao người nữ không được dạy người nam được thêm vào. *Cũng không phải A-đam bị lừa gạt, nhưng là người nữ bị lừa gạt và phạm tội.* Trong khi Ê-va bị lừa gạt và phỉnh dối, thì A-đam lại phạm tội với đôi mắt mở to. Như Bengel đã nói: "Con rắn quyến dụ người nữ, người nữ không quyến dụ người nam mà chỉ thuyết phục" (Sáng 3:17). Về mặt lý lẽ, thì điều này sẽ làm cho A-đam có tội hơn, nhưng Phao-lô ở đây chủ yếu lại quan tâm đến việc phụ nữ không nên là người giảng dạy. Có khi nào bởi vì ở đây ông đặc biệt nghĩ đến Ê-va, nên ý của câu này có nghĩa là bà đã làm cho A-đam lầm lạc bởi vì bà không hoàn toàn quen thuộc với bản chất của trái cấm và vì thế không ở vị trí có thể chỉ dẫn A-đam? Nếu quan điểm này đứng vững, thì nó cho thấy rằng việc Phao-lô cấm đàn bà giảng dạy là có điều kiện, dựa trên bối cảnh của việc người nữ về căn bản không được dạy dỗ đầy đủ trong thế giới đương thời. Điều này sẽ giải thích điểm nhấn là vào việc học chứ không phải vào việc dạy trong câu 11 và 12. Cách giải thích ấy có sự hấp dẫn của riêng nó, mặc dù cách giải nghĩa phân đoạn Sáng Thế Ký ấy có vẻ hơi bị gượng ép. Tuy nhiên, câu hỏi về việc phụ nữ giảng dạy không thể tách rời khỏi sự không bình đẳng giữa nam và nữ ở thế kỷ thứ nhất về mặt giáo dục.

Những lời kết về Ê-va rằng bà đã phạm tội trong nguyên ngữ Hy Lạp dùng ở thì hoàn thành, mô tả một trạng thái vĩnh cửu. Việc Phao-lô không miễn trừ A-đam khỏi trách nhiệm làm cho tội lỗi vào trong thế gian được thể hiện rất rõ trong Rô-ma 5:12 trở đi, trong phân đoạn ấy Ê-va thậm chí còn không được nhắc đến. Tuy nhiên, Phao-lô thật sự có đề cập đến việc con rắn phỉnh dối Ê-va ở một bối cảnh khác trong 2 Cô-rinh-tô 11:3, và vì thế câu Kinh Thánh nhắc đến Ê-va hiện tại không thể được xem là một bằng chứng cho rằng nó không phải do Phao-lô viết ra.[81]

15. Từ một ám chỉ cụ thể về Ê-va, dường như Phao-lô chuyển sang nói với những người nữ nói chung, bằng cách công bố rằng *người nữ sẽ được giải cứu trong lúc sinh con cái*, nhưng ý nghĩa chính xác của câu này là điều không dễ để phân định.

1. Một cách giải nghĩa đó là phải hiểu những lời này là một lời khích lệ đơn giản dành cho phụ nữ trong lĩnh vực tự nhiên của họ. Điều này rõ ràng phù hợp với câu chuyện trong Sáng Thế Ký mà ở đó công bố sự đoán phạt trên Ê-va rằng bà sẽ phải đau đớn trong cơn thai nghén, thêm vào sự đảm bảo rằng nếu các điều kiện sinh đẻ được tuân thủ thì bà sẽ sinh con an toàn. Rất có thể trách nhiệm sinh con được nhấn mạnh để bù đắp cho việc kiêng khem không tự nhiên mà các giáo sư giả cổ súy (so sánh với Jeremias).

2. Một giáo phụ của hội thánh đầu tiên, Chrysostom, hiểu động từ "giải cứu" theo nghĩa thuộc linh, nhưng để tránh cách hiểu vô lý đó là cho rằng sinh con là phương tiện để được cứu rỗi của một người nữ, như thế những phụ nữ không lập gia đình hay không con cái là *tự động* bị loại trừ, ông hiểu từ "sinh con cái" là một từ tương đương với từ dưỡng dục con trẻ. Nhưng cách hiểu này làm cho sự cứu rỗi của người nữ trở thành vấn đề việc làm theo một kiểu cụ thể nào đó, và khó mà cho rằng Phao-lô muốn nói theo ý này.

3. Một cách giải thích khác đó là hiểu câu này theo cách dịch của bản RV "nàng sẽ được cứu qua phương tiện là việc sinh con" (có nghĩa là sinh ra Đấng Mê-si-a, xem thêm phần chú thích của bản RSV). Vì nếu đó là ý định của tác giả thì khó mà ông chọn một phương cách rất khó hiểu và mơ hồ hơn để diễn đạt ý mình muốn nói. Nếu việc sinh ra Đấng Mê-si-a là ý mà

---

[81]Hanson, *Studies in the Pastoral Epistles*, 65–77, công bố rằng các thư tín mục vụ phản ánh quan điểm cho rằng sự vi phạm của Ê-va là tội tình dục. Ông nghĩ rằng 2 Cô-rinh-tô 11:1–3 cho rằng Phao-lô biết nhưng lại chối bỏ truyền thống cho rằng con rắn đã quyến dụ Ê-va. Nhưng việc ông khẳng định là các thư tín mục vụ đã đưa ra một cách giải thích khác về nó là việc không phải là kết quả của sự so sánh giữa 2 Cô-rinh-tô 11:1–3 và 1 Ti-mô-thê 2.

những từ "sinh con cái" này muốn nhắm đến thì thật lạ khi Phao-lô không hề đưa ra thêm một lời giải thích nào cả. Mạo từ tiếng Hy Lạp ở đây lại chung chung, ý nói đến việc sinh con nói chung chứ không phải là nói đến một trường hợp cụ thể duy nhất. Tuy nhiên, nếu cả phân đoạn này tập trung vào Ê-va, thì rất có thể ở đây có một sự ám chỉ về lời hứa của Sáng Thế Ký 3:15, ám chỉ về lời hứa một Người sẽ giày đạp đầu con rắn. Nếu đúng là như vậy, thì nó sẽ giải thích cho chỗ đề cập đến sự cứu rỗi ở câu này. Cách giải nghĩa này khá hấp dẫn mặc dù vẫn có những điều khó hiểu trong đó.

4. Một đề xuất khác đó là những lời này cần phải được hiểu theo nghĩa "người nữ sẽ được cứu dù phải sinh con đẻ cái", có nghĩa là người nữ sẽ được nối kết với người nam trong sự cứu rỗi, bất chấp hình phạt của tội lỗi vẫn phải áp dụng trên họ. Trong trường hợp đó thì câu này là dạng một lời xin lỗi về những gì vừa mới được nói về người nữ (so sánh với Scott). Cách hiểu này có lợi thế là trình bày về những người nữ Cơ Đốc theo cách mà trong đó lời rủa sả ban đầu trên dòng dõi của họ đã được giảm nhẹ bởi sự cứu rỗi của người tin nơi Đấng Christ, nhưng nó cũng gượng ép một ý nghĩa không tự nhiên trên giới từ Hy Lạp là *dia* (*thông qua*).

Rất khó để đưa ra một kết luận, nhưng cách giải nghĩa thứ ba có lẽ đối diện với ít khó khăn hơn các cách giải nghĩa khác.

Trong câu này, các động từ thay đổi từ dạng số ít "người nữ sẽ được cứu" (*sōthesetai*) sang dạng số nhiều *nếu họ tiếp tục* (*meinōsin*). Bản NIV giải quyết khó khăn này bằng cách dịch chủ ngữ đầu tiên như một từ mang nghĩa khái quát, vì thế chủ ngữ ở dạng số nhiều (*phụ nữ - women*). Điều này có nghĩa là phần đầu của câu phải được hiểu trong ánh sáng của phần sau. Điều này sẽ làm cho câu này trở nên hợp lý, nhưng chúng ta vẫn có những cách giải nghĩa khác nữa. Một số người cho rằng số nhiều muốn nói đến vợ và chồng (so sánh với Brox) hoặc tác giả đang trích dẫn một nguồn độc lập nào đó (so sánh với Hanson). Nhưng không cách giải nghĩa nào trong hai cách giải nghĩa này thuyết phục, vì ở đây Phao-lô đang nói về người vợ chứ không phải người chồng, và việc cho rằng có một nguồn độc lập nào đó dường như là một hành động của sự bí lối. Có lẽ khả dĩ hơn là số nhiều này nói về Ê-va và những người sau bà.

Có một bộ tứ đức hạnh Cơ Đốc mà phụ nữ được mong đợi phải phát triển – *đoan chính, đức tin, tình yêu thương, sự thánh khiết*. Những cụm từ này cho thấy phẩm chất của lối sống Cơ Đốc mà Chúa mong đợi nơi các phụ nữ Cơ Đốc. Chúng hàm chứa một trạng thái tiếp diễn. Giới từ *en* (*trong*) cho thấy lĩnh vực trội hơn hẳn của phụ nữ trong việc nuôi dưỡng những nét duyên của người nữ Cơ Đốc. Sự thánh khiết trong phần kết của danh sách được liệt kê này minh họa rằng sự bình đẳng ấy trong hôn nhân là điều có thể thực hiện được và không hề ủng hộ cho quan điểm cho rằng để có được sự thánh khiết thì phải sống đời độc thân như vài nhóm người trong hội thánh cổ súy.[82]

c. Phẩm chất của những chức sắc trong hội thánh (3:1–13)

i. Giám mục (3:1–7)

1. Người ta vẫn thắc mắc là liệu phần công thức ở đầu câu này có nên gắn với những lời trước đó không, vì câu trình bày về công tác giám mục dường như thiếu sức nặng cần thiết về mặt thần học. Tuy nhiên, rất có thể đây là một câu châm ngôn hay một câu nói quen thuộc, và rất có thể câu này nói về chức giám mục hơn là nói đến phần ám chỉ rất khó hiểu về Ê-va trong chương trước. Công thức mở đầu, *Đây là lời đáng tin cậy* thu hút sự chú ý rất lớn vào tầm quan trọng của chức giám mục. Việc nhấn mạnh vào chức vụ ấy nhiều đến vậy có vẻ như hơi lạ, nhưng nó cần phải được xem như cách Phao-lô dùng để đem sự cao quý và trân trọng đến cho chức vụ ấy trước khi giới thiệu những phẩm cách cụ thể mà người ở trong chức vụ ấy cần có. Công thức này được sử dụng bốn lần ở những chỗ khác trong thư tín mục vụ nhằm giới thiệu những trình bày về giáo lý. Nhưng cách sử dụng có vẻ thực tế hơn ở đây thì là ngoại lệ.

Câu *Nếu có người mong được làm giám mục* [bản NIV dùng "giám sát" - ND], *người đó đã ước ao một điều cao đẹp* sử dụng từ *episkopos*, là từ sau này được sử dụng cho các giám mục (RSV dịch là "giám mục" [tương tự như cách dịch của bản TTHĐ - ND]). Theo cách sử dụng ban đầu của chữ này, ít nhất là cho tới thời của Ignatius, nó được giới hạn cho những người thực thi công tác giám sát trên hội thánh địa phương. Ở câu châm ngôn trong câu Kinh Thánh này, chức vụ được nói đến mang tính chung chung và có thể bao hàm bất cứ vị trí nào, từ thế tục đến hội thánh, cần có sự giám sát. Ở đây hoặc ở những chỗ khác trong các thư tín mục vụ, không có một gợi ý nào cho thấy đó là thể chế giám mục theo tôn ti trật tự như được Ignatius tán dương (xin xem Dẫn Nhập, trang 16 trở đi). Rất có thể ở đây Phao-lô đang nói về một đề xuất của cá nhân ông (so sánh với Simpson). Người mong muốn làm chức giám mục được cho là ước ao *một điều cao đẹp*. Bất cứ khi nào những giá trị thuộc linh được xem trọng một cách đúng đắn thì mục vụ Cơ Đốc trong hội thánh luôn được đánh giá cao. Tuy nhiên, sự cao đẹp của

---

[82] Để đọc phần khảo sát kỹ hơn về 1 Ti-mô-thê 2:8–15 vì nó tác động đến vai trò của người nữ, So sánh với M. J. Evans, *Woman in the Bible* (Exeter, 1983), 100–107.

chức giám thị không phải lúc nào cũng được công nhận trong thế giới thế tục.

Động từ đầu tiên được sử dụng trong câu này, *mong được làm*, là *oregomai*, là từ có nghĩa là "tự mình làm dài ra", có nghĩa là "khao khát", nhưng không phải theo nghĩa xấu; động từ thứ hai, *ước ao*, là *epithymeō*, lột tả ước muốn mạnh mẽ. Rõ ràng phải có một nhận thức rõ ràng về sự kêu gọi.

2. Bằng chi tiết cụ thể, Phao-lô tiếp tục liệt kê những phẩm chất cần có nơi một người giám mục. Ở Hy Lạp, bảng liệt kê các yêu cầu cho những giới, những ngành nghề tương tự nhau, như vua chúa, các tướng lĩnh và các bà mụ, đều đã có. Những phẩm chất cần có cho một chức vụ của người Cơ Đốc giống nhau một cách đáng kinh ngạc trong rất nhiều chi tiết. Thật ngạc nhiên khi những tiêu chuẩn cần có, cụ thể là những tiêu chuẩn mang tính phủ định (ví dụ: *không uống nhiều rượu, không gây gổ*) không dẫn chúng ta đến chỗ cho rằng người giữ chức vụ đó là người phải có một phẩm chất đặc biệt cao quý nào cả, bởi vì không một đức hạnh đặc biệt nào được đòi hỏi. Thế nhưng, bản thân điều này phản ánh một cách chính xác trạng thái sơ khai nhất của hội thánh Cơ Đốc, khi đa phần những người tin Chúa có lẽ xuất thân từ một bối cảnh mà lý tưởng đạo đức không lấy gì làm cao.

Dường như không có lý do đặc biệt nào cho trật tự của những phẩm chất được nói đến, việc thiếu tính hệ thống cũng tràn ngập khắp các danh sách mang ảnh hưởng tư tưởng Hy Lạp. Phẩm chất đầu tiên, *không chỗ trách được* (*anepilēmptos* không chỉ có nghĩa là được báo cáo là tốt nhưng cũng xứng đáng như vậy), phù hợp để đứng ở vị trí hàng đầu như một phẩm tính không thể tách rời khỏi nhân cách của một người làm mục vụ Cơ Đốc. Những từ tiếp theo, *chỉ một chồng một vợ*, đã được giải nghĩa theo nhiều cách khác nhau. Một số người hiểu những từ này là cấm kết hôn từ hai lần (chẳng hạn như Tertullian), được ủng hộ bởi cụm từ tương ứng trong câu 9. Những người khác lại cho rằng những lời này bắt những người làm mục vụ phải sống một vợ một chồng, đối lập với chế độ đa thê thường được thực hành trong thế giới ngoại giáo đương thời. Thế nhưng không Cơ Đốc nhân nào, dù có làm giám mục hay không, được cho phép thực hành chế độ đa thê (so sánh với Bernard). Lý do duy nhất cho một sự dạy dỗ như thế là để loại ra khỏi chức vụ ấy bất cứ ai trước khi quy đạo đã là người năm thê bảy thiếp rồi. Không cần phải cho rằng Phao-lô đang đưa ra một đề nghị chung chung rằng bất cứ người nam Cơ Đốc nào có hơn một vợ trước khi quy đạo cần phải loại tất cả ra và chỉ giữ lại một vợ mà thôi. Nếu ở đây chỉ đang nói về các lãnh đạo hội thánh, thì chính họ phải đóng vai trò là những gương mẫu cho tất cả những tân tín hữu khác. Các thuộc viên trong hội thánh cũng cần phải bị ngăn chặn để không có những hành động theo chế độ đa thê. Một cách giải nghĩa thứ ba đó là xem những lời này là những lời khái quát hơn, theo nghĩa là giám mục phải có một đời sống đạo đức nghiêm túc.

Trong số những đức hạnh tiếp theo được liệt kê, ba đức hạnh đầu tiên gắn liền với nhau (*tiết chế, sáng suốt, khả kính*) và mô tả một đời sống có trật tự. Đức hạnh thứ tư *hiếu khách* là một điểm cụ thể trong hội thánh đầu tiên, vì nếu các Cơ Đốc nhân không có sự sẵn lòng tiếp đón khách khứa, thì việc gia tăng số lượng tín đồ sẽ bị trì hoãn nghiêm trọng. Đức hạnh thứ năm *có tài dạy dỗ* liên quan đến các kỹ năng trí tuệ. Một người giám mục ắt hẳn phải có xu hướng đưa ra những lời khuyên bảo và những lời dạy dỗ về giáo lý cho những người hỏi đến. Hội thánh sẽ trở nên ốm yếu nhất khi yêu cầu căn bản này không được đáp ứng trong đời sống của những người lãnh đạo.

3. Một vài đức hạnh đòi hỏi sự chối từ những thứ vượt quá mức cho phép: ví dụ như *không nghiện rượu* chống lại sự say sưa; *không thô bạo* (*plēktēs* có nghĩa là "người tấn công") trừ bỏ việc đánh ai một cách giận dữ; *không gây gổ* là lời khuyên chống lại tính hay gây sự; *không tham tiền* là lời cảnh báo chống lại lòng yêu mến chủ nghĩa vật chất. Những sự thái quá ấy rõ ràng xa lạ với tinh thần Cơ Đốc, là tinh thần được thể hiện rõ ràng bằng phẩm chất tích cực duy nhất được đề cập đến, đối lập với tất cả những điều đã được nói ở trên, đó là *hòa nhã* (*epieikēs*). Điều này khắc họa một tinh thần hoàn toàn đối lập với những điều ở dạng phủ định bên trên. Nó cho thấy một sự ân cần, chu đáo và một sự kiên nhẫn nhịn chịu, là điều không dung thứ bất cứ phương cách bạo lực nào. Nó được nói đến ở Tít 3:2 trong các thư tín mục vụ. Nó được chỉ thị trong Phi-líp 4:5. Danh từ cùng gốc này được sử dụng trong 2 Cô-rinh-tô 10:1 nói về Đấng Christ, Đấng cung cấp một gương mẫu tốt nhất về phẩm hạnh này.

4–5. Một nguyên tắc quan trọng nhất, là nguyên tắc luôn có được sự nổi bật xứng đáng, được đưa ra tiếp theo. Hễ người nào không quản lý được con mình cách tử tế và nghiêm túc qua việc gìn giữ sự kỷ luật đúng đắn, thì người đó không phải là người có thể quản trị hội thánh. Nguyên tắc này là nguyên tắc phổ quát, vì kỹ năng tiềm ẩn ở phạm vi rộng hơn chỉ có thể được thể hiện bởi kỹ năng tương tự trong một phạm vi hẹp hơn (so sánh với phần thưởng được ban cho trong ẩn dụ về các ta-lâng, Mat 25:14 trở đi). Sự tương đồng giữa hội thánh (trong cụm từ *hội thánh của Đức Chúa Trời* thì rõ ràng đang nói đến cộng đồng địa phương) và gia đình mang lại địa vị cao trọng đặc biệt cho đời sống gia đình của người Cơ Đốc, một giá trị mang tính cấp bách ở thế kỷ hai mươi cũng như trong thời của Phao-lô. Ở đây vị sứ đồ đang nói về các chức sắc của hội thánh mà ở những con người đó, một đời sống gia đình xứng hợp như vậy là không thể tách rời (so sánh với câu 12). Thế nhưng không được phép hiểu những lời của Phao-lô ở đây theo nghĩa là những tiêu chuẩn này không được áp dụng cho các Cơ Đốc nhân nói chung (so sánh với Êph 5 và 6, và Côl 3 và 4).

Cụm từ Hy Lạp được dịch là *luôn biết thuận phục và lễ phép* (*meta pasēs semnotētos*) bao hàm yếu tố phẩm cách, nhưng không nhất thiết là phải cứng rắn. Việc người lãnh đạo yêu cầu con cái mình và người khác tôn trọng mình là điều quan trọng. Câu hỏi thêm vào trong câu 5 hoàn toàn phù hợp với phong thái của Phao-lô (so sánh với ba ví dụ trong 1 Cô 14:7, 9, 16), đem lại một ủng hộ từ câu hỏi tu từ cho luận điểm mới đưa ra. Câu trả lời cho câu hỏi này rất rõ ràng. Không quản trị đời sống gia đình một cách đúng đắn thì người đó sẽ không đủ phẩm chất để lãnh đạo hội thánh. Cần phải lưu ý rằng chính động từ được sử dụng ở đây để nói về việc những người làm cha quản trị con cái (*prohistēmi*) sau này cũng được sử dụng cho các trưởng lão cai trị hội thánh (5:7; cũng xem 1 Tê 5:12 và Rô 12:8).

6–7. Đối tượng mong muốn làm giám mục không được là *tân tín hữu* (*neophytos*). Cụm từ này rõ ràng được sử dụng ở đây để nói về một người mới quy đạo. Chúng ta thường cho rằng quy định này ắt hẳn phải là dấu hiệu cho một niên đại trẻ hơn cho các thư tín mục vụ, bởi vì ở một hội thánh mới được thành lập thì tất cả các thành viên chắc hẳn đều là những tân tín hữu. Cần lưu ý rằng đặc điểm cụ thể này không được liệt kê trong phần giáo huấn dành cho Hội Thánh Cơ-rết, vì việc Hội Thánh này mới được thành lập thì rõ ràng tiêu chuẩn này sẽ không phù hợp. Bản thân quy định này rất hợp lý, vì việc được thăng tiến quá nhanh rất dễ dẫn đến những sự kiêu ngạo và sự bất ổn. Từ Hy Lạp được dịch là *kiêu căng* (*typhoō*) có nghĩa đen là "quấn trong khói" (Abbott-Smith), cho thấy rằng một tân tín hữu sẽ thấy mình "trên mây" (so sánh với Brox). Sự kiêu ngạo làm cho ta có cảm giác mình ở trên cao một cách giả tạo, và kết quả của nó làm cho người ta ngã thật đau.

Không rõ là *rơi vào án phạt dành cho ma quỷ* có nghĩa là gì. Có thể ý nghĩa câu này là (a) sự đoán phạt dành sẵn cho ma quỷ, tức là sự đoán phạt bởi tội kiêu ngạo mang lại; hoặc (b) sự đoán phạt do ma quỷ thực hiện, tức là sự đoán phạt đến bởi những mưu đồ thêm vào của ma quỷ khi một người từng bị quyến dụ vào tầm với của ma quỷ thông qua sự kiêu căng; hoặc (c) sự đoán phạt của kẻ vu khống, hiểu chữ *ma quỷ* theo nghĩa nguyên thủy của nó, và qua cụm từ đó hiểu những sự tấn công hiểm ác mà một tân tín hữu kiêu ngạo phải nhận lãnh do kết quả của lòng tự cao tự đại của người đó. Việc sử dụng từ này trong 2 Ti-mô-thê 2:26 theo nghĩa "ma quỷ" và việc từ *krima* (án phạt, sự đoán phạt) ít được sử dụng có nghĩa là "sự vu khống (như Calvin đã ghi lại) đưa ra khả năng thứ ba, trong khi trong số hai khả năng còn lại thì cách giải nghĩa tự nhiên hơn về là cách giải nghĩa đầu tiên, bởi vì sự kiêu ngạo rõ ràng là một hiểm họa thường trực đối với một tân tín hữu được thăng chức.

Yêu cầu tiếp theo, *được người ngoại làm chứng tốt*, thoạt nhìn dường như là điều không thể vì Cơ Đốc giáo không được thế giới đương thời ưu ái. Thế nhưng lời dạy dỗ này là cần thiết để bảo vệ hội thánh khỏi sự lạm dụng không cần thiết, vì thế giới vô tín nhìn chung trân trọng những lý tưởng cao đẹp của nhân cách Cơ Đốc, cụ thể là những người làm mục vụ và các lãnh đạo hội thánh, nhưng không ngừng đoán xét những người xưng mình là Cơ Đốc nhân nhưng nếp sống thì đi ngược lại với điều họ xưng nhận. Điều đó không có nghĩa là người ngoài là trọng tài trong cách hội thánh chọn lựa nhân sự cho mình, nhưng không người nào làm mục vụ có thể thành công nếu người đó trước nhất không có được niềm tin của những người khác.

Cạm bẫy của ma quỷ lại là một cụm từ mơ hồ khác, vì nó có thể có nghĩa là cạm bẫy do ma quỷ giăng ra mà một người xa lạ với những người ngoại có thể dễ dàng rời vào, nhưng nó cũng có thể nói về tội kiêu ngạo của ma quỷ. Việc đề cập đến *sự sỉ nhục* cho thấy rằng cách giải nghĩa đầu tiên có khả năng đúng nhiều hơn, mặc dù cách giải nghĩa thứ hai tạo nên một sự tương đồng tốt hơn với câu trước.

ii. Các chấp sự (3:8–13)

Ám chỉ sớm nhất về một nhóm người đặc biệt được chỉ định để làm một nhiệm vụ cụ thể được tìm thấy trong Công Vụ Các Sứ Đồ 6, mặc dù ở đó từ "chấp sự" không được sử dụng. Nhiệm vụ của họ có lẽ là tạm thời giải quyết nan đề cấp bách. Vì bảy người này đặc biệt lưu tâm đến việc phân phát đồ cứu tế của hội thánh, nên việc họ có đủ phẩm chất đạo đức cho công tác ấy là điều cần thiết. Mặc dù không có bằng chứng nào rõ ràng cho thấy sự tiếp nối giữa nhóm bảy người trong Công Vụ Các Sứ Đồ 6 với các chấp sự ở đây, nhưng ở cả hai trường hợp đều có một sự tương đồng trong nhu cầu cần những người xứng hợp. Không cần phải cho rằng chức chấp sự là sự phát triển sau này khi xem xét Phi-líp 1:1. Trong trường hợp đó, các chấp sự đặc biệt liên hệ với các giám mục, có lẽ bởi vì đang xem xét đến một của dâng mà họ rõ ràng đã chịu trách nhiệm chính.

8. Danh sách những phẩm chất cụ thể ở đây liên hệ gần gũi với những phẩm chất ở trên, nhưng có những khác biệt quan trọng. Một lần nữa, yếu tố *nghiêm trang* nổi bật lên, vì một phẩm chất như thế tự nhiên sẽ đòi hỏi một mức độ tôn trọng tương xứng. Từ được dịch là *không nói hai lời* (*medilogos* [bản NIV dịch là "chân thành" - ND]) có thể mang nghĩa không nói một điều với người này rồi lại nói điều khác với người khác. Nhưng nó vẫn có thể hàm chứa nghĩa không bịa đặt, ngồi lê đôi mách, bày tỏ ý nói về một người hay nhiều chuyện, một khuynh hướng rất dễ mắc phải nhưng lại rất nguy hại cho người nắm giữ chức vụ chấp sự. Nhưng nghĩa đầu tiên có lẽ đúng hơn, bày tỏ ý nói cần phải chân thành, như trong cách dịch của bản NIV.

Hai phẩm chất tiếp theo, nghiêm cấm *nghiện rượu* và nghiêm cấm việc tham lam vô độ về *tham lợi phi nghĩa*, đều được bày tỏ bằng những cụm từ nặng hơn nhiều so với cụm từ được dùng trong trường hợp của các giám mục. Có lẽ điều này là bởi vì rõ ràng chấp sự thì liên hệ đến việc thăm viếng nhà của tín đồ, mà những lần thăm viếng như vậy họ phải đối diện với nhiều cám dỗ về hai tội này. Nhưng chúng ta không có bằng chứng cụ thể nào về các chức năng của chấp sự ở đây.

9. Các chấp sự phải là người không chỉ nhạy bén về những vấn đề thực tế, mà còn phải có sự tin quyết thuộc linh. Họ phải sở hữu điều được mô tả ở đây là *sự mầu nhiệm của đức tin*. Cách dịch của bản NIV "những lẽ thật sâu nhiệm của đức tin" phần nào đã che mờ ý nghĩa của từ *mystērion* khá quan trọng, là từ thường thấy trong các thư tín của Phao-lô, không phải là điều gì đó vượt ngoài khả năng hiểu biết của chúng ta, nhưng là điều mà một thời đã từng bị giấu kín, nhưng nay đã được khải tỏ cho những ai có khả năng phân biệt về mặt thuộc linh. Một số học giả thấy ở đây có một sự khác biệt so với cách sử dụng thông thường của Phao-lô, vì cho rằng sự mầu nhiệm giờ đây đã trở thành một cụm từ quen thuộc, theo nghĩa là con người có thể tiếp nhận phúc âm bằng đức tin mà không cần hiểu phúc âm. Nhưng thật khó để thấy liệu một người có thể nắm giữ những lẽ thật sâu sắc này *với một lương tâm trong sáng* như thế nào nếu không hiểu nó là gì. Đối với Phao-lô, từ *mầu nhiệm* luôn chứa đựng một ý nghĩa của sự kinh ngạc trước chương trình cứu chuộc của Đức Chúa Trời (Rô 16:26), và ông không thể nào mường tượng ra được việc các Cơ Đốc nhân khác không nhận biết điều tương tự. Cả cụm từ này có lẽ có nghĩa là (a) sự mầu nhiệm, là điều cốt lõi của đức tin Cơ Đốc (cách dùng mạo từ ở đây ủng hộ cho cách hiểu này); hoặc (b) sự mầu nhiệm có được bởi đức tin. Khi xem xét chữ *đức tin* ở những chỗ khác trong thư tín mục vụ đại diện cho cả một tổng thể giáo lý, thì cách hiểu đầu tiên dường như có sự nhất quán hơn cả.

10. Sự *thử thách* mà ở đây xem là cần thiết phải được hiểu như là một sự xem xét có đáp ứng được những phẩm chất được đòi hỏi hay không chứ không phải là một giai đoạn thử thách. Động từ dùng cho chữ thử thách (*dokimazō*) có nghĩa là kiểm tra với hy vọng rằng sẽ vượt qua bài kiểm tra ấy (so sánh với Abbott-Smith). Việc chỉ định các chấp sự, cũng như việc chỉ định tất cả các chức sắc khác trong hội thánh đòi hỏi một sự cẩn trọng. Spicq đã đúng khi viện dẫn Công Vụ Các Sứ Đồ 6:3 để cho thấy rằng sự xác nhận được thực hiện bởi hội đồng các tín hữu. Chỉ khi sự kiểm tra đầy đủ đã được thực hiện thì người ta mới có thể thấy rằng *không có gì đáng trách* và họ mới có đủ tư cách để phục vụ trong vai trò chấp sự. Những yêu cầu này có vẻ khắt khe, vì từ được sử dụng (*anenklētos*) có nghĩa là "không chỗ trách được" hay "trọn vẹn". Bản thân đòi hỏi này làm tăng sự trân trọng đối với chức vụ chấp sự.

11. Trong lời huấn thị đặc biệt dành cho phụ nữ này, một số người hiểu là đang nói về vợ của chấp sự và có nhiều điều để bàn ở đây khi thấy một người vợ cũng phải có nhiều phẩm tính tương tự trong công tác thăm viếng chăm sóc của chồng mình. Người khác lại coi đây là sự công nhận của một phẩm chức nữ chấp sự. Nhưng khi xem xét nó dưới góc độ của một phần đặc biệt sau này trong thư 1 Ti-mô-thê nói về những người phục vụ Chúa là nữ, thì chúng ta thấy cách hiểu này gặp nhiều khó khăn. Thế nhưng từ *hōsautōs* được dịch là *cũng vậy* cho thấy một sự liên hệ gần gũi giữa phụ nữ và các chấp sự, và sẽ ủng hộ cho luận điểm cho rằng một tầng lớp mới đang được nói đến tương tự như chức vụ chấp sự ở trên. Một lập luận khác ủng hộ cho các nữ chấp sự đó là không một yêu cầu đặc biệt nào được đề cập đến cho vợ của các giám mục. Thế nhưng một khả năng thứ ba đó là ở đây đang nói về một phẩm chức của các nữ chấp sự tương tự như Phê-bê (so sánh với Rô 16:1). Nhưng từ được đề cập đến ở đây quá chung chung nên chúng ta không thể kết luận một cách chắc chắn là ở đây đang nói đến một phẩm chức đặc biệt của các nữ chấp sự, nhưng việc chăm sóc mục vụ nữ giới cũng cần thiết, đặc biệt là chăm sóc và thăm viếng những ứng viên nữ đang chuẩn bị cho lễ báp-têm. Công việc như thế đòi hỏi những phẩm chất đạo đức nhất định cho dù là dành cho vợ của chấp sự hay cho các nữ chấp sự hay cho chấp sự. Tất cả những phẩm chất này đều chứa đựng một lưu ý quan trọng, phù hợp với đặc điểm nhiệm vụ của họ. Lời cảnh báo *không nói xấu* là lời cảnh báo căn bản, vì không ai ở trong công tác phục vụ Chúa có thể được phép ngồi lê đôi mách. Trong số các phẩm chất cần thiết khác, thì phẩm chất *tiết chế* được lặp lại từ câu 2 và một lần nữa là yêu cầu cơ bản, nhưng phẩm chất thứ hai *trung tín trong mọi việc* một lần nữa lại là một yêu cầu mang tính đòi hỏi khắt khe làm cho một người trở nên nổi bật ở một thời đại khi mà tính đáng tin cậy và sự trung thực trở nên rất quý giá trong thế giới của những người chưa tin.

12–13. Với một chấp sự thì trật tự trong gia đình và việc nuôi dạy con cái cũng cần thiết y như đối với một giám mục, và những yêu cầu được nói đến ở đây trong khía cạnh này thì tương đồng với những yêu cầu dành cho các giám mục. Tuy nhiên, lý do được đưa ra ở đây thì khác, có lẽ là một sự khích lệ dành cho những ai đang ở trong một chức vụ thấp hơn nhưng vẫn đòi hỏi tiêu chuẩn cao như vậy. Không rõ cụm từ *sẽ đạt được vị trí cao trọng* là gì, nhưng có ba cách giải thích được đưa ra. Từ "vị trí" (*bathmos*) có nghĩa là một "bước", vì vậy được hiểu là (a) sự thăng tiến thêm một bước, có được chức vụ cao hơn; (b) "vị trí" hay "chỗ ưu thế" (như trong NIV, RSV) liên hệ đến ảnh hưởng có được khi được cộng đồng Cơ Đốc tôn trọng; (c) "vị trí cao hơn trong mắt Đức Chúa Trời". Cách hiểu đầu tiên có vẻ như không phù hợp với bối cảnh và làm cho những sự dạy dỗ trước đó trở nên lố bịch nếu đây là mục tiêu chính của chức chấp sự. Cách hiểu thứ hai có vẻ hợp lý và hoàn toàn phù hợp với bối cảnh, bởi vì ảnh hưởng chỉ là "phế phẩm" của nhân cách (Simpson). Nhưng dựa trên cụm từ kết *mạnh dạn nơi đức tin trong Đấng Christ Giê-xu*, là cụm từ liên hệ với "vị trí" trong tư cách cả hai cùng là mục tiêu của cùng một động từ *sẽ đạt được*, thì khả năng thứ ba không thể bị loại trừ. Vì thế, cả hai phần có thể đều hợp lý theo ý nghĩa thuộc linh. Thế nhưng sự chuyển tiếp về mặt tư tưởng từ những phẩm chất đạo đức sang địa vị thuộc linh thì là cách hiểu khó giải thích hơn là cách giải nghĩa của giải pháp (b). Sự mạnh dạn dường như chủ yếu là sự mạnh dạn về phía người nam, mặc dù nó có thể bao hàm ý niệm về sự dạn dĩ khi đến gần Chúa.

Cụm từ *trong đức tin nơi Đấng Christ Giê-xu* đã được thảo luận rất nhiều từ trước tới giờ. Có người phản đối rằng cách áp dụng một cụm từ quen thuộc trong thư tín của Phao-lô là "trong Đấng Christ Giê-xu" này thật ra cho thấy nó không phải do Phao-lô viết ra bởi vì Phao-lô gần như lúc nào cũng sử dụng nó để mô tả con người chứ không phải những phẩm cách. Nhưng trong khi cách áp dụng cụ thể này có vẻ lạ đối với Phao-lô, thì chắc chắn chúng ta không biết rõ là liệu vị sứ đồ có sử dụng cụm từ yêu thích của mình khi mô tả đức tin hay không, bởi vì ở đây ông đang quan tâm đến việc thực hành đức tin chứ không phải đến tập hợp các giáo lý Cơ Đốc.

d. Đặc điểm của hội thánh (3:14–16)

Phần này đánh dấu một đoạn dừng trong những lời huấn thị của sứ đồ Phao-lô để đặt chúng vào trong nhãn quan đúng đắn, nhằm đưa ra nguyên cớ cho những sự huấn thị ấy và nhằm đưa ra một sự nhắc nhở rằng cần phải ngạc nhiên trước sự khải thị của Chúa, là sự khải thị không bao giờ tách rời khỏi những sự sắp đặt cụ thể. Phân đoạn Kinh Thánh này nên được xem là điểm trình bày giáo lý quan trọng của thư 1 Ti-mô-thê (như Spicq vẫn nói).

14. Mặc dù vị sứ đồ hy vọng sẽ sớm được gặp Ti-mô-thê, nhưng ông viết những lời huấn thị bên trên trong trường hợp ông chưa thể gặp Ti-mô-thê ngay. Vấn đề chính là tại sao sứ đồ Phao-lô lại không cho Ti-mô-thê những sự chỉ dẫn cần thiết trước khi để Ti-mô-thê ở lại Ê-phê-sô. Có vẻ như một mặt, Phao-lô không thấy trước mọi thứ để chuẩn bị cho người phụ tá của mình, hoặc mặt khác, ông cần phải đưa ra những lời chỉ dẫn căn bản vì thấy Ti-mô-thê vẫn chưa trưởng thành. Nhưng không giải pháp nào trong hai giải pháp này có vẻ như khả dĩ khi xem xét những gì chúng ta biết về hai người này từ những nguồn tài liệu khác. Tuy nhiên, nếu chúng ta mặc định đặc điểm bán chính thức của những lá thư này, thì không cần phải cho rằng những sự chỉ dẫn này là hoàn toàn mới mẻ đối với Ti-mô-thê (so sánh với Jeremias). Thật ra, cách giải thích rất có thể đó là thư tín hiện tại là sự xác nhận lại những lời khuyên bằng miệng mà Phao-lô đã đưa ra cho Ti-mô-thê lúc Phao-lô rời đi và được gửi trước khi Ti-mô-thê đến để làm cho vững chắc thêm thẩm quyền cho người phụ tá của ông. Cũng rất có thể Phao-lô buộc phải rời khỏi Ê-phê-sô một cách vội vã, và vì lý do đó ông phải cung cấp cho Ti-mô-thê những sự chỉ dẫn có thẩm quyền. Đặc điểm căn bản của những lời chỉ dẫn này phản ánh một trạng thái ban sơ trong sự phát triển của hội thánh.

15. Trong bản văn tiếng Hy Lạp, trừ một số bản văn Phương Tây, thì chủ ngữ của động từ *biết cách cư xử* (RSV dùng "hành xử") đã bị khuyết, vì thế có thể nói đến con người nói chung hoặc nói đến chính Ti-mô-thê. Có thể ở đây nói đến Ti-mô-thê bởi vì ông là chủ ngữ của động từ chính, nhưng trước giờ người ta luôn chắc chắn rằng việc liên hệ chung chung đến con người nói chung thì phù hợp hơn với những huấn thị trước đó. Mặt khác, những huấn thị này nhắm đến Ti-mô-thê nhằm đảm bảo rằng cần phải đưa ra những sự chỉ định phù hợp, và một ám chỉ đến hành vi chính thức của ông không thể được xem là xa lạ so với bối cảnh hiện tại. Động từ Hy Lạp *anatrephō* ("tự biết cách cư xử") có thể áp dụng rất phù hợp vào trong việc uỷ thác các nhiệm vụ chính thức. Việc mọi thứ cần phải được thực hiện một cách cao quý và hiệu quả là mối quan tâm đặc biệt của Phao-lô.

Ý niệm *hội thánh* là nhà đã được giới thiệu ở câu 5. Nhà của Đức Chúa Trời ở đây được định nghĩa chính xác là hội thánh của Đức Chúa Trời hằng sống, rõ ràng không phải là một ngôi nhà thờ bằng vật liệu nhưng là một hội chúng thuộc linh. Đây là một hình ảnh được yêu thích trong tư tưởng của Phao-lô (so sánh với 1 Cô 3:9–17; Êph 2:20–22). Sự vắng bóng mạo từ trước từ *ekklesia* (hội thánh) cho thấy rằng dù đang nghĩ đến một cộng đồng địa phương, nhưng tác giả cũng mường tượng nó là một phần của một tổng thể lớn hơn.

Cụm từ *rường và cột* [bản TT dùng *trụ và nền* - ND] *của chân lý* đã gây ra nhiều khó khăn chủ yếu bởi vì nó có vẻ như làm người ta chú ý nhiều hơn vào hội thánh thay vì vào chân lý. Sự dạy dỗ đồng nhất của Tân Ước đó là hội thánh đặt nền tảng trên chân lý, chứ không phải ngược lại. Để tránh khó khăn này, người ta đã đưa ra những cách giải thích sau đây:

1. Cả cụm từ này liên hệ đến Ti-mô-thê và không liên hệ đến hội thánh. Nhưng khó có thể Ti-mô-thê được mô tả là *trụ* hay *nền* của chân lý và trong bất cứ trường hợp nào thì cấu trúc câu văn trong tiếng Hy Lạp cũng không tự động dẫn đến một tiền tố là Ti-mô-thê ở đây.

2. Bằng cách dịch từ *hedraiōma* là "tường thành" thay vì *trụ* hay *nền*, khó khăn chính yếu này đã không còn, vì hội thánh đã trở thành người canh giữ chân lý thuộc linh ở nhiều góc độ khác nhau, và trong bất cứ trường hợp nào thì hội thánh cũng được định để thực hiện vai trò đó (so sánh với Hasler).

3. Cách giải nghĩa thứ ba đó là cụm từ này nên đi liền với những từ ở phía sau và nên được xem là một lời mô tả *sự mầu nhiệm của lòng tin kính* (Bengel theo quan điểm này), nhưng cách giải thích này lại bị loại ra bởi vì cấu trúc câu như thế trong tiếng Hy Lạp rất vụng và phép thoái dần liên hệ đến trong ý tưởng này (so sánh với Scott). Cần phải để ý đó là cả *trụ* và *nền* trong tiếng Hy Lạp đều không sử dụng mạo từ. Và điều này phải được xem xét một cách có chủ đích. Một tòa nhà thì cần nhiều hơn một cái trụ. Thực ra trụ tượng trưng cho mỗi cộng đồng Cơ Đốc (so sánh với Hort), trừ phi nó là một ám chỉ về trụ mây (Hanson, người coi phân đoạn này là một đoạn giải kinh Hê-bơ-rơ, theo quan điểm này). Như với mọi biện pháp tu từ thì ẩn ý không phải lúc nào cũng hoàn hảo, nhưng ý chính thì rõ ràng là nói về sức mạnh và sự chống đỡ. Ở đây cũng có thể tồn tại ý tưởng cho rằng những trung gian khác cũng được Đức Chúa Trời sử dụng tương tự để bảo vệ phúc âm (ví dụ Kinh Thánh, lương tâm).

16. Bài thánh ca Cơ Đốc trong câu này được giới thiệu bởi một công thức với chủ ý nhằm để báo hiệu về một điều gì đó lớn lao theo sau. Trạng từ được dịch là *thật quá lớn lao* (*monologoumenōs*) mang nghĩa là bởi sự đồng thuận chung, thu hút sự chú ý vào điều mà tất cả các Cơ Đốc nhân đều nắm giữ. Liên quan đến những dữ kiện căn bản của niềm tin, thì không có chỗ cho sự phô diễn. Chúng ta cần phải tìm hiểu cụm từ *sự mầu nhiệm của lòng tin kính*, bởi vì cụm từ này chỉ xuất hiện duy nhất ở đây. Chúng ta đã gặp từ *mầu nhiệm* trong câu 9 trong cụm từ *sự mầu nhiệm của đức tin*, nhưng ở đây nó được bổ nghĩa bởi một từ đã xuất hiện trong 2:2 nói về lòng tin kính hay sự tin đạo nói chung, mặc dù rõ ràng ở đây đang nói đến lòng tin cậy vào Chúa. Nhưng tại sao Phao-lô lại sử dụng cụm từ lạ thường này ở đây? Có lẽ câu trả lời được tìm thấy trong sự so sánh ngầm giữa sự tin kính thực tế vốn đã được quy định cho những chức sắc hội thánh và tâm tính bên trong là bí quyết đã được khải thị ở đây.

Bản King James, dựa trên Kinh Văn được công nhận (Received Text hay Textus Receptus), dịch là "Đức Chúa Trời đã được bày tỏ trong thân xác", nhưng các nhà biên tập hiện đại lại phản đối ý kiến này mà ủng hộ cho cách dịch "Đấng đã được bày tỏ". Bản NIV dịch là *Ngài đã hiện ra trong thân xác*, dựa trên cách đọc thứ hai. Theo cách đọc này thì đại từ quan hệ giống đực được hiểu là nói về Đấng Christ. Đây là cách giải thích khả dĩ nhất. Người ta cho rằng Đấng Christ có lẽ đã được đề cập đến ở phần trước của bài thánh ca này, mà phần ấy thì không được lưu lại trong phần trích dẫn. Rõ ràng là bài thánh ca đó được nhiều người biết đến và phần nói đến Đấng Christ này sẽ không có gì để bàn cãi.

Rất nhiều đặc tính trữ tình của bài thánh ca này đã không còn được thấy trong bản dịch của chúng ta, nhưng trong bản văn tiếng Hy Lạp thì lại vô cùng ấn tượng. Cụm đầu tiên tán tụng sự nhập thể và mặc định sự thực hữu từ trước của Đấng Christ, một câu trình bày chân lý Cơ Đốc sâu sắc và súc tích ấn tượng. Huyền nhiệm này đã được biết đến, thế nhưng chúng ta vẫn khám phá ra rằng huyền nhiệm ấy vượt quá mọi sự hiểu biết của ta! Dòng tiếp theo, *Được Thánh Linh tuyên xưng công chính*, có thể được coi là song đối với cụm từ trước đó. Trong trường hợp ấy, vì cụm từ *en sarki* (*trong thân xác*) chỉ phạm vi hoạt động của động từ *bày tỏ*, nên *en pneumati* (*trong Thánh Linh*) chỉ phạm vi hoạt động của động từ *tuyên xưng công chính*. Bằng cách dịch giới từ *en* là "bởi" [bản NIV dịch "được tuyên xưng công chính *bởi* Đức Thánh Linh – ND], bản NIV không đi theo hình thức song đối này nữa. Tuy nhiên, nếu hình thức song đối này là đúng, thì "Thánh Linh" [*pneuma* có thể chỉ về "Đức Thánh Linh" hay "tâm linh"/"tinh thần" của con người - ND] có thể đang nói về tâm linh của con người Đấng Christ (như trong Rô 1:4), trong trường hợp đó thì có thể câu này có nghĩa là Đức Chúa Trời đã tuyên xưng Đấng Christ trong cõi tâm linh, tức là khi Đức Chúa Trời công bố Chúa Giê-xu là con của Ngài. Nếu phép song đối này không được áp dụng, thì giới từ *en* trong tiếng Hy Lạp có thể được hiểu theo nghĩa phương tiện (như cách dịch của bản NIV), và trong trường hợp đó, Đức Thánh Linh sẽ được tuyên bố là tác nhân trong việc tuyên xưng công chính nguyên cớ mà Đấng Mê-si-a bị đóng đinh và bị chối từ, và ý nghĩa này kết nối rất mượt mà với cụm từ đầu tiên. Nhưng nhìn chung cách giải nghĩa đầu tiên có vẻ phù hợp hơn, đặc biệt khi xem xét sự lặp lại của giới từ *en* trong suốt bài thánh ca này.

Cụm từ tiếp theo, *Được các thiên sứ ngắm nhìn*, khá khó hiểu, vì chúng ta không chắc từ *thiên sứ* ở đây nên được hiểu theo nghĩa nào. Nếu thiên sứ ở đây là các vua chúa và các quyền thế mà người ta tin là đang thống trị thế giới không thấy được (so sánh với từ "các thần sơ đẳng"/"các thứ thần linh hèn yếu" được sử dụng trong Ga 4:3, 9; "các thần linh" trong và Côl 2:8, 20 và so sánh thêm với Côl 2:15 và Êph 6:12), ý ở đây có thể là Đấng Christ khải hoàn đã bày tỏ chính mình ra cho những kẻ thù thuộc linh của Ngài được thấy. Nhưng những lời này cũng có thể được hiểu là nói về cơ binh của các thiên sứ không sa ngã, là cách hiểu dường như được ủng hộ bởi những câu như 1 Phi-e-rơ 1:12 và Ê-phê-sô 3:10. Các cơ binh trên trời được khắc họa là rất phấn khởi đón nhận lại Con Đức Chúa Trời đã được tôn cao, nhưng ý tưởng thứ hai này được thể hiện một cách rõ ràng hơn trong cụm từ thứ sáu. Đồng thời ý tưởng về việc các thiên sứ thờ phượng Con là một chủ đề phổ biến giữa vòng các Cơ Đốc nhân đầu tiên, như sách Khải Huyền đã cho chúng ta thấy. Người ta cho rằng một phản đề có tính nhấn mạnh tồn tại giữa cụm từ thứ ba và thứ tư, giữa sự khải thị cho *các thiên sứ* và sự khải thị *cho muôn dân*, cả hai kết hợp lại cho thấy phạm vi hiện diện của Đấng Mê-si-a (so sánh với Bernard). Nhưng có lẽ tốt hơn là nên nối kết cụm từ thứ tư và thứ năm lại như là những cụm song đối, tương tự nhau. Tính chất phổ quát của phúc âm được đặt cạnh trong số những điều kỳ diệu của *sự mầu nhiệm* này, và yếu tố ấy sẽ là một điểm đặc biệt đối với Phao-lô, vị sứ đồ cho dân ngoại. Chúng ta không bao giờ được phép quên rằng Đấng Christ người Do Thái đã trở thành Đấng Christ của muôn dân. Cụm từ này tập trung vào trần thế như thế nào thì cụm từ tiếp theo cũng vậy. Cụm từ tiếp theo vui mừng trước đáp ứng của mọi người đối với sự rao giảng trên thế giới. Có người hiểu những lời này có nghĩa là "trên khắp thế giới" và coi những lời này chỉ về sự hoàn tất của công tác rao giảng phúc âm vì cụm từ trước đó cho thấy sự khởi đầu của phúc âm. Nhưng có thể những từ này không nói gì nhiều hơn ngoài một thực tế là việc Đấng Mê-si-a đã được công bố ra thì được người ta đón nhận bởi đức tin trên phạm vi trên toàn thế giới đối lập với sự được cất lên trong vinh hiển mà bài thánh ca này kết lại.

Điệp khúc *Được cất lên trong vinh quang* ở dòng thứ sáu có thể được xem là song đối với *Được các thiên sứ ngắm nhìn* trong dòng 3. Nhưng nếu cụm từ sau được hiểu là nói về các lực lượng thù địch, thì cụm từ trước với ám chỉ về sự chiến thắng khải hoàn và được cất lên trời sẽ hình thành một kết luận phù hợp cho cả bài thánh ca. Trong bất cứ trường hợp nào, dường như có một sợi dây tư tưởng xuyên suốt nào đó nối kết cụm từ thứ năm với cụm thứ sáu, vì chiến thắng của Đấng Christ trên đất (được những người thuộc về Ngài tin cậy) được kết lại bằng chiến thắng của Ngài *trong vinh quang*. Bài thánh ca này không thể khép lại một cách phù hợp hơn với việc Đấng Mê-si-a đã chịu sỉ nhục giờ đây được bước vào thiên đàng một cách đầy vinh hiển. Chúng ta có thể quan sát thấy không chỗ nào khác trong bài thánh ca này đề cập đến sự chết hay sự phục sinh của Đấng Christ, một điều rất đáng ngạc nhiên nếu thư tín này là tác phẩm của Phao-lô. Nhưng nếu ông đang trích dẫn một bài thánh ca hiện hành và đang trích dẫn chỉ một phần bài thánh ca ấy mà thôi, thì chí ít rất có thể là phần không được trích dẫn có chứa đựng những lẽ thật vĩ đại này. Phần được lưu giữ khó có thể đại diện cho một tín điều Cơ Đốc trọn vẹn, và thật không hề dễ hiểu nếu bị tách rời khỏi giáo lý nào đó về thập tự giá và giáo lý về sự phục sinh được giả định.

e. Những mối đe dọa đến sự an ninh của hội thánh (4:1–16)

Sau khi đã chỉ ra sự tôn vinh mà Đấng Christ nhận được và viễn cảnh tương lai của hội thánh, tiếp theo vị sứ đồ nói đến những yếu tố đối địch. Bất cứ khi nào chân lý nở rộ thì sai lầm cũng sẽ ngóc đầu lên, và vị sứ đồ lưu tâm đến việc Ti-mô-thê biết cách xử lý với những sự chống đối đầy ranh mãnh này.

i. Sự bội đạo sắp xảy đến (4:1–5)

1. Chức vụ của *Thánh Linh* trong những khải thị về tương lai được nói đến bằng sự nhấn mạnh thông qua từ *rõ ràng* (*rhētōs*, "bằng những lời cụ thể"), cho thấy rằng những yếu tố về các sự kiện tương lai này đã được tỏ ra một cách rành mạch. Đồng thời, ở đây không có một câu trích dẫn chính xác nào cả, cho nên việc áp dụng những từ này theo tinh thần chung của những phân đoạn nói về tương lai, đặc biệt trong sự dạy dỗ của Chúa Giê-xu (ví dụ như Mác 13:22) là điều cần thiết. Chính Phao-lô cũng đã hơn một lần nói tiên tri về sự xuất hiện của những giáo sư giả như thế (ví dụ 2 Tê 2:1–12; cf. Công 20:29).

Trong thời kỳ cuối cùng (*en hysterois kairois*) là cụm từ cho thấy một tương lai gần hơn là "trong những ngày cuối cùng" (được sử dụng trong 2 Ti 3:1). Ở đây vị sứ đồ đang nghĩ về những thời kỳ theo ngay sau thời của ông, nhưng ông nhìn thấy trước rằng Ti-mô-thê cần phải nhận thức về chúng. Thật ra, như thường thấy trong những lời trình bày có tính tiên tri, điều được tiên báo về tương lai được hiểu là đã có hiệu lực trong hiện tại, vì vậy những lời này mang ý nghĩa cụ thể cho hoàn cảnh đương thời.

Bội đạo được ghi rõ theo hai phần. Một mặt, những người bội đạo *chạy theo các thần lừa dối*. Động từ này có nghĩa là "tận hiến chính mình cho", chỉ về một sự trung thành nhất định. Các thần được nói đến rõ ràng là những thần dữ của thế giới siêu nhiên, mà sự hiện diện và ảnh hưởng của chúng đã được Phao-lô mô tả rất sống động ở Ê-phê-sô 6:11 trở đi. Những thần lừa dối này đối lập với Thần Linh hay Thánh Linh của chân lý. Ngoài ra, câu này cũng nói đến *những giáo lý của ma quỷ*, là ý nhấn mạnh vào cụm từ trước đó nói đến sự dạy dỗ hơn là các giáo sư giả. Đây là một ý đặc biệt, tương phản với giáo lý "chân thật" mà các thư tín mục vụ nhấn mạnh rất nhiều.

2–3. Những yếu tố chủ chốt trong nhân cách và sự dạy dỗ của các giáo sư giả giờ đây được đề cập đến để Ti-mô-thê không nghi ngờ gì về bản chất của tà giáo. Cấu trúc câu trong tiếng Hy Lạp đòi hỏi rằng các từ *bởi luận điệu đạo đức giả của những kẻ nói dối* phải được hiểu là bởi những tác nhân con người mà ma quỷ sử dụng. Về mặt ngữ pháp, cụm từ này có thể được mô tả là sự giả hình của ma quỷ, nhưng nếu xem xét hai mệnh đề tiếp theo thì cách hiểu này không hợp lý. Có vẻ như ý nghĩa của cụm từ này đó là ma quỷ và các thần lừa dối tìm được những đồng minh đặc biệt trong những kẻ nói dối với luận điệu đạo đức giả. Những người này không hiểu sự sai lầm của hành động mình làm vì *lương tâm đã chai lì*. Sức nặng của động từ được sử dụng ở đây cho thấy là lương tâm của họ đã bị làm cho chai cứng (nghĩa đen của từ *kauteriazō*), kết quả là chúng không còn khả năng làm tròn chức năng thật sự của mình nữa. Chúng đã trở nên cứng cỏi. Lời mô tả về một số kẻ "mất cả ý thức" (Êph 4:19) ủng hộ cho cách hiểu theo khía cạnh y khoa của cụm từ này. Một cách hiểu khác đó là lương tâm đã bị đốt qua giống như bị bàn là nóng ủi qua để cho thấy rằng người chủ thật sự của họ là Sa-tan. Nhưng cách hiểu này lại không phù hợp lắm với bối cảnh, vì ý thật sự ở đây đó là lương tâm của những giáo sư giả này đã không còn khả năng cảnh báo họ về những sự giả dối trong sự dạy dỗ của họ nữa. Hanson nói là những người này đã bị "mất cảm giác", "tê liệt".

Các giáo sư giả khăng khăng cấm đoán hai điều: hôn nhân và việc ăn uống một vài loại thực phẩm nhất định. Rõ ràng là điều này cho thấy một Trí huệ giáo phôi thai với quan điểm nhị nguyên về vật chất, là quan điểm lên đến cực điểm của nó ở những người dạy về tà giáo ở đầu thế kỷ thứ hai (so sánh với phần Dẫn nhập, trang 45 trở đi). Sự chống đối mạnh mẽ của vị sứ đồ với những tập tục này là bởi những hàm ý nguy hiểm mà chúng đem lại. Ông lập luận rằng những sự cấm đoán như thế đi ngược lại với quy định của Chúa. Ở đây, ông tấn công vào gốc rễ của Trí huệ giáo nhị nguyên, là quan điểm phủ nhận việc Đức Chúa Trời đã tạo nên vật chất. Ngoài ra, việc cấm cưới gả không bao giờ có thể dẫn đến một xã hội lành mạnh như Chúa đã hoạch định cho nó, và những sự cấm kỵ về thức ăn đi ngược lại với sự chu cấp rời rộng của Đức Chúa Trời và có thể dẫn đến chủ nghĩa câu nệ luật pháp.

Việc cứ *nhận lãnh với lòng biết ơn* là một chủ đề tiêu biểu của Phao-lô. Lưu ý điều này không bao giờ được phép thiếu vắng trong thái độ của tín hữu đối với những thực tại vật chất hay thực tại thuộc linh. Điều đang lâm nguy ở đây là quan niệm trọn vẹn của chúng ta về Đức Chúa Trời. Các giáo sư giả đang hành động như thể Đức Chúa Trời rất keo kiệt và không bao giờ rời mắt khỏi ví tiền của Ngài. Những ai không thể cảm tạ Chúa thì không có sự hiểu biết thật sự về Ngài.

Những lời kết trong câu số 3 không nên được hiểu như một sự hứa ban những lợi ích vật chất đặc biệt nào đó cho các Cơ Đốc nhân (tức là những ai tin nơi Ngài và những ai hiểu biết chân lý), nhưng phải được hiểu là minh họa cho việc tất cả những gì được Đức Chúa Trời tạo dựng cho tất cả mọi người thì tất cả các Cơ Đốc nhân được phép ăn và làm.

4–5. Tiếp theo, vị sứ đồ đưa ra một lý do cho câu nói trước đó của mình. Nó bao hàm một nguyên tắc căn bản là điều mà Đấng Tạo Hóa nhân lành đã tạo nên thì ắt hẳn đều *tốt đẹp*. Từ được dịch là *đáng loại bỏ* (*apoblētos*), là từ không xuất hiện ở chỗ nào khác trong Tân Ước, có nghĩa đen là "bị quẳng đi". Ở đây nó được sử dụng theo nghĩa kiêng khem. Những sự kiêng khem ấy cần phải không có chỗ trong cách tiếp cận khôn ngoan của người Cơ Đốc, đối lập hoàn toàn với nhiều hệ thống kiêng khem của các ngoại giáo. Điệp từ *lòng biết ơn* ở đây rất quan trọng vì điều gì đã được đón nhận với lòng biết ơn thì không thể bị loại bỏ bởi những lý do thuộc về nghi lễ.

Câu 5 có chỗ khó hiểu. Bất cứ thứ gì đã được đón nhận với lòng biết ơn thì đều *được thánh hóa*, có nghĩa là nó trở nên "thánh" cho người dùng, đối lập với sự kiêng khem của người ngoại. Ý niệm về sự thánh khiết của Cơ Đốc nhân bao hàm cả những vấn đề rất vụn vặt như "thịt", một chủ thể ít thấy nhất đối với sự thánh hóa. Hành động thánh hóa đạt được thông qua *lời Đức Chúa Trời và lời cầu nguyện*. Trước giờ người ta đã đưa ra một số cách giải nghĩa khác nhau cho lời Đức Chúa Trời được nói đến ở đây. (a) Nó có thể liên quan đến việc sử dụng Kinh Thánh trong lời cầu nguyện trước khi dùng bữa. Cách hiểu này sẽ rất phù hợp với bối cảnh và được một số học giả yêu thích (Bernard, Jeremias, Kelly, Spicq, Brox). (b) Nó có thể nói đến sự khải thị từ Chúa, hay cụ thể hơn là nói đến Lời nhập thể. Nhưng cách hiểu này dường như không đúng với bối cảnh và sự nối kết với lời cầu nguyện ở đây cũng chống lại cách hiểu này. (c) Nó có thể nói đến lời sáng tạo của Đức Chúa Trời trong Sáng Thế Ký 1:31 vốn có mối liên hệ trực tiếp với từ *tốt đẹp* trong câu 4 (so sánh với Easton, Houlden). Nhưng một lần nữa sự nối kết giữa nó với sự cầu nguyện dường như rất lạ. (d) Một cách giải nghĩa khác đó là sự thánh hóa ở đây đang nói về lễ tiệc thánh (so sánh với Hanson), được ủng hộ bởi một điểm tương đồng trong các ghi chép của Justin. Nhưng có lẽ cách giải nghĩa đầu tiên là hợp lý nhất trong bối cảnh hiện tại. Nếu đúng như vậy, thì nó nhấn mạnh tầm quan trọng của thói quen cầu nguyện trước khi ăn và đưa ra lời nhắc nhở đúng lúc cho các Cơ Đốc nhân hiện đại là những người có khuynh hướng hoặc là không cầu nguyện luôn hoặc là đánh giá thấp tầm quan trọng của thói quen này. Lời Chúa chứa đựng sức mạnh thánh hóa, như chúng ta được nhắc nhở qua những lời của Chúa Giê-xu trong Giăng 15:3.

ii. Các phương cách đối phó với tà giáo (4:6–16)

6. Bây giờ vị sứ đồ bắt đầu một lời chỉ dẫn cá nhân dành cho Ti-mô-thê, đồng thời cũng là lời chỉ dẫn dành cho tất cả những người hầu việc tin lành, là những người được kêu gọi để xử lý những tình huống tương tự. Chúng ta cần phải thấy rằng cách tiếp cận này không chỉ đơn thuần là tố giác, như chúng ta vẫn thường thấy, đối lập với cách tiếp cận đầy tính xây dựng của Phao-lô trong Cô-lô-se. Thật ra, những từ *Nếu con giãi bày* dịch từ chữ *hypotithēmi* trong tiếng Hy Lạp với nghĩa "trình bày" là khá nhẹ so với nghĩa "răn bảo". Nghĩa gốc của từ này là "đặt dưới" và thật là một ý tưởng thú vị khi hình ảnh này ở đây có thể là những viên đá kê chân đặt trên những đoạn đường đất không bằng phẳng (so sánh với Scott).

Người hầu việc tin lành có trách nhiệm đặt trước mặt những người mình chăm sóc những câu trả lời tích cực cho những giáo lý tiêu cực, và bất cứ ai không làm được điều này là người chối bỏ quyền được xem là xứng đáng với chức vụ của mình. Khi nói *được nuôi dưỡng bằng lời của đức tin*, Phao-lô sử dụng hiện tại phân từ *entrephomenos* diễn tả một tiến trình tiếp diễn. Không có phương tiện nào nuôi dưỡng đời sống tâm linh tốt hơn cho bằng không ngừng ở trong những chân lý cao trọng của đức tin, là điều mà bởi đặc ân vô giá, Ti-mô-thê được tiếp nhận trực tiếp từ sứ đồ Phao-lô.

Trong cụm từ kết thúc *mà con đã tin theo,* động từ *parakoloutheō* cho thấy rằng nghĩa của câu này có thể là "mà con đã tra cứu một cách kỹ lưỡng" hoặc "mà con đã đi theo như một chuẩn mực". Cách hiểu đầu tiên có sự tương ứng với Lu-ca 1:3 và có lẽ rất phù hợp với địa vị của Ti-mô-thê. Tuy nhiên, ở 2 Ti-mô-thê 3:10, ý nghĩa thay thế của chính động từ này dường như lại khả dĩ hơn. Cả hai cách hiểu này đều có chung một điểm, đó là chúng đều tập trung sự chú ý vào việc tìm kiếm *giáo lý chân chính*, tương phản với giáo lý sai lạc. Nguyên tắc mà hội thánh trải qua mọi thời đại vẫn không ngừng học đó là: cách tốt nhất để bác bỏ sai trật là tích cực trình bày chân lý.

7–8. Bằng cách so sánh với giáo lý chân chính, sứ đồ Phao-lô mô tả tà giáo là *chuyện hoang đường phàm tục*. Từ được sử dụng ở đây (*bebēlos*) có nghĩa là "phàm tục" hay "ô uế", từ gốc từ có nghĩa là "được phép giẫm đạp lên" với ý tưởng đó là chẳng còn gì là thiêng liêng nữa. Từ này đã được sử dụng ở 1:9 trong bảng liệt kê về những kẻ vi phạm luật pháp, thường đi kèm với "những kẻ bất khiết". Việc sử dụng từ này để mô tả những người đã tuyên xưng đức tin tôn giáo cho thấy họ hoàn toàn suy đồi trong sự tin đạo của mình. Việc thêm vào tính ngữ *của các bà già* mang đến đặc tính ngớ ngẩn trong *những chuyện bịa* (*mythoi*) của những giáo sư giả. Toàn bộ sự dạy dỗ của họ thiếu đi cốt lõi và phải bị loại bỏ một cách triệt để. Động từ *paraiteomai* nhấn mạnh bản chất mạnh mẽ của sự loại bỏ ấy (so sánh với Tít 3:10 và 2 Ti 2:23).

Một lần nữa, vị sứ đồ nhanh chóng quân bình giữa những huấn thị tiêu cực và những huấn thị tích cực. Ông tìm những minh họa từ các vận động viên, có thể nhấn mạnh sự đối lập giữa việc tập luyện thân thể với kỷ luật thuộc linh. Sứ đồ Phao-lô đồng ý là việc luyện tập thân thể có vị thế của nó, nhưng vẫn đặt ra những giới hạn nghiêm ngặt cho nó. Phần mô tả về việc luyện tập thân thể là *chỉ ích lợi đôi phần* trong bản NIV [tương tự cách trình bày của bản TTHD - ND] không hoàn toàn thể hiện được sức nặng của từ *oligos*, là từ có nghĩa là "chẳng được bao nhiêu" và dường như cho thấy giá trị rất giới hạn của sự luyện tập thân thể. Luyện tập thân thể được đặt đối lập với sự luyện tập về mặt thuộc linh, với sự tương phản là *ích lợi mọi mặt*, hay có lẽ là "mọi hướng" (Moffatt). Phạm vi ảnh hưởng của nó vô cùng lớn vì nó không chỉ bao hàm đời này mà còn ích lợi cả cho đời sau. *Có lời hứa... cả đời sau nữa* không không phải cụm từ đồng nghĩa với những sự thịnh vượng ở đời, nhưng tóm tắt tất cả những phước hạnh của sự tin kính. Không chú ý đến hoàn cảnh trên đất hiện tại của mình, có thể nói rằng người Cơ Đốc có được những điều tốt nhất ở cả hai thế giới.

9–10. Người ta vẫn thắc mắc liệu công thức *lời hoàn toàn đáng tin cậy* ở câu 9 có liên hệ gì đến câu số 8 về sự tin kính hay không, hay có liên hệ gì đến câu tiếp theo, là câu đưa ra lý do cho những sự khổ nhọc hiện tại của chúng ta hay không. Nhiều nhà giải kinh thích cách hiểu đầu tiên hơn bởi vì câu 8 có vẻ như giống một câu châm ngôn hơn là câu 10, và bởi vì liên từ "vì" [bản TTHĐ không có chữ này - ND] đưa ra lý do cho sự đáng tin cậy của câu châm ngôn đó. Thế nhưng, chủ đề của câu 10 chứa đựng tầm quan trọng về thần học hơn là câu 8, vì thế được áp dụng cho mục đích dạy giáo lý căn bản hiện thời nhiều hơn. Vì ở 2 Ti-mô-thê 2:10, liên từ hình thành nên một phần của câu châm ngôn, vì thế việc kết nối công thức ấy với câu theo sau có vẻ thích hợp.

Từ được dịch là *khổ nhọc* (*kopiaō*) cho thấy một công việc cực nhọc, vất vả, và được Phao-lô sử dụng trong Phi-líp 2:16 để mô tả những sự lao khổ của một vận động viên. Vì thế, ý của câu này là một sự tiếp nối ẩn dụ được sử dụng trong câu 7 và 8. Sự cực nhọc này còn liên hệ với thách thức *tranh đấu* (*agōnizometha*), là bản văn phù hợp hơn so với việc sử dụng bản văn với từ *oneidizōmetha* "chịu mắng nhiếc" của bản King James. Từ đầu tiên không chỉ có được sức nặng ủng hộ lớn hơn về ngoại chứng của các bản Kinh Thánh viết tay mà về nội chứng còn phù hợp hơn với bối cảnh ở đây. Cuộc đua của sự tin kính đòi hỏi mỗi chút năng lượng mà một người có.

Lý do được đưa ra cho việc tranh đấu này là sự trung kiên trong niềm hy vọng của người tín hữu. Từ *hy vọng* trình bày nhiều hơn chứ không chỉ là "tin cậy". Thì hoàn thành được sử dụng ở đây (*ēlpikamen*), ngụ ý một trạng thái tiếp diễn của niềm hy vọng (*Vì chúng ta đã đặt hy vọng nơi Đức Chúa Trời hằng sống*). Ý của nó đó là một niềm hy vọng vững bền và liên tục. Việc nối kết *Đức Chúa Trời hằng sống*, Đấng được xem là nền tảng của niềm hy vọng của chúng ta, với *Cứu Chúa của mọi người*, là sự kết nối có ý nghĩa. Như đã giải thích trong 1:1 của thư tín này, Đức Chúa Trời chứ không phải Chúa Giê-xu được xem là Cứu Chúa. Cụm từ *Cứu Chúa của mọi người* có thể được hiểu là "Đấng Giữ Gìn" mọi người, theo nghĩa thông thường. Tuy nhiên, khi được sử dụng theo nghĩa Cơ Đốc thì nó chuyển tải không chỉ là sự dự bị liệu lo của Chúa. Thật ra, phần cuối của câu 10, là phần chọn các tín hữu là đối tượng đặc biệt cho năng quyền cứu chuộc của Đức Chúa Trời, cho thấy rằng từ *Cứu Chúa* ở đây được sử dụng theo nghĩa kép. Có một sự phát triển ý tưởng một cách rõ ràng, bởi vì sự tin quyết đặc biệt của tín hữu nơi Đức Chúa Trời được củng cố bởi sự hiểu biết rằng lòng thương xót của Chúa có phạm vi toàn cầu (so sánh với 2:3–4).

11–12. Lời khuyên tiếp theo liên hệ trực tiếp hơn tới chính Ti-mô-thê. Trong lời dạy dành cho Ti-mô-thê, có một sự lưu ý về thẩm quyền ở đây, vì từ *khuyên bảo* (*parangelle*) đã cho thấy điều đó, và mục tiêu của tác giả rõ ràng là để truyền cảm hứng cho người đại diện có tính nhút nhát của mình để ông thể hiện sự tin chắc đó. Việc nhắc đến thời niên thiếu của Ti-mô-thê đã dẫn nhiều học giả đến chỗ mường tượng Ti-mô-thê chỉ là một thiếu niên mới lớn, nhưng từ *neotēs* (Bản NIV dịch là *vì con trẻ tuổi*) có thể chỉ bất cứ tuổi nào tính đến 40 tuổi (so sánh với Lock). Vì thế, chúng ta chỉ nên hiểu từ này theo nghĩa tương đối. Nhiều Cơ Đốc nhân ở Hội Thánh Ê-phê-sô, và đặc biệt là các trưởng lão, hầu hết hẳn đã ở tuổi trưởng thành hơn, và nếu họ đã được phục vụ dưới sự lãnh đạo của một vị sứ đồ - giáo sĩ đầy kỳ cựu như Phao-lô, thì việc một vài người sẽ nhìn chàng trai trẻ Ti-mô-thê với cái nhìn không mấy thiện cảm và khinh miệt là điều không phải là không thể tưởng tượng được. Cách để Ti-mô-thê đối trọng lại việc bị khinh thường là sống làm gương (cách sử dụng từ *typos* để nói về ví dụ của chính tấm gương đạo đức của Phao-lô, tham khảo Phil 3:17; 2 Tê 3:9). Những phẩm chất mà Ti-mô-thê rất xuất sắc là những phẩm tính mà người trẻ thường hay kém thiếu. Thế nhưng, vì lý do đó, những phẩm chất ấy lại càng nổi bật lên một cách đầy ấn tượng. Với các tín hữu Cơ Đốc, rõ ràng là thẩm quyền trong cộng đồng gắn liền với nhân cách, chứ không phải tuổi tác. Mỗi người trẻ được kêu gọi vào chức vụ hoặc vào bất cứ vị trí thẩm quyền nào trong hội thánh đều sẽ làm tốt công tác của mình nếu vâng theo bảng liệt kê năm điều ở đây của Phao-lô. Hai điều đầu tiên, *lời nói* và *cách cư xử* (nghĩa là cách sống hay hành vi) áp dụng cho đời sống trước mặt người khác của Ti-mô-thê, trong khi ba điều còn lại liên hệ đến những phẩm chất bên trong (*lòng yêu thương, đức tin* và *sự trong sạch*), là những điều vẫn sẽ thể hiện ra ở trước mặt người khác.

13. Ba điều mà Ti-mô-thê được khuyên phải nỗ lực tận tâm theo đuổi cho tới khi sứ đồ Phao-lô đến liên hệ đến chức vụ trước mặt người khác của ông, mặc dù động từ được dịch là *chú trọng đến* (*prosechō*) hàm chứa sự chuẩn bị trong chỗ riêng tư trước đó. Việc *đọc Kinh Thánh trong các buổi nhóm* rất quan trọng bởi vì đó là phương tiện để có một số lượng lớn người được nghe Kinh Thánh, trong khi chỉ một số ít người có thể tiếp cận với bản văn cách cá nhân, hoặc có thể đọc Kinh Thánh. Vì thời điểm đó việc khan hiếm các bản viết tay làm cho việc đọc Kinh Thánh trong các buổi nhóm trở nên cần yếu cho sự sinh hoạt của hội thánh. Ở đây Phao-lô đang nghĩ đến Kinh Thánh Cựu Ước. Hội thánh tiếp tục thói quen trong nhà hội và biến nó trở thành yếu tố căn bản của sự thờ phượng của người Cơ Đốc. Ở nhà hội thế nào thì ở trong hội thánh cũng vậy, sau phần đọc Kinh Thánh là phần *khuyên bảo* (*paraklēsis*, Bản NIV dịch là *rao giảng*) dựa trên phần Kinh Thánh đã đọc; nhưng trong sự thờ phượng của người Cơ Đốc, việc *dạy dỗ* (*didaskalia*) chiếm một vị trí quan trọng, nó bao gồm phần huấn thị về những lẽ thật lớn lao của đức tin Cơ Đốc.

14. *Ân tứ* (*charisma*) mà Ti-mô-thê không được phép *xao lãng* có vẻ như là những trang bị thuộc linh nhận được lúc được phong chức (so sánh với Calvin). Cách dùng này là đặc trưng của Phao-lô và làm ta chú ý đến giai đoạn sơ khai nhất của sự phát triển hội thánh, khi mục vụ ân tứ còn quan trọng hơn cả những vị trí chính thức. Mặc dù từ *ân tứ* làm ta chú ý đến phần vai trò của Đức Thánh Linh trong chức vụ của Ti-mô-thê, nhưng lời khuyên đừng xao lãng ân tứ ấy cũng cho thấy sự nhấn mạnh không kém đến trách nhiệm của con người. Giống như tài năng, ân tứ của Chúa không bao giờ được phép bỏ không, không sử dụng đến.

Có hai lời chứng thực bổ sung nhưng đặc biệt về sự ủy thác của Ti-mô-thê. Lời chứng thực thứ nhất, *lời tiên tri*, đã được đề cập đến ở 1:18, ở đó nói về một dấu hiệu tiên tri nào đó về sự kêu gọi của Ti-mô-thê, và rõ ràng ở đây cũng phải được hiểu theo nghĩa ấy. Lời chứng thực này phải được đi kèm với một lời chứng thực bên ngoài khác khi các trưởng lão *đặt tay* trên Ti-mô-thê. Chúng ta không thấy khó khăn nào trong việc hiểu rằng ở 2 Ti-mô-thê 1:16, Phao-lô nói riêng về phần của ông trong một buổi lễ như thế, vì chỉ có hai khả năng có thể: hoặc là các trưởng lão có sự liên kết với Phao-lô trong buổi lễ đặt tay đó, và những trưởng lão này được đề cập cụ thể ở đây nhằm thu hút sự chú ý đến lời chứng thực của tập thể đối với sự ủy thác của Ti-mô-thê; hoặc là hai lần đề cập đến việc đặt tay này nói về hai dịp khác nhau. Lần thứ nhất đề cập đến việc đặt tay nhìn chung có vẻ như là cách giải thích khả dĩ hơn. Ý niệm về sự truyền lại ơn ban của Thánh LInh thông qua việc đặt tay thường được tìm thấy trong Công Vụ Các Sứ Đồ (ví dụ 8:17; 9:17; 19:6) và cung cấp một bài học trực quan đầy ý nghĩa trong sự hợp tác trong hội thánh đầu tiên giữa Chúa và người.

15–16. Phương pháp mà qua đó ơn ban này được nuôi dưỡng giờ đây được giải thích một cách kỹ lưỡng. Điều kiện thiết yếu đầu tiên là sự chú tâm (*Hãy chú tâm vào việc này*). Động từ được sử dụng (*metletaō*) có thể có nghĩa là "suy ngẫm", hàm ý về một sự suy nghĩ cẩn trọng về vấn đề đang được bàn đến. Chú tâm là từ phù hợp với ẩn dụ về vận động viên dường như vẫn còn trong tâm trí của tác giả. Nhưng ý niệm về sự suy ngẫm cũng khá phù hợp bởi vì *việc này*, liên hệ đến câu 13, cần một sự nghiền ngẫm liên tục. Dù ý của Phao-lô là gì đi nữa, thì rõ ràng là Ti-mô-thê phải vô cùng quen thuộc với những huấn thị này đến nỗi chúng trở thành bản chất thứ hai của ông. Ông phải *chú tâm hoàn toàn vào chúng* (*en toutois isthi*), nghĩa đen là "ở trong chúng", một cấu trúc câu cho ta thấy sự say mê, thu hút một cách sống động vào một thứ gì đó), một sự nhắc nhở kịp lúc về bản chất cần nhiều nỗ lực trong sự kêu gọi của người Cơ Đốc. Tâm trí phải được nhận chìm trong những sự đeo đuổi này như thân thể vẫn hít thở không khí vậy.

Sự tiến bộ trên hành trình hầu việc Chúa của người Cơ Đốc luôn ở dưới sự quan sát của người khác (hãy lưu ý tầm quan trọng của chữ *mọi người*), vì thế nó đòi hỏi việc suy nghĩ cẩn trọng nhất. Ti-mô-thê phải đảm bảo rằng điều tạo ấn tượng mạnh nhất nơi người khác là sự tiến bộ của ông trong vai trò một Cơ Đốc nhân thật, chứ không phải nơi những điều ít quan trọng hơn như sự giảng dạy xuất chúng hay sự thu hút bởi đặc tính cá nhân.

Đáng lưu ý là trong huấn thị tiếp theo người dạy và sự dạy dỗ của mình liên hệ mật thiết với nhau. Trước nhất người dạy phải chú tâm vào chính mình, tức là luôn nhìn lại chính mình (Bản NIV dịch là *hãy canh chừng đời sống con*) [còn bản TTHĐ dùng "*cẩn trọng với chính con*" - ND]. Sự ngay thẳng về mặt đạo đức và thuộc linh là khởi đầu không thể tách rời của sự chính thống về mặt thần học. Ti-mô-thê phải không ngừng nghĩ đến (*kiên trì trong*) lời khuyên bảo mới được đưa ra hoặc những huấn thị chung chung hơn trong thư tín này, tùy thuộc vào cách hiểu nào được đưa ra cho cụm từ *trong mọi việc đó*.

Khi đi theo những lời khuyên bảo trước đó, Ti-mô-thê sẽ đạt được mục đích kép. Ông sẽ không chỉ được cứu (theo nghĩa của Phi-líp 2:12), nhưng cũng sẽ giúp người khác được cứu nữa. Mối nguy hại của việc xao lãng sự cứu rỗi của chính mình trong những người làm mục vụ Cơ Đốc lớn hơn là trong những người khác, và ngay chính sứ đồ Phao-lô cũng sợ rằng e ông bị bỏ sau khi đã giảng dạy cho người khác chăng (1 Cô 9:27). Calvin đưa ra cách giải nghĩa có thể đó là mặc dù sự cứu chuộc là món quà hoàn toàn do Chúa ban, nhưng chức vụ của con người có vị trí quan trọng trong cách Đức Chúa Trời hành động, và ở đây nó hàm chứa ý đó.

3. KỶ LUẬT VÀ TRÁCH NHIỆM (5:1–6:2)

Gần như tất cả phần còn lại của 1 Ti-mô-thê chứa đựng những lời huấn thị cụ thể dành cho Ti-mô-thê nhằm giúp ông biết cách cư xử với những hạng người khác nhau trong hội thánh. Có lẽ rất ngạc nhiên khi vấn đề các góa phụ lại giành được quá nhiều sự tập trung, nhưng rõ ràng đây là một nguyên nhân thường trực gây ra sự lo lắng trong hội thánh đầu tiên như Công Vụ Các Sứ Đồ 6 đã cho ta thấy. Bởi vì có một số người được nhận sự hỗ trợ từ hội thánh nên việc có những quy định cẩn thận để quản lý việc chọn lựa những người trong danh sách nhận trợ cấp từ hội thánh là điều phù hợp. Ta cần phải nhớ rằng trong thời đó góa phụ không có nhiều cách để kiếm sống như bây giờ.

a. Những nhóm tuổi khác nhau (5:1–2)

1–2 Chính từ được dùng ở đây để nói về *người già cả* thì sau này lại được dùng để nói về các chức sắc hội thánh được gọi là "các trưởng lão". Nhưng lời khuyên của Phao-lô ở đây liên hệ đến những người già trong hội thánh. Động từ *nặng lời quở trách* (*epiplēssō*) là một từ rất nặng có nghĩa là "khiển trách ác liệt", và chúng ta không nên đối xử như thế với những người lớn tuổi. Nếu cần phải sửa sai thì Ti-mô-thê cần phải *khuyên nhủ* [bản TTHĐ dùng "an ủi" - ND], một cách tiếp cận ít nghiêm khắc hơn là quở trách nặng lời. Nguyên tắc tương tự cũng được áp dụng cho *các bà cao tuổi*, là những người phải được xem như *mẹ*. Đối với những người trẻ tuổi hơn, thì phải đối xử như anh em thật, nhưng cụm từ đặc biệt, *với tất cả sự thanh khiết*, được thêm vào để bảo vệ mối liên hệ giữa Ti-mô-thê và các thiếu nữ trẻ tuổi.

b. Các quả phụ (5:3–16)

i. Các quả phụ cần được giúp đỡ (5:3–8)

3. Từ *timaō* trong tiếng Hy Lạp được dịch là *kính trọng* chuyển tải không chỉ là ý nghĩa kính trọng thông thường, vì ở đây nó bao hàm cả sự hỗ trợ về vật chất, như chúng ta sẽ thấy rõ trong phân đoạn tiếp theo (so sánh với Mat 15:5). Cần phải lưu ý rằng khi tiếp cận với chủ đề sự nghèo khó như là một vấn đề cần được tôn trọng, các Cơ Đốc nhân đã cắt bỏ đi phần nào đó sự hổ thẹn của nó. Nhóm quả phụ được nói đến ở đây là những người *thật sự góa bụa*, nghĩa là họ không có những phương tiện hỗ trợ nào khác. Chúng ta thấy rằng việc quan tâm đến những người thật sự nghèo túng là một trách nhiệm của người Cơ Đốc.

4. Sứ đồ Phao-lô nói khá rõ rằng những quả phụ nào có bà con họ hàng gần, thì những người bà con ấy phải giảm bớt trách nhiệm cho hội thánh bằng cách chu cấp cho những quả phụ ấy. Rất có thể lời khuyên ở đây vẫn có sự gần gũi nào đó với xã hội hiện đại của chúng ta dù việc chu cấp cho người nghèo thì nhà nước cũng đã có quỹ cho họ. Việc gia đình đổ vỡ ngày càng gia tăng không phải là không ảnh hưởng đến hội thánh, nhưng nếu có thể thì người già vẫn là trách nhiệm của bà con họ hàng. Cụm từ *báo đáp* có nghĩa là có một sự đền ơn tương xứng (M & M). Chắc chắn là con cái phải có nghĩa vụ đối với *cha mẹ và ông bà* nhằm làm gì đó để đền đáp lại những sự chăm sóc đầy hy sinh và thường xuyên mà họ đã bỏ ra trong quá trình trưởng dưỡng con cháu. Tuy nhiên, tiến trình thực tế cần thiết ấy lại được liên hệ với gương mẫu thuộc linh, bởi vì *điều đó đẹp lòng Đức Chúa Trời*. Phao-lô nói rõ rằng trách nhiệm đối với cha mẹ vốn kéo dài đến thế hệ thứ hai và thứ ba là trách nhiệm được phê chuẩn bởi Chúa. Cụm từ *phải học* có thể nói đến các quả phụ, nhưng bối cảnh ở đây nghiêng về việc "họ" là con cháu [như cách dịch của bản TTHĐ *con cháu phải học* - ND].

5–8. Các đặc điểm của nhóm quả phụ mà Phao-lô quan tâm giờ đây được nói rõ. (a) Người ấy phải là người *thật sự góa bụa và sống một mình* (từ *memonōmenē* có nghĩa là hoàn toàn bị bỏ mặc); (b) người ấy cũng phải là người *đặt hy vọng nơi Đức Chúa Trời*, là đặc điểm ngay lập tức phân biệt người ấy với các quả phụ không tin Chúa khác; bà phải là người nữ cầu nguyện, bền lòng trong tinh thần cầu nguyện *ngày đêm*. Từ *bền lòng* (*prosmenō*) ở thì hiện tại và nhấn mạnh ý niệm về một điều gì đó vẫn tiếp diễn. Những người được hội thánh chăm sóc được mong đợi phải có một tiêu chuẩn thuộc linh cao.

Trong thế giới lúc bấy giờ, nhiều quả phụ bị cám dỗ dùng lối sống buông thả làm phương tiện kiếm sống, và đó có lẽ là điều Phao-lô nghĩ đến khi ông sử dụng động từ *sống xa hoa trụy lạc* (*spatalaō*). Moffatt dịch động từ này là "lao mình vào đời sống phóng đãng". Chết mất trong khi vẫn còn sống là một nghịch lý xuyên suốt trong các thư tín của Phao-lô (so sánh với Rô 7:10, 24), và ở đây Ti-mô-thê được nhắc nhở rằng các quả phụ tự nuôi mình một cách sai lầm là đang nỗ lực để nuôi sống thứ vốn đã chết ("một cái thây về mặt tâm linh", theo Simpson). Người như thế rõ ràng không thể nào nhận được sự chu cấp từ hội thánh. Sự *truyền bảo* mà Phao-lô phải đưa ra chắc hẳn nói về trách nhiệm chu cấp cho những bậc tiền bối của con cái (câu 4), và trách nhiệm của các quả phụ là đáp ứng những đòi hỏi được nói đến ở câu 5. Động từ được dùng ở đây rất nặng, bao hàm nghĩa "răn dạy". Sự khuyên bảo hay răn dạy ấy cần thiết để đảm bảo rằng *họ không bị chê trách* (*anepilēmptos*, "không thể chê trách được", đối chiếu 3:2).

Chu cấp cho *bà con mình* và *nhất là cho chính gia đình mình* là một trách nhiệm quá rõ ràng của người Cơ Đốc đến nỗi người không làm điều đó chẳng khác nào đang chối bỏ *đức tin* nơi Chúa. Trong thế giới ngoại giáo đương thời, người ta đa phần đều chấp nhận rằng con cái phải có trách nhiệm đối với cha mẹ, và thật không thể nào tưởng tượng được nếu một người Cơ Đốc lại có tư cách đạo đức thấp kém hơn tiêu chuẩn chung của người ngoại.

ii. Các quả phụ hầu việc Chúa (5:9–10)

Liệu ở đây có đang nói đến một phẩm chức hay một dòng tu nữ riêng biệt thực hiện chức năng giữa vòng các thành viên là nữ giới hay không, so với phẩm chức của các trưởng lão, vẫn là câu hỏi còn nhiều tranh cãi (so sánh với phần giải nghĩa ở 3:11). Dù phân đoạn tiếp theo rõ ràng nói đến một loại sổ nào đó ghi tên những người theo quy định về tuổi tác cụ thể, thì vẫn không có đủ dữ kiện để kết luận liệu đây có phải là "phẩm chức hay dòng tu của các quả phụ" hay không.

9–10. Điều khoản về tuổi tác rất cao là tuổi sáu mươi trở lên đưa ra một khó khăn cho việc quyết định liệu *quả phụ* có nên được hiểu theo cùng một nghĩa như trong câu 3–8 (là nghĩa nói về những quả phụ Cơ Đốc thật sự không có người chăm sóc) hay theo nghĩa là những quả phụ thuộc một phẩm chức hay một dòng tu. Trong trường hợp thứ nhất thật không thể tưởng tượng là hội thánh lại đặt ra một giới hạn tuổi rất khắt khe trong việc phân phát sự giúp đỡ dành cho những góa phụ cô độc, trong khi trường hợp thứ hai thì lại gặp khó khăn thì tin rằng tuổi được ghi vào số của một phẩm chức trong hội thánh lại tận 60 tuổi, trong thế giới đương thời thì tuổi đó là khá cao so với thời của chúng ta. Vì thế, dường như phù hợp hơn khi cho rằng những trách nhiệm đặc biệt trong hội thánh được dành sẵn cho những quả phụ nhiều tuổi được nhận trợ cấp, và chúng ta có những cơ sở cho cách hiểu này. Mặc dù động từ *katalegō*, được dịch là *ghi tên vào số*, được dùng trong văn chương Hy Lạp để nói về việc ghi tên gia nhập quân đội, nhưng nó cũng có nghĩa là "được liệt vào", là nghĩa ủng hộ cho cách giải thích bên trên.

Ngoài việc giới hạn về độ tuổi, còn hai yêu cầu khác nữa: (a) Quả phụ ấy phải *chỉ có một đời chồng*, chỉ có thể có nghĩa là bà phải không tái hôn sau khi chồng qua đời; có thể một người nữ hai lần lập gia đình có thể có nhiều bà con hơn, và những người bà con này phải chu cấp cho bà và người ấy sẽ ít có nhu cầu ghi tên vào danh sách của hội thánh hơn. (b) Bà cũng phải được tiếng tốt về cách hành xử ở trong nhà và cả ngoài đường. Trật tự của *những việc nhân đức* rất quan trọng: nuôi dạy con cái đứng thứ nhất, sau đó tới hiếu khách, thứ ba là khiêm nhường phục vụ các tín hữu khác và thứ tư là biết cảm thông và những việc làm tử tế khác. Tất cả những *việc nhân đức* này không chỉ là những việc rất cụ thể nhưng còn có những bình thường về mặt bản chất. Một người nữ Cơ Đốc giỏi những việc lành này sẽ thấy vô cùng giá trị khi chăm lo cho trẻ mồ côi, dành thời gian cho những Cơ Đốc nhân đến nhà, chăm chút cho nhiều chi tiết cụ thể, có những việc chuyên dành cho người hầu kẻ hạ, như rửa chân (hồi tưởng chính hành động của Chúa, Giăng 13:1–7), và thăm viếng những người gặp khó khăn. Ngoài ra, người góa bụa được chọn phải được biết đến là người *dấn thân* để đeo đuổi những điều này. Bà phải là người được thiết đặt để làm những việc lành này.

iii. Những quả phụ trẻ tuổi (5:11–16)

11. Góa phụ trẻ, có khả năng nhận sự hỗ trợ từ hội thánh khi thật sự gặp khó khăn. Tuy nhiên, họ không được phép nhận bất cứ công tác chính thức nào vì rất có khả năng là họ sẽ tái hôn. Động từ *katastrēniazō* trong tiếng Hy Lạp được dịch là *vì khi nhục dục làm cho họ xa rời Đấng Christ* cho thấy một ẩn dụ về một con bò con cố gắng thoát khỏi cái ách của mình. Phụ nữ trẻ không muốn bị ràng buộc vào các trách nhiệm của hội thánh nếu cơ hội tái hôn đến. Việc một số chức năng chính thức phải được nói đến ở đây rõ ràng là xuất phát từ việc những ham muốn tình dục đã bị đặt lên trên lòng trung thành với Chúa của họ. Tiếp theo, bất cứ quả phụ nào nhận trách nhiệm của hội thánh sẽ được xem là không trung thành nếu người ấy muốn được tái hôn, một tình huống mà Phao-lô muốn tránh.

12. Sự *lên án* mà các quả phụ tự chuốc lấy cho chính mình nằm trong bản chất của lời khiển trách. Bản King James dịch là "nguyền rủa" thì quá nặng. Tuy nhiên, các quả phụ này được mô tả là *vi phạm lời hứa nguyện ban đầu* và điều này không thể bị xem nhẹ. Bất cứ ai làm điều này thì đáng *bị lên án* và Phao-lô không mong đợi phải nói thêm gì về điều này nữa.

13. Một cấu trúc câu rất vụng về trong tiếng Hy Lạp làm cho nghĩa của phần đầu của câu này trở nên mơ hồ. Câu *họ còn học thói ăn không ngồi rồi* cho thấy rằng họ càng ngày càng trở nên rảnh rỗi khi họ không còn tôn trọng lời hứa nguyện của mình. Một cách giải thích khác đó là "họ học bằng cách ăn không ngồi rồi", nhưng cách hiểu này không phù hợp với bối cảnh cho mấy. Động từ được sử dụng ở đây là *manthanō* là từ có nghĩa là "học" và loại bỏ bất cứ cách giải nghĩa nào cho rằng sự lười nhác này đến một cách vô thức. Có hai kết quả không lấy gì làm vui của sự lười nhác này. Hai kết quả này liên hệ đến việc lang thang hết nhà này đến nhà khác. Điều này có thể mang nghĩa là những quả phụ trẻ tuổi đã lạm dụng những cơ hội thăm viếng của mình, một cách giải nghĩa bắt nguồn từ kết quả thứ hai – đó là họ trở thành những *kẻ ngồi lê đôi mách* và *xen vào chuyện của người khác*, kể lại ở nhà này điều họ đã nghe ở nhà kia. Những từ thêm vào ở phía sau *nói những điều không đáng nói* có thể chỉ về việc nói cho cả thiên hạ biết chuyện riêng tư, phản bội lại nguyên tắc giữ bí mật cho người khác. Thoạt nhìn, không rõ là tại sao những quả phụ trẻ tuổi lại dễ bị mối nguy hiểm này tấn công hơn là những người già, nhưng sứ đồ Phao-lô rõ ràng nghĩ rằng những người nữ trưởng thành theo thời gian có thể ít khả năng ngồi lê đôi mách hơn.

14. Để tránh những vấn nạn ấy, sứ đồ Phao-lô khuyên giục *những quả phụ trẻ nên lấy chồng*. Có một sự nối kết rõ ràng giữa câu này và câu phía trước, và lời khuyên phải được áp dụng cho những quả phụ trẻ tuổi, không phải những phụ nữ trẻ nói chung. Ta không nên nghĩ là có sự đối lập nào ở đây với 1 Cô-rinh-tô 7:25–26, là phân đoạn Kinh Thánh Phao-lô phát biểu ông nghĩ rằng độc thân thì hay hơn, vì các quả phụ đang được nói đến là những người ông xếp vào dạng "không thể kiềm chế dục vọng".

Thay vì trở thành những người buôn chuyện lười nhác thì những người nữ này cần phải tận tụy với việc sinh con và vun vén gia đình mình. Phao-lô xem công tác làm mẹ có liên hệ đến việc quản trị gia đình. Lời khuyên theo nghĩa thường tình này đối lập một cách đáng kinh ngạc với cái thú độc thân vốn phát triển trong lịch sử sau này của hội thánh. Vị sứ đồ một lần nữa cảm thấy cần phải nhắc nhở rằng việc bị người không tin khiển trách một cách không cần thiết là điều nên tránh. Từ *cơ hội* (*aphormē*) là một thuật ngữ quân sự chỉ về "một căn cứ điều hành", là một ẩn dụ yêu thích của Phao-lô (so sánh với Rô 7:8, 11; 2 Cô 5:12; 11:12 và Ga 5:13).

15. Những lời huấn thị của sứ đồ Phao-lô về việc phải nghiêm khắc kỷ luật được lý giải là do gương xấu của một số người đã *làm lạc* khỏi đường ngay lẽ phải mà *đi theo Sa-tan*. Cụm từ sau có lẽ có nghĩa là họ đã phó chính mình vào những thói quen vô luân. Kết quả là những gì đối nghịch với điều mà các Cơ Đốc nhân được mong đợi phải làm.

16. Khó khăn nào đó nảy sinh ở đây trong bản văn tiếng Hy Lạp, vì bản văn được chứng thực nhất ghi là *nếu bất cứ người nữ nào... có quả phụ*, nhưng cách đọc thay thế "nếu bất cứ người nam hoặc người nữ nào" có vẻ như là phù hợp với nghĩa của câu này hơn, vì thật khó để tin rằng lời khuyên giảm bớt gánh nặng của hội thánh trong việc chăm lo cho những quả phụ lại chỉ giới hạn cho nữ giới. Câu này song đối chặt chẽ với câu 4 và 8, nhưng ở đây Phao-lô đặc biệt lưu tâm đến các quả phụ không đủ điều kiện để được ghi tên vào số.

c. Các trưởng lão (5:17–20)

17. Mối quan tâm ở phần tiếp theo tập trung vào các nhân sự trong hội thánh với lời khuyên đặc biệt là cần phải khen thưởng họ. Rõ ràng là từ *kính trọng* cần phải được hiểu theo nghĩa này, khi nhìn nó dưới góc độ của câu 18. Cụm từ *nhiều hơn*, mô tả đặc điểm của sự tôn trọng này, có vẻ như có nghĩa là có được sự chu cấp dư dật và rời rộng hơn, nhưng điều này lệ thuộc vào tính hiệu quả, như trạng từ *khéo* cho thấy. Trước giờ người ta vẫn cho rằng *nhiều* *hơn* nói về tuổi tác và chức vụ, hoặc cho rằng nó cho thấy họ được các quả phụ tôn trọng hơn nữa, nhưng cách hiểu ở trên dường như phù hợp hơn. Từ được dịch là *lãnh đạo hội thánh* (*prohistēmi*) có nghĩa là quản lý, trông nom, coi sóc nói chung, và mô tả những trách nhiệm được giao phó cho tất cả các trưởng lão. Nhưng những ai *khó nhọc trong việc truyền đạo và dạy dỗ*, là cụm từ chỉ về một tầng lớp trưởng lão cụ thể trong chức trưởng lão, thì cần được xem xét đặc biệt hơn.

18. Lời khuyên ấy được hỗ trợ bởi hai câu trích dẫn liên hệ với nhau theo công thức *vì Kinh Thánh dạy*, đúng với phong cách của các thư tín Phao-lô (so sánh với Rô 4:3; 11:2; Ga 4:30). Câu trích dẫn thứ nhất là từ Phục Truyền Luật Lệ Ký 25:4, và câu thứ hai hoàn toàn tương ứng với Lu-ca 10:7, là câu Kinh Thánh nói về Chúa Giê-xu. Cũng chính phân đoạn ở Phục Truyền Luật Lệ Ký lại được Phao-lô trích dẫn trong 1 Cô-rinh-tô 9:9 dưới tiêu đề "Vì luật Môi-se có chép". Vị sứ đồ nói điều răn của Chúa với điều này (1 Cô 9:14), nhưng không trích dẫn lời của Ngài như ở đây. Trong tâm trí của vị sứ đồ, cả hai câu nói rõ ràng đều liên hệ mật thiết với nhau, và ta không cần phải cho rằng ông đang trích dẫn từ kinh điển Phúc Âm, mặc dù điều đó không thể hoàn toàn loại trừ. Có thể ông đang trích dẫn từ tuyển tập những lời nói của Chúa Giê-xu, và nếu vậy thì rõ ràng là một tuyển tập như thế được đặt ở vị trí ngang hàng với Cựu Ước, chí ít là về khía cạnh thẩm quyền của từng câu nói đó. Đối với sứ đồ Phao-lô, những lời của Đấng Christ sẽ tự nhiên được mặc định là có tầm quan trọng tương xứng với quan niệm của ông về Ngôi vị Đấng Christ. Ngược lại, ta không thể nói rằng cả Chúa Giê-xu và Phao-lô đều trích dẫn từ một châm ngôn hiện thời, vì Chúa Giê-xu không mô tả nó như thế và ở đây Phao-lô xếp nó vào hàng Kinh Thánh, là điều ông không bao giờ có thể lẫn lộn với một câu châm ngôn. Học giả nào vẫn cho rằng Phao-lô không phải là tác giả của các thư tín mục vụ tự cho rằng lập trường của mình đưa ra ít khó khăn hơn, vì các trước giả sau này có lẽ thật sự đã sử dụng Phúc Âm Lu-ca, là sách không thể nào được cho là của Phao-lô nếu phỏng đoán thịnh hành về niên đại của Phúc Âm Lu-ca là đúng (đó là năm 80–85 SC.). Sẽ có ít khó khăn hơn nếu Phúc Âm của Lu-ca có niên đại vào khoảng năm 60 SC., và thật ra chẳng có lý do thuyết phục nào cho việc tại sao Phao-lô không thể quen thuộc với Phúc Âm Lu-ca.

Dù vị sứ đồ có trích dẫn gì ở đây đi nữa, thì ông cũng có ý định cho Ti-mô-thê hiểu rằng sự phê chuẩn của Chúa là cơ sở cho nguyên tắc phải chu cấp công bằng cho những người phục vụ hội thánh. Thường thường thái độ keo kiệt đã và vẫn là cách người ta đối xử với những con người trung tín, là những người đã lao nhọc vì Đấng Christ vì ích lợi của người khác.

Vị sứ đồ đã phàn nàn về việc tham tiền bạc (3:3), nhưng ông cũng phàn nàn y như thế về việc không quan tâm đầy đủ đến nhu cầu của người khác. Nếu Đức Chúa Trời đã định liệu sự chu cấp dư dật cho con bò đạp lúa, thì trách nhiệm của các cộng đồng Cơ Đốc là phải xem những người tận hiến thời gian và sức lực của mình để phục vụ họ là đáng được phần thưởng tương xứng.

19–20. Việc bảo vệ những người vô tội khỏi bị vu oan là điều quan trọng, và như luật Do Thái quy định là hai người làm chứng giống nhau về một người thì lúc đó mới được đưa ra kết luận cho một sự cáo buộc (so sánh với Phục 19:15), thì trong hội thánh cũng vậy (so sánh với Mat 18:16; 2 Cô 13:1), đặc biệt là khi *một trưởng lão* đang bị lôi vào. Ông phải được bảo vệ chống lại một động cơ hiểm độc, nhưng nếu có những cơ sở thật sự cho lời tố cáo ấy, thì hành động kỷ luật cần phải thực hiện trước toàn thể hội thánh (Bản NIV dịch là *phải công khai khiển trách* [tương ứng với cách dịch của bản TTHĐ - ND]). Ta có thể hiểu chữ "mọi người" (*pantōn*) [trong cụm từ "khiển trách người có lỗi trước mặt mọi người" như trong bản dịch Hiện Đại – ND) liên hệ đến tất cả các trưởng lão, nhưng bản NIV [và bản TTHĐ - ND] có lẽ đã đúng khi liên hệ "mọi người" ở đây với toàn thể hội thánh [khi dùng chữ *công khai* - ND]. Những hành động công khai như thế không thể không đem lại tác dụng tốt lành trên cộng đồng (*để những người khác phải sợ*), bằng cách thu hút sự chú ý vào nhu cầu của các Cơ Đốc nhân cần phải thánh khiết. Việc lạm dụng kỷ luật thường dẫn đến một tinh thần thiếu khoan dung và khắt khe, nhưng lơ là kỷ luật đã sản sinh ra một hiểm họa cũng lớn không kém. Khi đối diện với những trưởng lão phạm tội thì thái độ nhát sợ đáng bị lên án.

d. Cách cư xử của cá nhân Ti-mô-thê (5:21–25)

21. Phần ủy thác đột ngột và trang trọng dành cho Ti-mô-thê ở phần tiếp nối này cho chúng ta vô số những sự hiểu biết về tâm tính của người thanh niên trẻ tuổi này. Ti-mô-thê cần phải cứng rắn hơn và vị sứ đồ thấy cần phải sử dụng những cụm từ mạnh để nói với chàng - *Trước mặt Đức Chúa Trời và Đấng Christ Giê-xu cùng các thiên sứ được chọn, ta khuyến cáo con*. Một lời khẩn nài tương tự cũng được sử dụng trong 2 Ti-mô-thê 4:1, nhưng không đề cập đến các thiên sứ. Việc đề cập đến *các thiên sứ được chọn* là điều làm ta ngạc nhiên, nhưng có lẽ do niềm tin rằng họ được giao nhiệm vụ coi sóc những chuyện của con người. Cũng có thể có một lý do liên quan đến những ngày cuối cùng ở đây, gợi nhớ đến lời Chúa trong Lu-ca 9:26. Chính cụm từ này đã xuất hiện trong cuốn sách mặc khải là Hê-nóc 39:1.

Những lời răn dạy này mà Ti-mô-thê phải *giữ* là tất cả những lời răn dạy cẩn trọng đã được ban ra. Bản RSV đưa ra cách dịch đề nghị là "giữ những nguyên tắc này". Điều này cần được thực hiện cách *không thành kiến*, nghĩa là không vội phê phán hay có định kiến, và không *vì thiên vị*, nghĩa là không nghiêng về bất cứ một người nào hơn một người nào. Đây là sự khách quan khó có được, nhưng là điều không thể thiếu được với bất cứ người lãnh đạo Cơ Đốc nào.

22. Không có sự đồng nhất về ý kiến trong việc liệu ở đây có đang nói về lễ bổ chức hay nói về sự phục hồi những người đã ăn năn sau thời hạn kỷ luật cần thiết. Trước giờ người ta vẫn thường cho rằng Ti-mô-thê không phải là người duy nhất chịu trách nhiệm về việc phong chức cho các trưởng lão (so sánh với 4:14), thế nhưng lời chỉ dẫn dành cho Ti-mô-thê ở đây có lẽ cũng dành cho các trưởng lão nữa. Nếu Ti-mô-thê là người chịu trách nhiệm chính, thì việc của ông là phải thực thi điều đó với sự thận trọng. Cách giải nghĩa như thế rõ ràng phù hợp với bối cảnh hơn nếu cả phần Kinh Thánh từ câu 19 trở đi nói đến các trưởng lão, nhưng quan điểm ngược lại thì có được rất nhiều sự hỗ trợ từ bản văn. Việc đặt tay cần phải được cân nhắc kỹ lưỡng và Phao-lô nhắc nhở đừng làm điều này một cách quá vội vàng (*tacheōs*).

Phần thứ hai của câu này, *đừng nhúng tay vào tội lỗi của người khác*, dường như có nghĩa là bất cứ ai đặt tay trên một người không xứng đáng sẽ phải chịu trách nhiệm về tội lỗi của người ấy. Tuy nhiên, thật khó để tin rằng điều này có thể áp dụng cho những người đã ăn năn nói chung, mặc dù nó có chút gì đó liên hệ đến những trưởng lão đã ăn năn. Vì thế, có vẻ như hợp lý hơn khi hiểu hành động đặt tay theo nghĩa là biệt riêng ra cho sự phục vụ đặc biệt, như ở những chỗ khác trong các thư tín mục vụ có nói đến (so sánh với 2 Ti 1:6). Việc quá vội vàng chỉ định các Cơ Đốc nhân (một điều không phải là hiếm) đã dẫn đến việc có những người không xứng hợp gây nên sự phá hoại đối với công tác của Đấng Christ.

Lời khuyên bảo mang tính cá nhân khá đột ngột dành cho Ti-mô-thê, *Hãy giữ mình cho trong sạch*, về căn bản cần được hiểu theo nghĩa chung là những hành vi ngay thật và đáng trọng. Đó là cách sống đúng như điều vị sứ đồ đã nói – phải đảm bảo rằng con sẽ chỉ định những người "trong sạch" và giữ cho mình "trong sạch" trong quá trình ấy.

23. Các nhà giải kinh tìm kiếm mối liên hệ gần gũi nào đó giữa câu này với câu phía trước đều sẽ phải đối diện với một vấn đề nhiều nút thắt, nhưng giải pháp của nó chính xác nằm ở nghĩa của từ "trong sạch" trong câu 22. Rất có thể sứ đồ Phao-lô sợ rằng lời huấn thị "hãy giữ mình cho trong sạch" của ông được hiểu một cách quá cứng nhắc như một sự cổ vũ cho cách sống khổ hạnh và ông muốn nói rõ rằng "trong sạch" không đồng nghĩa với kiêng khem. Có lẽ Ti-mô-thê có thiên hướng tự nhiên là theo chủ nghĩa khổ hạnh. Mặt khác, cũng có thể không hề có sự liên hệ nào giữa câu này với câu phía trước, và lời khuyên này có thể được xen vào bởi vì sứ đồ Phao-lô đột nhiên nhớ đến tình trạng sức khoẻ ốm yếu của Ti-mô-thê và nghĩ rằng sẽ ích lợi khi dành sự quan tâm vào giá trị y khoa của rượu.

Không chỉ uống nước rõ ràng không có nghĩa là Ti-mô-thê phải ngừng uống nước, nhưng phải ngừng việc chỉ uống nước mà thôi. Rất có thể nước bị nhiễm bẩn đã góp phần vào tình trạng khó tiêu của Ti-mô-thê nên vị sứ đồ đề nghị một phương cách chữa trị. Câu này cho thấy Ti-mô-thê là một người có sức khỏe nhạy cảm, và là một trong những câu Kinh Thánh cảm động một cách ngẫu nhiên, giúp độc giả hiện đại cảm thấy được đồng cảm nhiều hơn với ông. Nó là sự đụng chạm thân mật khá là tự nhiên đối với vị sứ đồ khi viết cho một phụ tá thân cận, nhưng sẽ thật sự lạ lùng nếu thư tín này được viết ra bởi một trước giả sau này dùng bút danh để viết.

24–25. Tốt nhất nên xem câu 23 là phần thêm vào để làm cho hai câu cuối cùng này nối tiếp ý tưởng của câu 22. Có một sự đặc biệt được đưa ra giữa những người mà tội lỗi của họ đã rất rõ ràng (*prodēlos, rõ ràng*) và những người mà tội lỗi không lộ rõ ngay lập tức, nhưng những người ấy thì cuối cùng tội lỗi cũng sẽ rượt đuổi theo họ (*apakoloutheō*, đi theo sau). *Bị xét xử* có thể có nghĩa là Ti-mô-thê và những người đồng lao của ông mới đánh giá đúng được, nhưng nhiều khả năng Phao-lô đang nghĩ đến sự xét xử của Đức Chúa Trời. Cách hiểu này dường như rõ hơn trong câu 25, ở đó những việc lành dễ thấy và những việc lành bị kín giấu đều sẽ được đặt cạnh nhau, tuy nhiên, việc bị kín giấu cuối cùng cũng sẽ bị lộ ra. Những quan sát tương đồng này, xem tiềm năng của con người vừa mang tính tiêu cực vừa mang tính tích cực, cho thấy một cách sống động những phức tạp liên hệ đến việc chọn những ứng viên phù hợp cho công việc của Đức Chúa Trời. Hành động vội vàng dựa trên những ấn tượng đầu tiên, nhưng những ấn tượng này thường đánh lừa ta. Những người không xứng đáng có thể được chọn, mà những xấu xa về mặt đạo đức của người ấy có thể nằm sâu bên trong; và những người xứng đáng, mà những việc làm tốt đẹp của người ấy lại không dễ thấy, rất dễ bị bỏ sót. Toàn bộ tình huống này đòi hỏi phải cực kỳ cẩn trọng.

e. Chủ và tớ (6:1–2)

Ở những cộng đồng nơi thuộc viên hội thánh có nhiều người là nô lệ cùng với một vài người chủ của họ, thì mối liên hệ giữa chủ và nô lệ là một vấn đề cấp thiết. Nô lệ vui hưởng địa vị bình đẳng trong hội thánh, nhưng lại chịu một sự thấp kém rõ rệt về mặt xã hội trong trong nhà của chủ, một sự tương phản không thể nào hòa giải này cuối cùng đã tìm được giải pháp trong việc bãi bỏ chế độ nô lệ. Nhưng vì thời điểm này chưa thích hợp cho sự lật đổ một hệ thống vốn đã bám rễ rất sâu trong xã hội này, nên những nguyên tắc Cơ Đốc tạm thời là điều không thể thiếu.

1. Vị sứ đồ mường tượng ra hai tình huống. Trong câu này, Phao-lô đang nghĩ đến những Cơ Đốc nhân ở *dưới ách nô lệ* (*douloi* nên được dịch là "nô lệ" hơn là "tôi tớ" như trong bản King James) và thuộc về những người chủ không tin Chúa, nhưng những người chủ trong câu 2 lại là *tín hữu*. Những hiểm họa có thể là kết quả của hai trường hợp này thì khác nhau. Nô lệ là tín hữu, là người đã tìm được sự tự do trong Đấng Christ, có thể bị cám dỗ để ít tôn trọng chủ của mình hơn là người ấy đáng phải tôn trọng, cụ thể là nếu người chủ ấy khắt khe và hung bạo. Nhưng trong những hoàn cảnh như vậy, chính nghĩa của Đấng Christ sẽ được thể hiện rõ nhất thông qua thái độ tôn trọng chủ. Cụm từ *dưới ách nô lệ* thu hút sự chú ý vào việc nhiều người chủ xem nô lệ của mình chẳng khác gì mấy con vật nuôi trong nhà. Nó tập trung vào điều kiện xã hội của thế giới đương thời. Trong những điều kiện như thế thì việc tránh làm cho *danh Đức Chúa Trời và sự dạy dỗ của chúng ta* bị sỉ nhục quan trọng hơn là cố gắng làm một cuộc cách mạng non trẻ là cải cách cấu trúc xã hội ấy. *Sự dạy dỗ* ở đây là đức tin Cơ Đốc.

2. Một hiểm họa mà các nô lệ Cơ Đốc và những người chủ là tín hữu có thể gặp phải đó là lơ là bổn phận của mình. Họ không được *thiếu tôn trọng* đối với những người chủ đã trở nên ít khắt khe với họ hơn, vì họ đã trở nên ôn hòa hơn bởi tình yêu của Chúa, và vì họ đã được chuẩn bị tinh thần để vì danh Chúa mà xem nô lệ của mình là *anh em*. Trái lại, nô lệ cần phục vụ cho những người chủ ấy tốt hơn để đáp lại sự đối xử tốt hơn mà mình nhận được. *Người được phục vụ đó* có thể nói đến những người chủ hoặc đến các nô lệ. Cấu trúc ngữ pháp ở đây nghiêng về cách hiểu đầu, trong trường hợp đó câu này có ý nói người chủ sẽ được hưởng lợi vì nô lệ của mình cảm thấy tự nguyện phục vụ hơn. Áp dụng câu này vào nô lệ có thể có nghĩa là họ gặt hái được những ích lợi của việc có một người chủ là tín hữu và *là anh em yêu dấu* của họ (*agapetos*). Có lẽ sự mơ hồ là nhắm nhắc cả người chủ và nô lệ rằng *ích lợi* nhận được nếu cả hai cùng "trung tín và yêu thương nhau" là ích lợi hai chiều.

4. NHỮNG LỜI HUẤN THỊ KHÁC (6:3–21)

Phần kết của thư tín này không chứa đựng một chuỗi ý tưởng rõ ràng, vì thế tốt nhất là xem nó là những phần độc lập. Có những phần suy nghĩ thêm về các giáo sư giả, và hai phân đoạn độc lập liên hệ đến của cải khép lại phần ghi chú cá nhân dành cho Ti-mô-thê, kết lại bằng một bài ca ngợi khen đầy uy nghi. Sau đó bức thư này kết bằng một lời khuyên bảo khác cho Ti-mô-thê biết cách phải đương đầu với tà giáo, gần giống với phần tái bút, thêm sức nặng cho điều đã được nói trong phần trước của lá thư này.

a. Nói thêm về các giáo sư giả (6:3–5)

3. Câu *Đó là những điều con phải dạy và khuyên bảo họ* trong bản NIV và King James [cũng như bản TTHĐ - ND] là phần cuối của câu 2, nhưng dường như xem câu này là phần dẫn nhập cho những câu tiếp theo (như trong bản RSV) thì sẽ sáng tỏ hơn. Ti-mô-thê phải đứng lên để đối kháng cách rõ ràng với những người dạy *giáo lý khác* (chính từ này cũng được sử dụng trong 1:3). *Những điều* muốn nói đến ở đây có lẽ là tất cả những chủ đề được đề cập đến trong thư tín này.

Động từ được dịch là *phù hợp* (*proserchomai*) theo nghĩa đen có nghĩa là "tiếp cận" với nghĩa phái sinh của từ "gắn ai đó vào" (so sánh với phần thảo luận về hệ thống từ vựng của Simpson). Người dạy dỗ chân thật phải triệt để trung thành hay hoàn toàn đồng ý với *lời chân chính*, là điều được định nghĩa thêm là *của Chúa chúng ta là Đức Chúa Giê-xu Christ*. Bản thân phần định nghĩa này có thể được hiểu theo hai cách: (a) Có thể nói đến những câu nói của Chúa Giê-xu, hoặc (b) Có thể chỉ về những câu nói về Chúa Giê-xu, những lời mô tả chân lý Cơ Đốc. Ý thứ hai đúng với bối cảnh và với cách sử dụng cụm từ này ở trong các thư tín mục vụ hơn. Điều này cũng được ủng hộ thêm bởi mối liên hệ giữa nó với mệnh đề kết, đó là *và giáo lý tin kính*, mặc dù điều này cũng có thể áp dụng cho một số câu nói của Chúa Giê-xu để đem đến sự đối lập cần thiết với đặc điểm là sự bất kính của tà giáo. Spicq, người cho rằng ở đây đang có ý nói đến Phúc Âm của Lu-ca, nghiêng về quan điểm của Schlatter cho rằng rất khó để tin rằng Phao-lô có thể nói về lời của Chúa Giê-xu như thế nếu chưa có sách Phúc Âm nào tồn tại trong cộng đồng, Công Vụ Các Sứ Đồ 20:35 cung cấp một ý tương tự giúp chúng ta hiểu được điều này.

4–5. Phần mô tả về giáo sư giả mang bản chất của sự dạy dỗ của người ấy ra ánh sáng, một nguyên tắc áp dụng cho cả giáo lý chân thật lẫn giáo lý sai lạc. Những giáo sư giả này có các đặc trưng mà không ai thèm muốn.

Để đọc phần giải nghĩa của từ được dịch là *kẻ kiêu ngạo* (*typhoō*), xin xem 3:6. Tình trạng thật sự của những giáo sư tự cao tự đại này là không gì khác ngoài việc vô cùng dốt nát, như sứ đồ Phao-lô đã chỉ ra.

Những lời tiếp theo không dễ để thể hiện rõ nghĩa. Bản NIV dịch là *kẻ ấy mắc bệnh ham tranh luận, cãi lẽ về chữ nghĩa* [tương tự cách dịch của bản TTHĐ - ND]. Nghĩa đen của động từ (*noseō*) là "bị bệnh", rõ ràng nhắm đến việc đem đến sự tương phản với những lời lành mạnh ở câu 3. Những tranh luận và cãi lẫy này đã làm suy yếu sức khỏe tinh thần của họ đến nỗi họ trở nên bệnh tật. Đây là một ví dụ đáng nhớ để nói về việc tiến trình những sự tranh cãi về lý trí thường kết thúc bằng sự hư hoại về đạo đức.

Tất cả những hậu quả được đề cập đến đều là những hoạt động về lý trí, với một sự tăng tiến có thể nhận biết nào đó, vì sự chia rẽ chắc chắn sẽ theo sau *sự ganh ghét*. Thật ra, trong mọi trường hợp trừ một trường hợp duy nhất nơi *eris* (từ gốc tiếng Hy Lạp được dịch ra là *bất đồng*) được sử dụng trong Tân Ước, nó đều được liên kết với một từ nói về *sự ganh ghét* (ba lần kết hợp với *phthonos* như ở đây và ở chỗ khác là với từ *zelos*). Cần lưu ý rằng chỉ mình Phao-lô sử dụng *eris* và kể nó vào trong danh sách tất cả công việc của sự bất chính. *Phỉ báng* và *nghi kỵ xấu xa* là một cặp đi kèm với nhau cách tự nhiên. *Sự tranh cãi triền miên giữa những kẻ có tâm trí hư hoại* chỉ về tính dễ bị kích động không thể tránh khỏi, là kết quả của việc trao đổi giữa những kẻ có tâm trí hư hoại, vì họ bị ảnh hưởng và luôn suy nghĩ xấu nhất về người khác. Khi lý trí bị che khuất về mặt đạo đức thì tất cả những điều chỉnh hành vi không xứng hiệp đều bị xua đuổi khỏi tâm trí, và tâm trí *đánh mất chân lý* (tương tự với cách dịch của RSV, bản NIV dùng "cướp mất chân lý"). Đây là hình ảnh về một kẻ xâm nhập giật lấy chân lý, nhưng với tâm trí làm tất cả những việc này một cách hết sức để hỗ trợ cho việc chiếm đoạt tài sản vô giá của chính mình. Sự hoàn toàn điên rồ của nó thật quá rõ ràng. Cụm từ cuối cùng *những kẻ xem sự tin kính là phương tiện để trục lợi* được Moffatt dịch rất hay là "họ tưởng tôn giáo là một lợi lộc vật chất". Nhưng sự tin kính thật không bao giờ được phép thương mại hóa vì nó là vấn đề của tấm lòng chứ không phải vấn đề của túi tiền. Liệu nghĩa của câu này có phải là những giáo sư giả đã đòi được trả thù lao rất cao cho những sự dạy dỗ có vẻ hợp lý của họ, hay họ sử dụng nghề nghiệp giảng dạy tôn giáo nhiều lời của mình như một chiếc mặt nạ cho sự kiếm chác về vật chất thì không được rõ lắm.

b. Hiểm họa của sự giàu có (6:6–10)

Vì tiền bạc là mối quan tâm chính của những giáo sư giả nên Phao-lô tiếp tục nói về một số hiểm họa của tiền bạc và đặt ra những nguyên tắc chứa đựng tầm ý nghĩa phổ quát.

6. Lời nhận xét về các giáo sư giả trước nhất được công nhận, thế nhưng với một điều kiện vô cùng cần thiết. Ý niệm về sự tự làm chủ bản thân cố hữu trong từ được dịch là *sự thỏa lòng* (*autarkeia*) là một từ rất đặc trưng của Phao-lô (danh từ này xuất hiện thêm một lần duy nhất ở 2 Cô 9:8 và tính từ ở Phil 4:11). Sự tin kính không chỉ là một *nguồn lợi* chân thật không lệ thuộc vào hoàn cảnh, và bản thân Phao-lô cũng đưa ra một khuôn mẫu đáng ngưỡng mộ về điều này trong Phi-líp 4:11. Đối với ý niệm tự chủ của phái Khắc kỷ thì Cơ Đốc giáo đem đến một phẩm chất cốt yếu của một tâm trí thỏa lòng.

7–8. Ý tưởng chứa đựng trong câu 7 có rất nhiều điểm tương đồng trong cả Kinh Thánh lẫn các kinh điển và được trích dẫn ở đây như một câu cách ngôn hiển nhiên (so sánh với Gióp 1:21; Truyền 5:15). Sức mạnh của điều mà vị sứ đồ đang nói ở đây đó là lúc chúng ta vào đời và lìa đời thì của cải vật chất cũng đều không có ý nghĩa gì với chúng ta cả. Phần thứ hai của câu phát biểu này hướng đến một yếu tố chủ đạo, vì nó cho thấy sự ngu dại của việc không ngừng tìm kiếm tích góp của cải vật chất là thứ mà chúng ta sẽ phải bỏ lại đằng sau khi chết. Câu châm ngôn này cũng nhấn mạnh sự ngắn ngủi của đời người. Sự thỏa lòng với hiện tại lệ thuộc vào niềm tin vào tương lai, và niềm tin này thì không lệ thuộc vào những điều thuộc về vật chất. Chắc chắn cuộc sống chân thật không chỉ là đạt được những thứ ngắn ngủi tạm thời mà tôi.

Câu 8 định nghĩa sự thỏa lòng của người Cơ Đốc là gì. Nếu chúng ta không có nhiều hơn những nhu cầu căn bản như *cơm ăn, áo mặc* (*skepasma* theo nghĩa đen là "vật chất bao phủ", có thể có ý nói về chỗ trú thân và quần áo mặc) thì chúng ta đã thỏa lòng được rồi. Người theo phái Khắc kỷ cũng đã đưa ra một quan niệm tương tự về cách sống này. Những sự dạy dỗ này là một lời nhắc nhở đúng lúc về sự yếu đuối của một xã hội tiêu dùng dựa trên giả định rằng của cải là biểu tượng của địa vị xã hội. Cơn sốt tín dụng sẽ bị chỉ trích xứng đáng nếu sự dạy dỗ này được thực hiện một cách nghiêm túc. Thực tế là sự thỏa lòng không đến từ việc sở hữu những gì chúng ta muốn có, vì những gì chúng ta muốn thì không hề có điểm dừng. Cách sống của người Cơ Đốc sẽ không bao giờ biến sự tích lũy những thứ thuộc về vật chất là đặc trưng trọng tâm của mình.

9. Những lời rất nặng này được dùng để mô tả những người luôn thèm khát có nhiều của cải vật chất. Những lời này áp dụng cho tất cả những ai mà mục tiêu của họ bị lèo lái bởi lòng khao khát gia tăng của cải vật chất, thế nhưng ở đây không hề lên án bản thân những thứ của cải ấy. Vị sứ đồ không phải đang nói về những người đã giàu có rồi, mà là những người luôn muốn giàu có. Trong hai lần khác ở các thư tín mục vụ mà từ *cạm bẫy* được sử dụng, nó được mô tả là cạm bẫy *của ma quỷ*, và ở đây cho thấy nó liên hệ chặt chẽ với *sự cám dỗ*. Ba bước xuống dốc rõ ràng mà ta có thể nhận biết đó là: trước nhất là sự quyết dụ, rồi tới dục vọng và cuối cùng là sự bại hoại hoàn toàn về mặt đạo đức. Động từ được dịch là *rơi vào* hay quăng xuống (*bythizo*) trình bày một cách sống động rằng ham muốn của cải là một con quái vật có thể quăng nạn nhân của nó xuống biển hủy diệt và hư mất. Sự liên kết giữa hai từ (*olethros* và *apoleia*) cho thấy một sự mất mát không gì có thể lấy lại được.

10. Tiếp theo, một câu cách ngôn nổi tiếng đã được trích dẫn để biện hộ cho ngôn từ rất nặng mới được sử dụng. Bản Hy Lạp không có mạo từ đi trước từ *cội rễ*, vì thế bản NIV thêm chữ *một* vào (một cội rễ). Ngay cả khi không có mạo từ thì vị trí của những từ này trong tiếng Hy Lạp cho thấy sự nhấn mạnh vào từ *cội rễ*, và những điểm tương đồng có thể được tìm thấy nhằm chứng minh cho mạo từ xác định trong tiếng Anh (như cách dịch của bản King James hoặc bản RSV). Điều này làm cho từ ấy trở nên bao quát hơn, nhưng tâm trí của vị sứ đồ quá bận tâm vào những cạm bẫy của tiền bạc đến nỗi ông nói đến những trường hợp cực đoan. Rõ ràng đối với những người được đề cập đến ở câu 9 thì cội rễ của mọi điều ác của họ là *lòng tham tiền bạc*, nhưng từ đây ta không thể diễn giải rằng lòng tham tiền bạc là cội rễ duy nhất của mọi điều ác, vì Tân Ước không hề ủng hộ cho cách nhìn này. Những kẻ tham tiền như thế đã bị dẫn dụ tới một ngã rẽ sai lầm, họ *lìa bỏ đức tin*. Hình thái thụ động của động từ (*apoplaneō*) được sử dụng ở đây cho thấy rằng họ là những người bị lừa bịp vô vọng trong gọng kìm của sự dối trá không thương xót. Đồng thời, tiến trình chuốc lấy nỗi đau đã đặt trước mặt họ, vì họ *tự chuốc lấy nhiều nỗi đau nhức nhối* (*odynē*, "nỗi muộn phiền"). Sự nhức nhối tự mình gây ra do bị vỡ mộng là rất kinh khiếp.

c. Sự uỷ thác cho người của Chúa (6:11–16)

11. Sứ đồ Phao-lô gọi Ti-mô-thê là *người của Đức Chúa Trời* đối lập một cách đầy ấn tượng với phần mô tả phía trước của ông về những người thèm muốn của cải vật chất (Những từ mở đầu *Nhưng hỡi con* mang tính nhấn mạnh). Thế nhưng những điều mà Ti-mô-thê phải *tránh xa* cần phải được đặt trong một tầng nghĩa rộng hơn là những hiểm họa của vật chất. Có lẽ ở đây đang đề cập mở rộng cho tất cả những việc làm gian ác được đề cập đến từ câu 8 trở đi.

Sự tương phản trong các từ *hãy tránh xa... mà tìm kiếm* là đặc điểm đặc trưng của Phao-lô. Nó được nhắc lại chính xác trong 2 Ti-mô-thê 2:22. Mục tiêu của việc tìm kiếm hai điều đầu tiên mô tả một tâm tính tín kính nói chung, *công chính* được sử dụng theo nghĩa rộng nhất của nó là hòa hợp với những điều đúng đắn với cả Đức Chúa Trời và con người, và *tin kính* là một sự tận hiến nói chung. Sự tìm kiếm hai lĩnh vực này cũng được tìm thấy trong Tít 2:12. Hai đức hạnh tiếp theo, *đức tin* và *yêu thương* là căn bản đối với Cơ Đốc giáo và là trái tim trong sự dạy dỗ của Phao-lô. Người ta vẫn thường cho rằng đối với Phao-lô đức tin có mối liên hệ với các đức hạnh khác. Nhưng trong Ga-la-ti 5:22, cũng chính hai đức hạnh này xuất hiện với những đức hạnh khác trong một câu nói về trái của Thánh Linh.

Các đức hạnh cuối cùng, *kiên nhẫn và mềm mại*, nối kết hai phẩm chất rất khác nhau lại với nhau. Kiên nhẫn có yếu tố sức mạnh, một sự gắn kết bền bỉ. Nhưng *mềm mại* thì nhẹ hơn, một cảm giác dịu hiền, là điều mà bản thân nó đã là một phẩm chất có vẻ hiếm hơn. Nó chính là mục tiêu quý báu của người thuộc về Đức Chúa Trời ở đây.

12. Mạng lệnh *chiến đấu* (*agōnizō*, nghĩa đen là "đấu tranh để nhận được một giải thưởng") thường được cho là một từ ám chỉ Thế vận hội Olympic và điều này dường như được ủng hộ bởi cách sử dụng từ cùng gốc của danh từ *agōn* (cuộc chiến đấu). Đến thời điểm này, có lẽ việc sử dụng ẩn dụ vận động viên đã trở nên một khuôn mẫu, hay nó vẫn có thể giữ lại tầng nghĩa về quân sự. Dù trong một cuộc đấu hay trong một cuộc xung đột, thì động từ này vẫn ám chỉ một nỗ lực đầy kỷ luật vốn đã được bắt đầu, nhưng động từ theo sau *giành lấy* (*epilabou*) biểu thị một sự kiện đã hoàn tất một lần duy nhất. Ý tưởng này không loại trừ suy nghĩ *sự sống đời đời* là một tài sản hiện có theo nghĩa của Giăng, nhưng chỉ về một sự chiếm giữ hoàn toàn.

Lời tuyên xưng tốt đẹp được hầu hết các nhà giải kinh xem là nói về lễ báp-têm của Ti-mô-thê, mặc dù một số nhà giải kinh lại xem là một ám chỉ về việc phong chức, nhưng mối liên hệ gần gũi với việc tìm kiếm sự sống đời đời làm cho cách hiểu thứ nhất hợp lý hơn cách hiểu thứ hai.

13. Lời tuyên xưng của chính Ti-mô-thê được so sánh với lời tuyên xưng của Đấng Christ trước mặt Phi-lát, một bản án nghiêm trọng được đưa ra, dựa trên vấn đề người làm chứng (đó là Đức Chúa Trời là Đấng ban sự sống cho muôn loài và Đấng Christ Giê-xu là Đấng có lời tuyên xưng tốt đẹp). Lý do trong bối cảnh này mô tả Đức Chúa Trời là *Đấng ban sự sống cho muôn loài* là nhằm nói đến bản tính luôn hiện hữu của nhân chứng là Đức Chúa Trời. Ý niệm Đấng Christ là một nhân chứng mang nhiều đặc điểm của các sách của Giăng (so sánh với Khải 1:5 và Giăng 18:37) hơn là của Phao-lô, còn Phao-lô thì thường viện dẫn Đức Chúa Trời như là một nhân chứng (so sánh với Rô 1:9; 2 Cô 1:23; Phil 1:8; 1 Tê 2:5, 10).

14. *Điều răn* mà Ti-mô-thê được khuyên phải giữ một cách trọn vẹn có lẽ là huấn thị trong lễ báp-têm của Ti-mô-thê. Tuy nhiên, có thể nó cũng nói về huấn thị trong câu 11 và 12, là huấn thị được đưa ra bằng nghi lễ trọng thể để có thể gọi là một điều răn. Quan điểm thứ hai dường như phù hợp với bối cảnh hơn, đặc biệt là khi những câu này nói về lễ phong chức. Thật là lạ khi những từ như *một cách trọn vẹn* hoặc *không chỗ trách được* áp dụng cho một điều răn và điều này đã dẫn một số học giả đến chỗ phối hợp nó với chủ ngữ của động từ (đó là việc chính Ti-mô-thê phải trọn vẹn và không chỗ trách được), nhưng cách hiểu này cho thấy việc giải thích cấu trúc tiếng Hy Lạp một cách gượng gạo. Tuy nhiên, bối cảnh ở đây dường như đòi hỏi việc phải áp dụng những từ này cho chính Ti-mô-thê và vì thế có vẻ hợp lý khi hiểu câu này theo cách đó.

Trong câu này có một cái nhìn xa xăm về phía trước, điều này có thể có nghĩa là sự *hiện đến* (*epiphaneia*) của Đấng Christ không còn được xem là sắp xảy ra nữa. Sự đến được hình dung như một biến cố lịch sử rõ ràng vẫn còn ở trong tương lai (so sánh với 1 Tê 3:13; 5:23; 1 Cô 1:8; Phil 2:15–16 để xem ý niệm của Phao-lô về sự không trỗ trách được khi Đấng Christ trở lại hay trong ngày của Đấng Christ).

15–16. Việc đột nhiên đưa ra một lời ca tụng uy nghi không hề đi ngược lại đặc trưng của Phao-lô, nhưng một số học giả đã nghi ngờ liệu có phải bản thân lời tán tụng này không giống như một bài thánh ca Cơ Đốc mà là một tác phẩm ngẫu hứng của Phao-lô hay không. Những danh xưng được sử dụng để nói về Đức Chúa Trời ở đây không thể nào tương đồng hoàn toàn với các danh xưng trong các thư tín của Phao-lô, trong khi việc quy tính từ *hạnh phước* cho Đức Chúa Trời chỉ được tìm thấy ở các thư tín mục vụ trong Kinh Thánh tiếng Hy Lạp, mặc dù những thư tín khác mang ảnh hưởng Hy Lạp cũng có sử dụng (xem ghi chú ở 1:11).

Trước giờ người ta vẫn cho rằng bài tán tụng này có lẽ gợi nhớ đến một công thức đang được sử dụng trong việc thờ phượng ở nhà hội bởi đặc điểm mang đậm tính chất Do Thái của nó (so sánh với Kelly). Nếu vậy thì có lẽ nó là một bài tán tụng luôn sẵn ở trên môi của sứ đồ Phao-lô khi tâm trí ông tập trung vào đặc tính tế trị của Đức Chúa Trời trên những biến cố của thời đại ấy. Từ được dịch là *Đấng Chủ Tể* (*dynastēs*) trong cách sử dụng đương thời có nghĩa là một hoàng thân hay một tướng lĩnh, phân biệt với một vị vua thi hành sự cai trị bằng chứng quyền lực của mình. Nhưng mô tả *duy nhất* cho thấy rõ rằng vị sứ đồ không phải đang nói về một nhà cầm quyền dân biểu (là điều không thể hiểu được nếu quy cho Đức Chúa Trời), nhưng là một tước vị vương quyền độc nhất. Danh xưng này cũng được áp dụng cho Đức Chúa Trời trong Truyền Đạo và 2 Ma-ca-bê, nhưng trong Tân Ước chỉ được tìm thấy duy nhất trong các ký thuật của Lu-ca (Lu 1:52; Công 8:27), ở đó nó áp dụng cho các quan chức con người.

Trong sách Khải Huyền (17:14; 19:16), danh xưng kép *Vua của các vua và Chúa của các Chúa* được sử dụng hai lần để nói về Đấng Christ. Điều này cho thấy rằng có lẽ đây đã là một lời tán tụng Chúa đã được các Cơ Đốc nhân công nhận. Có những chỗ ở Cựu Ước có nói đến danh xưng này (Phục 10:17; Thi 136:3; Đa 4:34 trong Bản Bảy mươi) và trong sách ngoại kinh (2 Ma-ca-bê 13:4).

Trong 1:17, tính từ *bất tử* đã được dùng cho Đức Chúa Trời, mặc dù ở đó tính từ *aphthartos* được sử dụng, trong khi ở đây lại xuất hiện danh từ *athanasia* (dịch là *không hề chết*). Cả hai từ đều được tìm thấy ở những mệnh đề tương ứng trong 1 Cô-rinh-tô 15:53–54 mà không có sự khác biệt rõ ràng nào cả về ngữ nghĩa. Cụm từ *Đấng duy nhất không hề chết* không phủ nhận bất kỳ ai khác nhưng lại thể hiện sự độc nhất về bản tính không hề chết của Chúa rằng chỉ một mình Đức Chúa Trời mới là Đấng vốn đã sở hữu sự không hề chết này, nên chính Ngài là nguồn của tất cả sự sống. Liên hệ với đặc tính đời đời này là hai đặc điểm tạo nên sự khác biệt giữa Đức Chúa Trời so với tất cả các thần khác, là tính siêu việt của Ngài (*ngự giữa ánh sáng không ai có thể đến gần được*) và tính chất vô hình của Ngài (*Đấng chưa người nào thấy và có thể thấy được*). Rõ ràng, bối cảnh cho ý tưởng này của sứ đồ Phao-lô là Xuất Ê-díp-tô Ký 33:17–23. Ở đó phác họa bằng hình ảnh sự uy nghiêm đáng kinh sợ của Đức Chúa Trời. Phần kết quen thuộc hơn của một bài tán tụng là phần quy vinh hiển (*doxa*) về cho Đức Chúa Trời, nhưng ở đây từ *tôn kính* (*time*) và *quyền năng* (*kratos*) có lẽ được khơi gợi nguồn cảm hứng bởi cách sử dụng hiện thời của từ *Đấng Chủ Tể*. Các cách sử dụng từ *kratos* khác của Phao-lô theo nghĩa là năng quyền của Đức Chúa Trời được tìm thấy trong Ê-phê-sô 1:19, 6:10 và Cô-lô-se 1:11.

d. Lời khuyên dành cho người giàu (6:17–19)

Phần phía trên là phần mở ngoặc hay phần thêm vào cho chủ đề về sự giàu có mà bây giờ được bàn luận trở lại, mặc dù với một mục đích khác. Phần phía trước nói về những người thèm khát được giàu có, trong khi phần này nói về những người đã giàu rồi. Cần phải ghi chú rằng nói ra ngoài chủ đề là một đặc điểm trong phong cách của Phao-lô.

17. Cách tiếp cận với vấn đều giàu có của Phao-lô mang tính chừng mực đáng chú ý. Không hề có sự chỉ trích. Những người giàu phải cẩn thận để tránh hai cái bẫy: (a) sự kiêu căng trong lòng, và (b) lệ thuộc quá nhiều vào của cải. Một cách giải nghĩa đó là ẩn dụ về người xây nhà trên cát nằm ẩn dưới lời cảnh báo này (so sánh với Scott). Khi đối diện với sự lớn mạnh của chủ nghĩa vật chất, lời nhắc nhở về tính tạm bợ của sự giàu có là sự nhắc nhở phù hợp với thời hiện đại của chúng ta. Có một hiểm họa khi nương cậy nơi vật chất để được an ninh thay vì dựa nương nơi Đức Chúa Trời, Đấng ban cho chúng ta tất cả mọi điều. Những lời này ngẫu nhiên cung cấp một lời giải đáp cho việc kiêng khem thái quá, vì nếu Đức Chúa Trời đã định mọi thứ để cho con người vui hưởng (*Đấng mỗi ngày ban mọi vật một cách dư dật để chúng ta vui hưởng*) thì cách tiếp cận của những người theo chủ nghĩa khổ hạnh không thể nào đúng được.

18–19. Những đòi hỏi tích cực và thực tế cho người giàu đã được đưa ra. Hành động của họ phải mang đặc trưng là sự tử tế và hào phóng, cả hai đặc điểm đều được mô tả một chủ động và thụ động. Họ phải *làm việc thiện* và *làm nhiều việc phước đức*. Họ phải rời rộng và chia sẻ với người khác nhiều hơn nữa.

Vì có sự pha trộn giữa các ẩn dụ liên hệ đến việc *tích lũy* như là một *nền tảng vững bền*, nên một số người đề xuất thay đổi về bản văn. Chẳng hạn, Moffatt thay đổi thành "tích lũy kho tàng tốt đẹp chân thật" (mặc định *thema lian* thay cho *themelion*). Nhưng vì sự thay đổi này không chỉ thiếu sự ủng hộ từ các bản văn Kinh Thánh mà còn liên hệ đến cấu trúc gượng gạo trong tiếng Hy Lạp, nên có lẽ tốt hơn khi xem đây là một sự pha trộn của các ẩn dụ. Chí ít thì ý tưởng cũng được rõ ràng, và nó gợi nhắc đến những lời của Chúa Giê-xu đã nói (Mat 6:22 và Lu 18:22).

Mệnh đề kết thúc (*như vậy, họ tích lũy cho tương lai mình một nền tảng vững bền để nắm chắc sự sống thật*) liên hệ chặt chẽ với cụm từ tương tự trong câu 12, nhưng với một sự thay đổi thú vị. Từ *tes antos zoes* trong tiếng Hy Lạp phải được dịch là "sự sống là sự sống thật" (như bản NIV) hoặc "sự sống thật" (như RSV [và bản TTHĐ – ND]), đem đến sự tương phản giữa nó với sự sống dựa trên sự chống đỡ không chắc chắn của của cải.

e. Lời khuyên bảo cuối dành cho Ti-mô-thê (6:20–21)

20. Thư tín này khép lại với một lời khuyên bảo khác thúc giục Ti-mô-thê *giữ lấy* đức tin như một của cầm hay tiền ký quỹ cố định (*paratheke*), là từ chỉ xuất hiện ở đây và ở 2 Ti-mô-thê 1:12 trong Tân Ước. Của cầm này không thể phân biệt với cách sử dụng khách quan thường thấy của những cụm từ như "đức tin" hay "điều răn", nhưng ý nghĩa cụ thể của nó được tìm thấy trong tính chất quý báu của những gì cần phải được giữ lấy. Nó giống như tài sản được gửi trong ngân hàng để giữ cho an toàn. Dĩ nhiên, ta không được phép ép ẩn dụ này đi quá xa, vì người giảng dạy phúc âm không giữ "những gì đã được giao phó" khỏi người khác, nhưng phải khích lệ họ đến và dự phần vào trong những bí quyết quý giá của nó.

Ti-mô-thê phải gìn giữ của cầm bằng cách chủ tâm quay lưng lại (chính động từ *ektrepomai* trong 1:6 được áp dụng cho sự rời bỏ chân lý của những giáo sư giả) với tà giáo, ở đây được mô tả như *những lời nhảm nhí phàm tục* và *các cuộc tranh cãi về những điều nhầm tưởng là tri thức*. Nghĩa của cụm từ đầu tiên trở nên rõ ràng khi so sánh với những phân đoạn tương tự trong các thư tín mục vụ (ví dụ 1 Ti 4:7, 2 Ti 2:16), trong tất cả những phân đoạn ấy, sự vô ích trong những lời lẽ đao to búa lớn nhưng khó hiểu của các giáo sư giả thường được nhấn mạnh. Từ thứ hai (được dịch là *các cuộc tranh cãi*) gây ra nhiều tranh cãi bởi cách dùng chính cụm từ *antitheseis* như một tên gọi cho những phỏng đoán của Marcion dựa trên sự đối lập giữa Cựu Ước và các Phúc Âm của người Cơ Đốc. Chỉ những học giả nào định thời điểm viết các thư tín mục vụ rất lâu sau này mới có thể tuyên bố rằng ở đây đang đề cập đến tác phẩm của Marcion, nhưng không có bằng chứng nào cho thấy rằng Marcion là người đầu tiên sử dụng từ này theo nghĩa này, cũng không có sự ủng hộ đầy đủ nào trong những phân đoạn có sử dụng từ này rải rác trong các thư tín mục vụ có thể chứng minh rằng ở đây Phao-lô đang nghĩ đến sự dạy dỗ của Marcion. Để đọc thêm phần thảo luận này, xin xem Dẫn Nhập, trang 45 trở đi.

Điều nhầm tưởng là tri thức mà Ti-mô-thê phải tránh xa cần phải được hiểu trong nhận thức về những chuyện vô bổ và bất kính mà sứ đồ Phao-lô đã nói đến. Các giáo sư giả đang rêu rao một cách khá tự nhiên rằng sự dạy dỗ của họ là *tri thức* (*gnōsis*) thật, một đặc điểm rõ ràng không chỉ giới hạn trong Trí huệ giáo của thế kỷ thứ hai. Nó cũng hiển hiện trong tất cả các tà giáo hiện đại tự xưng mình là tôn giáo duy nhất nắm giữ "tri thức" thật.

21. Phát đạn trước khi chuyển qua ý khác nhắm vào các giáo sư giả sử dụng chính từ này (*đánh mất [đức tin], astocheō*) để mô tả sự bội đạo của họ như đã được sử dụng trong phần đầu của thư tín này (1:6).

Lời chúc phước kết lại bức thư rất thú vị vì *ở với anh em* là ở dạng số nhiều. Có thể điều này có nghĩa là thư tín này được viết ra cho những người khác bên cạnh Ti-mô-thê, mặc dù những ví dụ từ các cuộn giấy cói về cách dùng từ số nhiều này để nói về các cá nhân thì cũng không xa lạ gì.[83] Cả 2 Ti-mô-thê và Tít đều khép lại với cùng một lời chào thăm ở dạng số nhiều, trong khi phần kết của thư tín gửi cho người Cô-lô-se lại cung cấp một tương đồng hoàn toàn với các thư tín trước đó của Phao-lô.

---

[83] So sánh với Moulton, *Expositor*, sáu tập, 6:107.

2 Ti-mô-thê: Phân tích

1. LỜI CHÀO THĂM (1:1–2)
2. LỜI CẢM ƠN (1:3–5)
3. LỜI KHÍCH LỆ TỪ KINH NGHIỆM (1:6–14)

    a) Ơn ban của Đức Chúa Trời (1:6–10)

    b) Lời chứng của Phao-lô (1:11–12)

    c) Lời huấn thị dành cho Ti-mô-thê (1:13–14)

4. PHAO-LÔ VÀ CÁC PHỤ TÁ (1:15–2:2)

    a) Những người trong miền A-si-a (1:15)

    b) Ô-nê-si-phô-rơ (1:16–18)

    c) Ti-mô-thê (2:1–2)

5. NHỮNG CHỈ DẪN DÀNH CHO TI-MÔ-THÊ (2:3–26)

    a) Nền tảng của sự khích lệ và khuyên bảo (2:3–13)

        i. i. Những ví dụ khác nhau (2:3–6)
        ii. ii. Hồi tưởng thêm (2:7–10)
        iii. iii. Bài thánh ca Cơ Đốc (2:11–13)

    b) Các phương pháp đối phó với giáo sư giả (2:14–26)

        i. i. Hành động tích cực: điều cần đẩy mạnh (2:14–15)
        ii. ii. Hành động tiêu cực: điều cần lánh xa (2:16–18)
        iii. iii. Những thực tế cốt cõi (2:19)
        iv. iv. Những vinh dự khác nhau (2:20–21)
        v. v. Cách hành xử của người dạy dỗ (2:22–26)

6. LỜI TIÊN BÁO VỀ NHỮNG NGÀY CUỐI CÙNG (3:1–9)

7. NHỮNG LỜI KHUYÊN BẢO KHÁC DÀNH CHO TI-MÔ-THÊ (3:10–17)

    a) Lời nhắc nhở từ lịch sử (3:10–12)

    b) Lời khuyên bảo phải vững vàng (3:13–17)

8. SỨ ĐIỆP CHIA TAY CỦA PHAO-LÔ (4:1–18)

    a) Lời huấn thị cuối cùng (4:1–5)

    b) Lời tuyên bố chiến thắng (4:6–8)

    c) Một vài yêu cầu cá nhân (4:9–13)

    d) Lời cảnh báo cụ thể (4:14–15)

    e) Biện hộ lần thứ nhất (4:16–17)

    f) Niềm trông đợi trong tương lai (4:18)

9. NHỮNG LỜI CHÀO THĂM CUỐI THƯ (4:19–22)

2 Ti-mô-thê: Giải nghĩa

1. LỜI CHÀO THĂM (1:1–2)

1. Giống như trong các thư tín khác, Phao-lô tự nhận mình là *sứ đồ của Đấng Christ Giê-xu* (so sánh với ghi chú trong 1 Ti 1:1). Phần mở đầu trang trọng của bức thư này, mặc dù vẫn tuân thủ những nguyên tắc cổ xưa, dường như khá cứng nhắc trong khi Phao-lô đang viết cho người phụ tá thân cận nhất của mình. Nhiều người phản đối quyền tác giả của Phao-lô đã lập luận rằng thật khó có thể nghĩ rằng Phao-lô sẽ sử dụng cách viết trang trọng theo quy cách đến thế cho một môn đồ đáng tin cậy của mình. Nhưng rõ ràng ở đây không phải Phao-lô đang thông báo cho Ti-mô-thê về địa vị sứ đồ của mình, thậm chí cũng không phải ông đang nhắc Ti-mô-thê nhớ về địa vị ấy. Đúng hơn là Phao-lô không bao giờ có thể quên công tác cao quý mà ông đã được kêu gọi một cách quá đặc biệt. Cụm từ *bởi ý muốn của Đức Chúa Trời* thể hiện nhận thức sâu sắc của Phao-lô về mục đích của Chúa dành cho cuộc đời ông, và bắt nguồn từ việc ông vẫn không ngừng kinh ngạc trước cuộc gặp gỡ khốc liệt ngay gần cổng thành Đa-mách.

Không giống như phần mở đầu của 1 Ti-mô-thê, cụm từ *bởi ý muốn của Đức Chúa Trời* ở đây được bổ nghĩa bởi cụm từ *theo lời hứa ban sự sống*, là cụm từ cho biết mục đích chức vụ sứ đồ của Phao-lô. Ông được sai phái đi rao truyền phúc âm sự sống, và Ti-mô-thê được nhắc nhở ở phần đầu của thư tín này về sự kêu gọi cao cả của Phao-lô.

Những từ cuối của câu, *trong Đấng Christ Giê-xu*, bổ nghĩa cho *sự sống*, suy nghĩ về sự sống của Cơ Đốc nhân được đặt trọng tâm nơi Đấng Christ, một ý tưởng gợi nhớ đến Ga-la-ti 2:20, nơi Phao-lô nói: "Tôi sống, không phải là tôi sống nữa, nhưng Đấng Christ sống trong tôi". Vì thế, cách sử dụng công thức *trong Đấng Christ* này đồng nhất với tư tưởng của Phao-lô.

2. Trong phần mô tả Ti-mô-thê là *con rất yêu dấu của ta*, một sự thân thiết hơn giữa hai người đã được đưa ra, và rõ ràng là vị sứ đồ lỗi lạc yêu thương trìu mến người thanh niên này nhất. Như trong phần lời chào thăm của 1 Ti-mô-thê, *sự thương xót* được thêm vào những từ vốn quen thuộc hơn là *ân điển* và *bình an* của Phao-lô (so sánh với 1 Ti 1:2).

2. LỜI CẢM ƠN (1:3–5)

Ở đây chỉ trong các thư tín mục vụ thì Phao-lô mới đi theo tiến trình quen thuộc của ông là để lời cảm ơn và cầu thay vào ngay sau phần chào mừng, một cách viết đã trở thành quy ước được chấp nhận trong phong cách viết thư đương thời.

3. Chính công thức này được sử dụng để biểu thị sự cảm ơn như trong 1 Ti-mô-thê 1:12 (so sánh với ghi chú ở 1 Ti 1:12), mặc dù đó không phải là công thức thường sử dụng trong các thư tín của Phao-lô. Vị sứ đồ đề cập đến việc ông phục vụ cùng một Đức Chúa Trời của các tổ phụ ông, có lẽ để thu hút sự chú ý vào điều ông sắp nói về các tiền bối của chính Ti-mô-thê. Cụm từ *là Đấng ta phục vụ với lương tâm trong sáng như tổ phụ ta đã làm* phải được hiểu có nghĩa là Phao-lô nghĩ Do Thái giáo có mối liên hệ gần gũi với Cơ Đốc giáo đến mức mà sự thờ phượng Chúa của ông hiện tại được hiểu theo nghĩa là tiếp nối sự thờ phượng theo cách Do Thái giáo của ông. Mặc dù sở hữu những sự tin quyết chắc chắn về sự phế bỏ của luật pháp Môi-se, nhưng ông không bao giờ nói về nó với sự thiếu tôn trọng và đôi khi thậm chí còn bày tỏ sự tự hào trong việc vâng giữ nó nữa (so sánh với Rô 7:12; Phil 3:4–6).

Sự phục vụ này phải được thực hiện với một *lương tâm trong sáng* (một cụm từ tương đồng với cụm từ xuất hiện trong 1 Ti 1:5). Là một người Do Thái, vị sứ đồ biết rằng đạo đức, sự thờ phượng và phục vụ phải đi liền với nhau. Khi thờ phượng Đức Chúa Trời, người tín hữu ấy không được có một động cơ thầm kín nào, tâm trí và mục đích của người ấy không được để cho bị vẩn đục.

Khi Phao-lô nói *cả ngày lẫn đêm, ta luôn nhớ đến con*, việc ông thường xuyên cầu nguyện cho các cộng đồng Cơ Đốc mình phục vụ có lẽ được minh họa đầy đủ từ trong các thư tín khác của Phao-lô (so sánh với Rô 1:19; Phil 1:3; Côl 1:13), và ông sẽ thậm chí còn siêng năng hơn trong việc cầu nguyện cho những phụ tá thân cận nhất của mình. Hễ khi nào Phao-lô nhớ đến Ti-mô-thê, ông đều cảm tạ Đức Chúa Trời về Ti-mô-thê.

Việc đề cập đến *cả ngày lẫn đêm* cho chúng ta thấy sự nghiêm túc trong mục đích của vị sứ đồ, làm ta hồi tưởng đến Công Vụ Các Sứ Đồ 20:31. Chính cụm từ dùng cho sự cầu nguyện này cũng được tìm thấy trong những chỉ dẫn về các quả phụ chân thật ở 1 Ti-mô-thê 5:5, và bởi vì trong trường hợp ấy, nó kết lại mệnh đề, nên cách mà bản NIV (và King James) nối kết nó với những lời trong thượng văn ở trường hợp này là có thể biện luận được. Nó nhấn mạnh sự liên tục của lời cầu nguyện và làm tăng thêm sức nặng cho từ *adialeiptos* (*luôn*), một từ chỉ xuất hiện duy nhất ở một chỗ khác nữa trong Tân Ước là Rô-ma 9:2. Tuy nhiên, bản RSV, đi theo bản RV, gắn những từ này với mệnh đề tiếp theo, "ta ước ao ngày và đêm được gặp con". Trong cả hai trường hợp, việc thường xuyên cầu nguyện cho Ti-mô-thê càng làm tăng thêm nỗi mong ngóng được gặp mặt Ti-mô-thê. Những cách diễn đạt như thế này chiếu rọi tầm vóc thuộc linh của vị sứ đồ dù luôn ở trong những chuyến truyền giáo đầy hiểm nguy nhưng vẫn giữ tâm thế liên tục cầu thay. Đây là một ví dụ để những người hầu việc phúc âm noi theo.

4. Cảm xúc mãnh liệt của vị sứ đồ thường xuyên nổi lên trong các lá thư của ông, và những lời *ta ước ao sớm đến thăm con* là sự hồi tưởng lại nỗi mong ước mạnh mẽ được tìm thấy trong Rô-ma 1:11; 1 Tê-sa-lô-ni-ca 3:6 và Phi-líp 1:8, nơi chính động từ *epipotheō* này được sử dụng. Một chi tiết đầy cảm động là việc Phao-lô nhớ đến những giọt nước mắt của Ti-mô-thê (*khi nhớ đến nước mắt con*), là điều có vẻ như nói đến lần gặp gỡ cuối cùng giữa họ (so sánh với Công 20:37). Trong thời hiện đại, người nam thường kìm nén để không bị rơi lệ, nhưng trong thời của Phao-lô, việc bày tỏ cảm xúc mạnh mẽ ít bị hạn chế hơn. Ti-mô-thê dường như là mẫu người khá nhạy cảm và là người gắn bó sâu sắc với vị sứ đồ, rõ ràng đã cảm nhận sự chia ly đầy xúc cảm.

Vị sứ đồ không hề che giấu niềm vui của ông về viễn cảnh sẽ được gặp gỡ người bạn của mình. Trong tiếng Hy Lạp, chữ *nước mắt* và *niềm vui* thường được đặt cạnh nhau. Mặc dù chia tay thì thường đau lòng, nhưng chính giọt nước mắt của người chia tay là một lời hứa về niềm vui lớn hơn nếu họ có cơ hội đoàn tụ. Những lời *để lòng được tràn ngập niềm vui* là đặc trưng về sự toàn tâm toàn ý của vị sứ đồ, vì ông sử dụng động từ "tràn ngập" (*plēroō*) không dưới hai mươi ba lần.

5. Khi Phao-lô nói *ta cũng nhớ đến*, có lẽ là ông mới nhận được những tin tức về Ti-mô-thê (Bengel theo quan điểm này). Cách diễn đạt trong tiếng Hy Lạp ủng hộ cho cách hiểu này (*hypomnēsin labōn* theo nghĩa đen là đã nhận được một lời nhắc nhở"). Thật thú vị khi lưu ý rằng có cách diễn đạt khác nhau được sử dụng trong các câu 3–6 để mô tả hồi ức. Chữ *nhớ đến* trong câu 3 tương đồng với 1 Tê-sa-lô-ni-ca 3:6; *nhớ đến* trong câu 4 được sử dụng trong 1 Cô-rinh-tô 11:12; *ta cũng nhớ đến* trong câu 5 xuất hiện duy nhất ở đây trong các sách của Phao-lô (nhưng đối chiếu 2 Phi-e-rơ 1:13); và *ta nhắc con* trong câu 6 tương ứng với 1 Cô-rinh-tô 4:17. Sự đa dạng trong cách dùng từ này nhấn mạnh tâm trạng hồi tưởng của vị sứ đồ, và niềm ao ước của ông là bản thân Ti-mô-thê cũng có những kho ký ức để có thể tìm đến.

Chính *đức tin chân thành* của Ti-mô-thê càng thúc đẩy thêm những tâm tư. Lời mô tả tương tự về đức tin này ta đã gặp ở 1 Ti-mô-thê 1:5, nhưng không được tìm thấy ở chỗ nào khác nữa trong các thư tín của Phao-lô. Không cần phải dựa vào cách sử dụng tính từ bổ nghĩa *chân thành* để suy luận rằng đức tin ở đây không chỉ có nghĩa là cảm giác tôn giáo. Sự tuyên xưng đức tin, được hiểu như kết ước trung tín với giáo lý Cơ Đốc, chắc chắn vẫn có thể không thật. Trong trường hợp này, sự chân thành của đức tin được thể hiện rõ rệt và vì thế việc đề cập đến đức tin chân thành này là có lý do. Trong các thư tín mục vụ, Phao-lô có nói đến một vài điểm yếu của Ti-mô-thê, chẳng hạn như nhút nhát, nhưng không hề thiếu sót trong đức tin mình.

Cách dùng *đức tin sống trong* có sự tương đồng với các ý tưởng của Phao-lô về việc Đức Chúa Trời sống trong (2 Cô 6:16); Đức Thánh Linh sống trong (Rô 8:11; 2 Ti 1:14), lời Chúa sống trong (Côl 3:6) và tội lỗi sống trong (Rô 7:17). Ngôi nhà và những người sống trong đó là một hình ảnh rất phù hợp để diễn tả đặc tính bên trong của một người tin Chúa theo Cơ Đốc giáo.

Suy nghĩ về đức tin của Ti-mô-thê khơi gợi ký ức về đức tin của bà ngoại và của người mẹ. Nhưng giữa vòng các nhà giải kinh có sự khác biệt về quan điểm là liệu đức tin ở đây là đức tin Cơ Đốc hay đức tin Do Thái. Có ý kiến cho rằng việc sử dụng từ *trước* (*prōton*) trong văn cảnh này là để trình bày rằng bà Lô-ít là một người nữ Do Thái nhiệt thành và là người đầu tiên truyền thụ đức tin cho Ti-mô-thê, nói cách khác từ khi còn rất nhỏ Ti-mô-thê đã được bao bọc bởi đức tin. Thế nhưng nếu đức tin Cơ Đốc đang được nói đến ở đây, thì từ *prōton* có thể có nghĩa là bà Lô-ít là người đầu tiên tin Chúa Giê-xu, sau đó Ơ-nít rồi đến con trai bà là Ti-mô-thê. Việc nói đến cha mẹ của Ti-mô-thê trong Công Vụ Các Sứ Đồ 16:1 cũng giúp ích một chút trong việc giải đáp câu hỏi này bởi vì từ "nữ tín hữu" được sử dụng để nói về bà Ơ-nít cũng có thể áp dụng cho cả tín hữu Do Thái giáo lẫn Cơ Đốc giáo. Bởi vì qua việc kết hôn với một người Hy Lạp, bà Ơ-nít không thể nào là nữ tín hữu Do Thái chính thống hoàn toàn, dường như có vẻ phù hợp hơn khi hiểu rằng đức tin Cơ Đốc được nói đến ở đây (so sánh với phần giải nghĩa ở 3:15). Việc không nói đến cha của Ti-mô-thê, mà theo Công Vụ Các Sứ Đồ 16:1 cho biết là người Hy Lạp, có lẽ là bởi vì ông không phải là tín đồ Cơ Đốc (so sánh với Jeremias). Những chi tiết cá nhân như thế là chân thật và những học giả tranh luận liệu rằng các thư tín mục vụ có phải là một tổng thể hay không liệt đoạn Kinh Thánh này số những mảnh ghép chân thật (ví dụ Falconer). Thật khó để tin rằng một tác giả dùng bút danh lại nghĩ đến việc đề cập đến tiền bối của Ti-mô-thê bằng tên rất cụ thể như thế nếu thư tín này được viết cho một "Ti-mô-thê" nào đó ở thời kỳ sau này.

Vị sứ đồ không chỉ ý thức sâu sắc về ảnh hưởng vô cùng to lớn của gia đình trong việc định hình sự kêu gọi của cá nhân ông, mà còn ấn tượng bởi bầu không khí thánh thiện trong gia đình Ti-mô-thê. Bà Lô-ít và bà Ơ-nít có lẽ được nhiều người trong hội thánh Cơ Đốc biết đến vì lòng tin kính Chúa trong gia đình của mình. Vị sứ đồ kết lại phần hồi tưởng cá nhân bằng lời xác nhận với một sự tin quyết mạnh mẽ (*ta tin chắc rằng*), đúng theo phong cách rất đặc trưng của ông, động từ *peithō* đã được sử dụng hai mươi hai lần trong các thư tín của Phao-lô. Rõ ràng trong đầu ông đang nghĩ đến đức tin của Ti-mô-thê.

3. LỜI KHÍCH LỆ TỪ KINH NGHIỆM (1:6–14)

Không có một đoạn nghỉ nào giữa phần này và phần trước, chính bởi sự biết ơn về đức tin của Ti-mô-thê đã dẫn Phao-lô đến chỗ ngay lập tức đưa ra lời giáo huấn cá nhân đầu tiên dành cho người phụ tá của mình. Những từ ngữ trong phân đoạn Kinh Thánh này cho thấy rằng Phao-lô nhận ra trong tính cách của Ti-mô-thê cần phải có tinh thần cứng rắn hơn nữa.

a. Ơn ban của Đức Chúa Trời (1:6–10)

6. Những lời mở đầu *Vì vậy* (Một cụm từ Hy Lạp khá lạ đối với Phao-lô) kết nối sự đảm bảo của sứ đồ Phao-lô với đức tin của Ti-mô-thê. Bởi điều này, Ti-mô-thê trước nhất được khích lệ để nhớ lại sự ủy thác mà Đức Chúa Trời dành cho ông. Để thực hiện những trách nhiệm nặng nề của mình, ông không cần thêm ân tứ mới mẻ nào cả, nhưng cần nhen lại những gì đã nhận được. Những chữ *nhen lại* (*anazōpyreō*) có thể được hiểu hoặc theo nghĩa "nhen lên" hoặc "giữ cho lửa cháy bùng" (Abbott-Smith). Vì thế, không nhất thiết phải cho rằng Ti-mô-thê đã đánh mất lửa nhiệt huyết ban đầu, mặc dù rõ ràng cũng như mọi Cơ Đốc nhân, Ti-mô-thê cần một sự động viên để giữ cho lửa cháy ở mức tốt nhất.

Như trong 1 Ti-mô-thê 4:14, *ân tứ của Đức Chúa Trời* (*charisma*) chắc hẳn là hơn những khả năng tự nhiên và có đặc tính là sự hành động siêu nhiên của Đức Thánh Linh. Trong cả hai trường hợp, sự ban cho này được kết nối với việc đặt tay, và phải được hiểu trong ánh sáng của những nhiệm vụ đặc biệt mà Ti-mô-thê đã được ủy thác vào dịp quan trọng đó.

Cần lưu ý đó là ân tứ này được ghi rõ là đã *ở trong* (en) Ti-mô-thê [Bản TTHĐ không dịch trạng từ này – ND), cho thấy rõ ràng rằng ân tứ thật sự của Đức Chúa Trời là ơn ở bên trong chứ không phải là những hành động bề ngoài. Mỗi người hầu việc Chúa có những lúc phải trở lại với nguồn cảm hứng lúc mình được tấn phong, để được nhắc nhở không chỉ về tầm quan trọng của sự kêu gọi của mình mà còn được nhắc nhở rằng ân điển của Chúa đủ đầy, có thể thêm sức cho người thực hiện sự kêu gọi ấy. Thật ra, ai ở trong công tác phục vụ Chúa dù công tác ấy nhỏ bé cỡ nào đi nữa cũng đều cần phải có sự đảm bảo rằng Đức Chúa Trời không bao giờ giao phó cho ai một nhiệm vụ mà không truyền cho người ấy một ân tứ đặc biệt nào đó đi kèm để hoàn tất công việc ấy.

7. Bây giờ ân tứ này được định nghĩa một cách chính xác hơn do liên từ *vì* nối kết chặt chẽ câu này với câu 6. Cụm từ *Đức Chúa Trời không ban cho* tập trung sự chú ý vào sự kiện ấy khi nó xảy ra. Có lẽ điều này gián tiếp nói đến việc tuôn đổ Thánh Linh trên hội thánh Cơ Đốc vào ngày Lễ Ngũ Tuần, dựa trên việc quan sát đại từ tập thể *chúng ta* (hēmin). Nhưng có vẻ như đúng hơn khi cho rằng đại từ số nhiều ở đây được sử dụng để làm dịu đi lời phê bình có tính cá nhân trực tiếp, và rằng ở đây đang nói về dịp chính Ti-mô-thê được ủy thác. Có lẽ tội lỗi ám ảnh ông là sự nhút nhát, và đây là chiến lược của Phao-lô nhằm xử lý điều đó.

Câu phủ định *không ban cho chúng ta tinh thần nhút nhát* đóng vai trò nhấn mạnh câu khẳng định. Từ "tinh thần nhút nhát" hay "tinh thần hèn nhát" (*deilia*) chỉ được sử dụng một lần ở đây trong Kinh Thánh tiếng Hy Lạp dù thường được sử dụng trong Bản Bảy Mươi. Câu này gợi nhớ đến Rô-ma 8:15, mặc dù cần phải ghi chú rằng mục đích của mỗi phân đoạn Kinh Thánh này khác nhau. Việc Ti-mô-thê có thể đã đón nhận một tinh thần hèn nhát lúc được phong chức là điều không thể hiểu được đối với Phao-lô. Phúc âm Cơ Đốc không bao giờ có thể được tấn tới bởi những người có tinh thần hèn nhát. Thay vào đó, người làm mục vụ Cơ Đốc luôn đón nhận ơn ban với ba khía cạnh, đó là *tinh thần mạnh mẽ, có tình yêu thương và tự chủ*. Tinh thần *mạnh mẽ* không có nghĩa là người hầu việc Chúa phải là người có cá tính của người quyền lực, nhưng có nghĩa là người ấy có sự mạnh mẽ trong tâm tính để dạn dĩ thực thi thẩm quyền của mình. Năng quyền của Đức Thánh Linh cư ngụ bên trong sẽ thêm năng lực rất nhiều cho người có tính cách tự nhiên là nhút nhát để phát triển sự dạn dĩ vốn không phải là tính cách bình thường của bản thân, khi người ấy được kêu gọi nhân danh Đức Chúa Trời để làm trọn công tác gian khó của mình. Tinh thần *yêu thương* là điều không thể tách rời với mọi Cơ Đốc nhân, đặc biệt là với tất cả những người được chọn để hầu việc Chúa, và không ai hiểu về sức mạnh của tinh thần yêu thương rõ hơn vị sứ đồ viết bài thánh ca có một không hai về tình yêu thương trong 1 Cô-rinh-tô 13. Đặc điểm thứ ba là *tự chủ*, là điều cũng quan trọng không kém trong công tác phục vụ Chúa bởi vì không ai có thể kỷ luật người khác mà trước nhất không thể khuất phục chính mình. Ở đây, vị sứ đồ đang nghĩ nhiều hơn về nỗ lực cá nhân của người theo phái Khắc kỷ, bởi vì sự tự chủ là một phần ơn ban của Đức Chúa Trời.

8. Bởi hiệu lực của những sự ban cho đặc biệt này mà Ti-mô-thê được bảo *con chớ hổ thẹn*. Không nhất thiết phải hiểu là Ti-mô-thê đã thể hiện những dấu hiệu của sự hổ thẹn, nhưng rõ ràng sứ đồ Phao-lô đang có ý định làm cho tinh thần Ti-mô-thê vững vàng hơn nếu cám dỗ ấy có xảy đến. Tính nhút nhát bẩm sinh nhanh chóng sinh ra hổ thẹn, và những lời kêu gọi phải can đảm lên không hề đặt sai chỗ ngay cả với nhiều người đã được chứng nhận là những người có đức tin mạnh mẽ. Những từ được dịch là *khi làm chứng về Chúa chúng ta* có thể được dịch theo nghĩa "lời chứng được tạo ra bởi Chúa chúng ta". Nhưng cách dịch thứ nhất được hỗ trợ bởi 1 Cô-rinh-tô 1:6 và được hầu hết các nhà giải kinh đồng thuận. Nó có thể nói về sứ điệp Cơ Đốc nói chung. Một sứ điệp như thế sẽ mang lại hổ thẹn cho người rao giảng đặc biệt là trong môi trường văn hoá Hy Lạp nơi sự giảng dạy về thập tự giá được xem là sự ngu dại (1 Cô 1:23). Ti-mô-thê có lẽ cũng bị cám dỗ cảm thấy hổ thẹn vì sự xiềng xích của Phao-lô, do việc chịu án tù vì phúc âm chứa đựng một vết nhơ về mặt xã hội. Vị sứ đồ ý thức sâu sắc về mục đích của Chúa trong sự chịu khổ hiện tại của ông nhiều đến mức ông có thể mô tả chính mình là *người tù của Ngài*, như trong Ê-phê-sô 3:1 (so sánh với Phil 1:12–14). Con người có thể cầm tù thân thể của ông, nhưng họ không bao giờ có thể nô dịch linh hồn ông. Ông nhận thức mình là kẻ tù của một mình Đấng Christ mà thôi.

Lời khích lệ *cùng ta chịu khổ vì tin lành* (RSV dịch là "hãy nhận lãnh phần chịu khổ của con") là sự phát triển của những lời ngăn cấm trước đó. Nó biểu thị một sự sẵn sàng cùng chịu, nếu cần, chính những hoạn nạn mà những người khác đã chịu vì phúc âm. Một từ mới dường như được tạo ra nhằm thể hiện suy nghĩ này, *synkakopatheō*, có nghĩa là "nhận lãnh phần bị đối xử tệ của chính mình" (so sánh với Abbott-Smith; và 2:3). Có thể tiền tố *syn* (với) được sử dụng để thúc giục Ti-mô-thê nhận biết rằng ông phải sẵn sàng để cùng chịu những khổ nạn mà vị sứ đồ phải chịu. Cách đối xử tệ bạc mà người ta dành cho những người hầu việc Chúa là chủ đề lặp đi lặp lại trong thư tín này, vì động từ không có tiền tố cũng được sử dụng ở 2:9; 4:5. Cụm từ cuối *cậy quyền năng Đức Chúa Trời* là để trấn an Ti-mô-thê rằng việc cùng chịu khổ vì phúc âm không bao giờ có thể thực hiện bằng sức riêng của một ai đó. "Năng quyền của Đức Chúa Trời mạnh hơn tất cả những khổ đau" (Jeremias). Đây là sự bổ sung cho câu 7 nơi tinh thần *mạnh mẽ* được kể vào trong những ơn ban của Đức Chúa Trời.

9. Một số học giả xem câu này và câu tiếp theo là phần được trích dẫn từ một bài thánh ca Cơ Đốc, nhưng vì cả ngôn ngữ và tư tưởng đều hoàn toàn mang phong cách Phao-lô, nên chúng ta cần giả định rằng hoặc chính Phao-lô đã viết bài thánh ca ấy hoặc ông đã sử dụng một bài thánh ca hiện hành bày tỏ chính xác điều ông muốn nói.[84] Đầu tiên ông đưa ra một lời khẳng định kép về mối liên hệ của Đức Chúa Trời đối với chúng ta. Đức Chúa Trời *đã cứu chúng ta, đã gọi chúng ta.* Hành động cứu chuộc của Ngài được trình bày nổi bật trong các thư tín mục vụ, đặc biệt là trong cách sử dụng danh xưng Cứu Chúa theo sáu khía cạnh, và mặc dù danh xưng này chỉ xuất hiện hai lần ở những chỗ khác trong các thư tín của Phao-lô, nhưng ý niệm về vai trò trung gian của Chúa trong sự cứu rỗi con người ở Phao-lô nổi bật hơn bất cứ trước giả Tân Ước nào khác (so sánh với 1 Cô 1:21).

Sự kêu gọi của người Cơ Đốc được quy cho Đức Chúa Trời, giống như trong các thư tín khác của Phao-lô (ví dụ Rô 8:28; 1 Cô 1:9; Ga 1:6). Có một sự kết nối gần gũi giữa sự cứu rỗi và sự kêu gọi. Cơ Đốc nhân không chỉ được cứu ra khỏi một đời sống tội lỗi mà còn được cứu để bước vào một đời sống thánh khiết. Như Spicq đã trình bày rất rõ ràng: "Kết quả của sự cứu rỗi là những đời sống Cơ Đốc được thánh hóa". Đức Chúa Trời đã kêu gọi chúng ta *bằng sự kêu gọi thánh* bởi vì Ngài là Đấng thánh khiết. Hành động của Ngài cùng dự phần trong bản tính của Ngài. Chính ý tưởng này cũng được tìm thấy trong 1 Tê-sa-lô-ni-ca 4:17, ở đó lời kêu gọi sống thánh khiết được đưa ra để chống lại sự bất khiết.

Sau đó vị sứ đồ nói rõ yếu tố chủ đạo trong sự kêu gọi này là gì. Đó không phải là dựa trên *việc làm của chúng ta* (*ou kata ta erga*), như Phao-lô vẫn luôn nhấn mạnh và như chính ông cũng đã kinh nghiệm một cách đau thương (so sánh với Tít 3:5 để thấy ông cũng đã phủ nhận vai trò của việc làm trong các thư tín mục vụ). Đó là một tiến trình của mục đích riêng và ân điển của Đức Chúa Trời, điều này cung cấp một nền tảng vững chắc cho sự đảm bảo ấy. Không một từ nào có thể tóm tắt cách tiếp cận của Phao-lô với sự kêu gọi của Cơ Đốc nhân một cách đặc trưng hơn là cụm từ *theo mục*

---

[84] Xin xem chuyên khảo của tôi, *The Pastoral Epistles and the Mind of Paul*, trg 17–29, để thấy phần thảo luận đầy đủ của tôi về ý này.

đích riêng và ân điển của Ngài. Để tìm hiểu thêm về ý niệm mục đích của Chúa, xin xem Rô-ma 8:28; 9:11; Ê-phê-sô 1:11. Điểm nhấn vào quyền chọn lựa bởi sự tể trị của Đức Chúa Trời là điều không thể nào nhầm lẫn được. Ơn này không phải có được bởi nỗ lực nhưng *được ban cho chúng ta... trong Đấng Christ Giê-xu*, một cụm từ đặc trưng khác của Phao-lô, nếu chúng ta hiểu những từ ngữ này theo nghĩa Đấng Christ là trung gian truyền tải ân điển. Ơn này được định *từ muôn đời trước*. Để tìm hiểu về ý niệm này, tham khảo Tít 1:2. Cụm từ này được giới thiệu ở đây để để làm nổi bật hơn sự hiện đến của Đấng Christ trong lịch sử. Điều này có thể chỉ về lời hứa từ rất sớm rằng dòng dõi người nữ sẽ chiến thắng (Sáng 3:15), cũng có thể chỉ về ân điển của Đấng Christ có từ trước vô cùng.

10. Suy nghĩ chuyển từ cõi đời đời sang thời gian. Mặc dù ý niệm về mục đích đời đời của ân điển Đức Chúa Trời vượt ngoài sự hiểu biết của chúng ta, nhưng chí ít sự kiện nhập thể cũng ở trong khả năng chúng ta có thể hiểu được. Ân điển, *bây giờ mới được thể hiện qua sự hiện đến của Đấng Christ Giê-xu, Cứu Chúa chúng ta*, lại được lặp lại một lần nữa trong Tít 2:11–13, ở đó chính từ *epiphaneia* được sử dụng cho *sự xuất hiện*. Tuy nhiên, trong phân đoạn đó của sách Tít thì từ này lại nói về sự đến lần thứ hai chứ không phải lần đến thứ nhất như ở đây. Bởi cách sử dụng của chính từ này và cũng như danh xưng "Cứu Chúa" trong các tà giáo huyền bí và trong tôn giáo thờ hoàng đế, nên một số học giả đã tuyên bố rằng ở đây chúng ta thấy một phản kháng của Cơ Đốc giáo chống lại tín lý ngoại giáo. Nhưng cách giải nghĩa có lẽ hợp lý hơn đó là Cơ Đốc nhân đang lặp lại cách dùng từ được sử dụng ở vùng ngoại giáo xung quanh. Trong bất cứ trường hợp nào, thì từ *epiphaneia* cũng đã được Phao-lô sử dụng trong 2 Tê-sa-lô-ni-ca 2:8. Thêm vào đó, sự tương phản giữa một huyền nhiệm một thời được giấu kín giờ đây đã được khải tỏ chính là ý tưởng của bài ca ngợi khen trong Rô-ma 16:25–27, một phân đoạn mà ngôn ngữ của nó rất gần với ngôn ngữ của câu này.

Từ được dịch là *tiêu diệt* (*katargeō*) được dùng ở đây để mô tả sự trừ bỏ sự chết là từ mà Phao-lô ưa dùng. Trong 1 Cô-rinh-tô 15:26, ông nói về sự chết như là kẻ thù cuối cùng cần phải tiêu diệt (cùng một động từ được sử dụng ở đây), và mặc dù suy nghĩ của ông ở đây rõ ràng là thuộc về tương lai trong khi các thì của động từ ở đây lại biểu thị một sự kiện đã hoàn tất, nhưng không nhất thiết phải có sự mâu thuẫn nào ở đây cả. Tại đây, tất cả phạm vi công tác của Đấng Christ đã được nghĩ đến như một sự kiện đã được hoàn tất, nhưng ở đó thì sự tập trung lại ở tuyệt đích của nó. Mặc dù Cơ đốc nhân không nên chăm chú vào sự chết thuộc thể, nhưng việc tiếp cận cái chết của người Cơ Đốc mang ý nghĩa sự chết đã thực sự bị tiêu diệt rồi bởi vì Cơ Đốc nhân không còn sợ chết nữa (Hê 2:14–15) và sự chết đã mất đi cái nọc của nó rồi (1 Cô 15:55).

Nhưng Đấng Christ không chỉ là Đấng tiêu diệt vĩ đại. Ngài còn là Đấng soi sáng. *Sự sống và sự bất diệt* đã bị che khuất mãi cho đến khi phúc âm xuất hiện, nhưng giờ đây sự sống và sự bất diệt ấy tràn ngập ánh sáng. Chính tư tưởng này cũng được tìm thấy trong Ê-phê-sô 3:9, ở đó Phao-lô mô tả ân điển được ban cho ông để đem sự huyền nhiệm kín giấu hàng thế kỷ ra ánh sáng. Bằng cách liên hệ *sự bất diệt* (*aphatharsia*) với *sự sống*, vị sứ đồ định nghĩa rõ ràng hơn đặc trưng của *sự sống*. Vì Cơ Đốc nhân sở hữu thứ sự sống không thể nào mục nát, nên việc đối diện với sự chết thuộc thể chẳng thể phá hủy sự tin quyết của họ.

Chữ *tin lành* ở đây có nghĩa là toàn thể sự khải thị của Đức Chúa Trời qua Đấng Christ. Cần phải để ý rằng ở đây không nói gì đến phương cách mà qua đó sự chết bị vô hiệu hóa và sự sống được chiếu rọi, nhưng vì phương tiện khải thị là *tin lành* nên hành động ấy phải được hiểu trong nhận thức về đời sống, sự chết, sự dạy dỗ của Đấng Christ. Vì thế, câu này không hề vay mượn quan điểm của Trí huệ giáo về sự cứu rỗi đến bởi việc được khai trí.

b. Lời chứng của Phao-lô (1:11–12)

11. Để hiểu về hình thức bị động của động từ *được lập*, xin xem phần giải nghĩa trong 1 Ti-mô-thê 2:7, là câu Kinh Thánh mà Phao-lô cũng bày tỏ việc ông ý thức nguồn gốc của sự ủy thác này là đến từ Chúa. Chính ba chức danh của công tác của ông cũng được lặp lại ở đây, nhưng không kèm theo lời khẳng định quả quyết về tính chân thực của nó (so sánh với "ta không nói dối" trong 1 Ti 2:7). Có cơ sở để đặt ra câu hỏi là liệu một lời nhắc nhở như thế có cần thiết không đối với Ti-mô-thê, là người rõ ràng đã rất quen thuộc với sự ủy thác này của Phao-lô. Một số học giả thấy đây là một dấu chỉ cho thấy thư tín này không phải do Phao-lô viết ra. Nhưng không nhất thiết phải hiểu điều này theo nghĩa là Phao-lô đang thông tin cho người phụ tá của mình, là điều phải thừa nhận là khá kỳ lạ; mà là, giống như trong 1 Ti-mô-thê 2:7, tâm trí của ông bị cuốn theo suy nghĩ về sự vĩ đại của tin lành đến nỗi sự diệu kỳ trong việc Chúa kêu gọi ông đi rao giảng tin lành đó choán lấy tâm trí ông ở đây.

12. Ti-mô-thê được nhắc nhớ rằng những sự chịu khổ hiện tại của Phao-lô hoàn toàn là do ông là người rao giảng tin lành. Chính cụm từ tiếng Hy

Lạp, được dịch ra ở đây *đó chính là lý do*, được dùng trong câu 6 và một lần nữa nhấn mạnh sự liên hệ với câu trước đó.

Khi Phao-lô suy ngẫm về vị trí hiện thời của mình, một vị trí không ai mong muốn, ông được dẫn dắt đến chỗ đưa ra lời xác nhận cá nhân quan trọng được suy tính cẩn thận nhằm khích lệ Ti-mô-thê trong sự chịu khổ của chính ông cho tin lành. Ông *không hổ thẹn* về mối liên hệ ấy, ngay cả khi những người khác có cảm thấy như thế, và lời tuyên xưng cá nhân này có lẽ nhắm củng cố cho lời khuyên ông dành cho Ti-mô-thê ở câu 8.

Dù rằng Phao-lô liên tục nhắc đến giáo lý chân chính trong các thư tín mục vụ nói chung và trong bối cảnh này nói riêng, không hề có cơ sở nào cho rằng đức tin cá nhân đã nhường chỗ cho những bài tín điều. Lời khẳng định mang đậm nét cá nhân của Phao-lô trong câu này thật có ý nghĩa. Cụm từ *biết ta đã tin Đấng nào* thu hút sự chú ý vào mối quan hệ khẳng khít giữa ông với Đức Chúa Trời. Câu này sẽ mất đi ý nghĩa đáng kể nếu Phao-lô dùng chữ "điều" thay cho chữ "Đấng". Sự tin quyết của ông ở đây gợi nhớ đến sự tin quyết của ông trong Rô-ma 8:38 rằng không điều gì có thể phân rẽ chúng ta khỏi tình yêu thương của Đức Chúa Trời (so sánh với câu 5 là câu mà chính động từ này cũng được sử dụng ở thể bị động nhằm nói về sự bảo đảm thật). Thì hoàn thành được sử dụng trong bối cảnh này đem đến một sự đảm bảo liên tục mà vị sứ đồ đang vui hưởng.

Những từ *điều ta đã ủy thác* tương ứng với một cụm từ (*parathēkē mou*) có nghĩa đen là "khoản ký gửi của ta". Danh từ này được sử dụng trong câu 14 và 1 Ti-mô-thê 6:20, ở cả hai phân đoạn này nó đều mô tả sự ủy thác dành cho Ti-mô-thê để ông bảo vệ, gìn giữ. Nhưng câu hiện tại đang tập trung sự chú ý vào khả năng gìn giữ của Đức Chúa Trời. Từ "ủy thác" có thể được hiểu hoặc là điều gì Đức Chúa Trời đã tin cậy giao phó cho Phao-lô hoặc những gì Phao-lô giao phó cho Đức Chúa Trời, nhưng vì ở những chỗ khác trong các thư tín mục vụ, từ *parathēkē* được dùng theo nghĩa đầu tiên, nên rất có thể nó được sử dụng theo cùng một nghĩa như thế. Trong trường hợp đó, chữ này ở đây đang nói về công tác mà vị sứ đồ được ủy thác để làm hoặc giáo lý mà Chúa đã giao phó cho ông. Một số học giả tranh cãi rằng từ này ở đây được sử dụng theo cùng một nghĩa mà nó được dùng ở những trường hợp khác. Một cách giải nghĩa đó là Phao-lô đang nói đến chính ông hoặc "linh hồn" ông, hoặc mọi điều khác mà ông đã dâng cho Chúa, chính ông, công tác của ông, và những người mà ông đã dẫn dắt trở lại đạo.

Ngày ấy, một lần nữa được sử dụng theo cách thức không rõ ràng này trong 1:18 và 4:18, phải được hiểu là Ngày quang lâm (lần đến thứ hai của Chúa) như trong 2 Tê-sa-lô-ni-ca 1:10 (cũng đối chiếu với 1 Cô 3:13). Một cách giải thích khác cũng đáng cân nhắc là ở đây chứa đựng một sự ám chỉ đến ẩn dụ về các ta-lâng. Điều đã được ủy thác trong trường hợp này được so sánh với những ta-lâng được giao cho các đầy tớ khác nhau và Phao-lô xem nó có tầm quan trọng vô cùng to lớn để có thể đưa ra một sự đánh giá chuẩn xác về người quản gia.

c. Lời huấn thị dành cho Ti-mô-thê (1:13–14)

13. Một từ rất thú vị được sử dụng để biểu thị *mẫu mực [của] những điều dạy dỗ chân chính* mà Phao-lô khuyên giục Ti-mô-thê *hãy giữ*. Từ *hypotypōsis* có nghĩa là một bảng phác họa đường nét chính như một kiến trúc sư đưa ra trước khi đi vào phần chi tiết của tòa nhà. Tầm quan trọng của mẫu mực hay khuôn mẫu này thì không thể nào nhấn mạnh đủ. Tức là vị sứ đồ tự nhận sự dạy dỗ của mình chẳng qua chỉ là những điểm khởi đầu mà thôi. Phải xem sự dạy dỗ đó như những nguyên tắc chỉ đạo chứ không phải những lời cần được lặp lại một cách rập khuôn. Nó cho phép phát triển từ những nguyên tắc chỉ đạo ấy (so sánh với 1 Ti 1:16 để đọc phần thảo luận về từ *hypotypōsis*). Ti-mô-thê được bảo rằng không phải chỉ đơn thuần lặp lại những gì Phao-lô đã dạy, nhưng đi theo sự dạy dỗ đó như một xuất phát điểm. Phần mô tả *những điều dạy dỗ chân chính* ở phía trước ta đã quan sát thấy là đặc trưng của các thư tín mục vụ, nhưng không ở chỗ nào khác mà mối liên hệ giữa những lời chân chính và những gì Phao-lô đã dạy được chỉ rõ ràng như ở đây.

Cấu trúc tiếng Hy Lạp cho thấy rõ rằng những gì Ti-mô-thê đã nghe là *sự dạy dỗ chân chính* chứ không phải là "hình thức" hay mẫu mực ẩn bên dưới nó. Nội dung lúc nào cũng phải được xem là quan trọng hơn hình thức. Lời khuyên này kêu gọi Ti-mô-thê phải nỗ lực, vì ông phải *giữ* điều ông đã được giao phó. Có lẽ tốt hơn là ta nên xem *mẫu mực* (không có mạo từ) là một vị ngữ và hiểu những lời này theo nghĩa "giữ lấy như một mẫu mực những điều dạy dỗ chân chính mà con đã nghe nơi ta". Trong trường hợp này, những từ *với đức tin và tình yêu* bổ nghĩa cho hành động giữ lấy, chứ không thể gắn với *điều dạy dỗ chân chính*. Cách Ti-mô-thê giữ sự chính thống của mình cũng quan trọng không kém bản thân sự chính thống ấy. Nếu tất cả sự trung thành với những điều dạy dỗ chân chính đều được điều chỉnh bởi những mỹ đức Cơ Đốc cao đẹp này, tức với *đức tin và tình yêu thương*, thì những sự cay đắng của rất nhiều những tranh cãi trong hội thánh sẽ không thể nào xảy ra. Hai đức hạnh này phải đi đôi với nhau, như Phao-lô đã cho thấy một cách đầy thuyết phục trong 1 Cô-rinh-tô 13. Sự xuất hiện của cụm từ ưa thích của Phao-lô *trong Đấng Christ Giê-xu* cho thấy rằng cần phải có sự hiệp nhất gần gũi với Đấng Christ trước thì đức tin và tình yêu thương mới thành hiện thực. Cả cách dịch của Easton "trong đức tin và tình yêu thương Cơ Đốc" và của Moffatt là "trong đức tin và tình yêu thương của Đấng Christ Giê-xu" đều không phù hợp với nghĩa tiềm ẩn đầy huyền nhiệm của cụm từ này. Đúng là trong các thư tín khác của Phao-lô, cụm từ "trong Đấng Christ" hầu như đều được áp dụng cho con người chứ không phải cho các đức tính, nhưng ở đây không nhất thiết phải cho rằng có sự bất nhất. Ý nghĩa rõ ràng đó là đức tin và tình yêu thương sẽ theo sau khi chúng ta ở *trong Đấng Christ.*

14. Câu này là sự mở rộng của câu trước đó với sự nhấn mạnh đặc biệt vào việc gìn giữ *điều tốt đẹp đã được ủy thác.* Chúng ta đã lưu ý ở bên trên rằng chính từ này đã được sử dụng giống như trong câu 12 nhưng trong khi ở trường hợp trước điều được ủy thác được gìn giữ trong tay của Đức Chúa Trời, thì ở đây chính Ti-mô-thê phải đảm bảo sự an toàn của điều được ủy thác đó. Mặc dù yếu tố con người được nhấn mạnh nhiều hơn, nhưng ta có thể ngay lập tức nhận ra rằng chàng Ti-mô-thê đơn độc sẽ không bao giờ có thể làm được điều đó. Việc này chỉ có thể được thực hiện khi *nhờ Đức Thánh Linh* (*dia pneumatos hagiou*). Đức Thánh Linh là Đấng sống trong chúng ta (để hiểu ý niệm về sự sống trong, xin xem phần giải thích ở câu 5). Phao-lô nói trong Rô-ma 8:9–11 rằng Đức Thánh Linh sống trong mỗi Cơ Đốc nhân, nhưng một sự ban cho đặc biệt thì dành cho những ai được biệt riêng ra cho những nhiệm vụ đặc biệt, gần giống như từ gốc *charismata* (ân tứ thuộc linh) được đề cập đến trong 1 Cô-rinh-tô.

Những câu này không hề ủng hộ cho giáo lý mục vụ của Công Giáo La Mã về người giữ các truyền thống của hội thánh (so sánh với Spicq), vì từ *trong chúng ta* không nhất thiết phải có nghĩa, như nhiều người nghĩ, là chỉ một mình Phao-lô và Ti-mô-thê được nói đến ở đây. Đức Thánh Linh là Đấng ngự trong người tin Chúa thi hành cùng một chức năng trong mọi Cơ Đốc nhân, mặc dù mức độ vận hành đối với mỗi công tác được thực hiện thì khác nhau. Điều này rất khác so với quan điểm cho rằng ở đó ta tìm thấy một gợi ý về một giáo lý sau này về Đức Thánh Linh (so sánh với Scott). Ngay cả nhiều người phủ nhận quyền tác giả của Phao-lô cũng nhận thấy ở đây một khái niệm thật sự mang đặc tính của Phao-lô (so sánh với Hanson). Tốt hơn nên xem những lời này có nghĩa là bởi vì điều đã được ủy thác phải được trung thành gìn giữ, nên bất cứ người nào không có sự giúp đỡ của Đức Thánh Linh cũng đều đang nỗ lực làm điều không thể. Nhưng mặc dù Thánh Linh Đức Chúa Trời cư ngụ trong Cơ Đốc nhân nói chung, chắc chắn Ngài có thể tin tưởng để ban ơn ban sức cho những người chăn bầy được biệt cho công tác của tin lành.

4. PHAO-LÔ VÀ CÁC PHỤ TÁ (1:15–2:2)

a. Những người trong miền A-si-a (1:15)

15. Sự lìa bỏ của những người ở miền A-si-a được nói đến như là một sự kiện mà Ti-mô-thê đã biết rõ, và vì lý do đó nó cung cấp một bài học khách quan đầy sức mạnh. Động từ được dịch là *lìa bỏ* (*apostrephō*) được sử dụng trong Tít 1:14 để nói về các giáo sư giả lìa bỏ chân lý, nhưng ở đây bối cảnh không cho thấy nhiều thông tin khác ngoài việc họ lìa bỏ vị sứ đồ. Tuy nhiên, vì lý do gì đi nữa thì đây cũng là một điều đau lòng, và việc *Phy-ghen và Hẹt-mô-ghen* được đề cập đến một cách đặc biệt cho thấy rằng họ là nguyên nhân chính của nan đề. Chúng ta không biết thêm điều gì về họ, và chúng ta chỉ có thể phỏng đoán rằng có lẽ họ là những người chống đối công tác truyền giáo và thẩm quyền của Phao-lô. Khi Phao-lô nói *tất cả những người trong miền A-si-a đã lìa bỏ ta*, có lẽ ông đang muốn nói rằng không ai ở miền A-si-a đến giúp ông trong khủng hoảng hiện tại. Tuy nhiên, một học giả nói chữ "tất cả" là lời xác nhận bao quát về sự nản lòng (so sánh với White). A-si-a là một tỉnh của La Mã bao gồm My-si-a, Ly-đi, Caria và phần lớn Phi-ri-gi, và các hòn đảo ngoài khơi. Một khả năng khác đó là Phao-lô đang nói về việc các Cơ Đốc nhân ở A-si-a tại La Mã không hỗ trợ Phao-lô lúc ông bị xét xử. Tuy nhiên, trong trường hợp đó, giới từ *ek* trong tiếng Hy Lạp phải được hiểu theo nghĩa của *en*, là từ hàm chứa ý đó là các Cơ Đốc nhân này lúc đó vẫn còn ở A-si-a.

b. Ô-nê-si-phô-rơ (1:16–18)

16. Tương phản với những người này, Ô-nê-si-phô-rơ được nói đến như một gương mẫu về sự tử tế của người Cơ Đốc. Cả ở đây và ở trong 4:19 đều có đề cập đến *gia đình Ô-nê-si-phô-rơ*, là điều làm cho một số nhà giải kinh nghĩ rằng Ô-nê-si-phô-rơ đã chết rồi. Nhưng có một sự liên hệ không thể tách rời giữa một người và gia đình của người ấy, và không có lý do gì để cho rằng ở đây hai điều đó tách rời nhau. Đúng là câu này là lời cầu nguyện xin sự thương xót trên gia đình này, trong khi câu 18 giới hạn lời cầu nguyện cho Ô-nê-si-phô-rơ, nhưng trong mỗi trường hợp thì Phao-lô đều chủ yếu nghĩ đến chính Ô-nê-si-phô-rơ bởi vì chính ông là người đã đặc biệt được khen ngợi về sự tử tế. Trong tác phẩm ngoại kinh *Công vụ của Phao-lô và Thê-la*, Ô-nê-si-phô-rơ được nói đến như một người được Phao-lô dẫn đưa về với Chúa, là người đã bày tỏ sự hiếu khách đối với ông trong lần đầu tiên ông đến Y-cô-ni. Sự giúp đỡ cụ thể mà Ô-nê-si-phô-rơ đã làm được miêu tả một cách đầy hình ảnh qua những từ *ông ấy đã nhiều lần nâng đỡ ta*, gợi lên ý tưởng rằng sự hiện diện của người bạn này đã cung cấp một liều thuốc bổ đặc biệt. Maffatt đã diễn đạt một cách rất đúng điều này, "ông ấy đã làm ta can đảm lên". Mặc dù sự giúp đỡ của Ô-nê-si-phô-rơ có thể bao hàm cả sự giúp đỡ về vật chất, nhưng mối thông công của ông mới có giá trị lớn lao hơn nhiều. Dường như Phao-lô có vẻ nhạy cảm trước chuyện mình bị xiềng xích, có lẽ bởi vì họ đều trở thành mục tiêu của sự hổ thẹn trong con mắt của một số người (so sánh với câu 8). Nhưng ít nhất có một anh em trong Chúa, là Ô-nê-si-phô-rơ, *không hề hổ thẹn*, và tấm gương này có lẽ được đưa ra như một lời nhắc nhở gián tiếp cho Ti-mô-thê.

17–18. Trái ngược với thái độ hổ thẹn, Ô-nê-si-phô-rơ thật sự đã *vội vã tìm ta và tìm được*. Phải nhiệt thành tìm kiếm như thế mới mong tìm được vì có rất nhiều khó khăn trong việc lần theo dấu vết của các tù nhân tại Rô-ma.

Lời cầu nguyện trong câu 18 là một sự lặp lại câu 16, nhưng ở đây một yếu tố về ngày cuối cùng được đưa ra. *Ngày đó* rõ ràng là ngày phán xét của Đấng Christ. Người ta cho rằng chữ Chúa thứ nhất của câu 18 có mạo từ là nói về Đấng Christ còn chữ Chúa thứ hai không có mạo từ nói về Đức Chúa Cha, là Đấng được xem là sẽ thi hành công tác đoán xét (Spicq theo quan điểm này). Điều này phù hợp với cách dùng của Bản Bảy Mươi khi áp dụng hình thức không có mạo từ cho Đức Chúa Trời. Một đề xuất khác đó là việc hai lần đề cập đến Chúa bắt nguồn từ công thức pha trộn: (1) Nguyện Chúa ban cho ông ấy nhận được sự thương xót và (2) Nguyện ông ấy tìm được sự thương xót từ Chúa (nghĩa là Đức Chúa Trời; Jeremias theo quan điểm này). Một khả năng khác nữa là cả hai đều nói về Đức Chúa Trời, nhưng khả năng này thì ít khả thi nhất.

Vì nhiều học giả cho rằng bây giờ Ô-nê-si-phô-rơ đã chết, nên câu hỏi có thể dấy lên là liệu câu này có tán thành việc cầu nguyện cho người chết hay không. Các nhà thần học Công Giáo La Mã cho rằng có. Spicq, chẳng hạn, nhìn thấy đây là ví dụ về việc cầu nguyện cho người chết độc nhất trong Tân Ước. Một vài người trong cộng đồng Tin Lành đồng ý với cách nhìn này và trích dẫn tiền lệ Do Thái là 2 Mác-ca-bê 12:43–45 (ví dụ Bernard, người cũng dùng những bia mộ của các Cơ Đốc nhân đầu tiên để ủng hộ cho quan điểm này). Thế nhưng, không hề có một cơ sở vững chắc nào cho việc thiết lập nền tảng cho một giáo lý vốn không được bất kỳ nơi nào khác trong Tân Ước xác nhận, dựa trên chỉ một suy luận đó là Ô-nê-si-phô-rơ đã chết rồi. Người ta cho rằng chắc hẳn ông đã chết dựa trên ba cơ sở: (1) chỉ gia đình của Ô-nê-si-phô-rơ được nói đến ở đây trong thì hiện tại; (2) ở những lời chào trước khi kết thư (4:19 trở đi) cũng chính cụm từ này được sử dụng đi kèm với tên của các cá nhân; (3) lời cầu nguyện của Phao-lô cho chính Ô-nê-si-phô-rơ liên hệ đến ngày đoán xét. Nhưng nếu nhà Ô-nê-si-phô-rơ đi kèm với Ô-nê-si-phô-rơ trong những lời ấm áp yêu thương của vị sứ đồ, thì sự khác biệt về thì được sử dụng có thể được giải thích chỉ đơn thuần là sự gợi nhớ lại những sự kiện trong quá khứ. Tuy nhiên, ngay cả khi ông đã chết rồi, thì những lời này cũng chỉ có nghĩa là Phao-lô đang diễn đạt một cảm xúc rất tự nhiên mà thôi. Việc nhấn mạnh vào ngày cuối cùng cho thấy rằng ông đang trông đợi và thiết tha mong rằng Ti-mô-thê cũng sẽ đứng vững trong ngày đoán xét.

Phần kết của câu này nhắc Ti-mô-thê về những điều Ti-mô-thê biết rõ đó là Ô-nê-si-phô-rơ đã hết lòng phục vụ tại Ê-phê-sô. Cụm từ *hết lòng phục vụ ta* dịch từ cụm từ *hosa diēkonēsen* trong tiếng Hy Lạp không có bổ ngữ, vì thế chứa đựng mục đích chung chung hơn là các bản dịch đưa ra. Bản RSV đã đúng khi bỏ chữ *ta* và tập trung nhiều hơn vào phạm vi rộng lớn của công tác mà Ô-nê-si-phô-rơ đã làm. Điều mà người này đã làm ở Ê-phê-sô, ông lại tiếp tục làm ở Rô-ma.

c. Ti-mô-thê (2:1–2)

1. Lời khích lệ cá nhân dành cho Ti-mô-thê theo sau trong sự tương phản với sự bội đạo chung của những người ở vùng A-si-a, như những chữ đầu câu *Vậy hỡi con* cho thấy. Điểm nhấn là ở chữ *con*. Vì thế, lời cổ vũ ở đây làm tăng thêm sức ảnh hưởng cho tấm gương rất tuyệt vời của Ô-nê-si-phô-rơ. Ti-mô-thê phải *làm cho mình mạnh mẽ*, một từ mang màu sắc đặc trưng của Phao-lô (*endynamoō*), ở đây có cùng ý nghĩa với từ này ở trong Ê-phê-sô 6:10.

Cụm từ *trong Đấng Christ Giê-xu* bổ nghĩa cho chữ *ân điển* không chỉ cho thấy ân điển này bắt nguồn từ Đấng Christ mà còn cho thấy tất cả Cơ Đốc nhân đều sở hữu nó và lệ thuộc vào năng quyền thêm sức của nó. Không có lý do gì để cho rằng *ân điển* ở đây có nghĩa là năng quyền chứ không phải là ân huệ, vì bất cứ năng quyền nào tuôn chảy từ sự hiệp nhất với Đấng Christ cũng đều thông qua hành động của ân điển. *Ân điển* ở đây mang ý nghĩa thường thấy của Phao-lô đó là ân huệ dành cho người không xứng đáng được nhận, nhưng trong đó nó bao hàm cả sự thêm năng lực từ Chúa.

2. Về khía cạnh bản chất chính xác của truyền thống và giáo lý được truyền thụ lại thì không có nghi ngờ nào cả, vì Ti-mô-thê đã nghe về những điều đó từ chính môi miệng của Phao-lô (so sánh với 1:13). Câu tiếp theo, *trước mặt nhiều nhân chứng*, là câu hơi khó hiểu và đã được coi là phức tạp đối với các nhà giải kinh.

(1). Đôi khi nó được giải thích bằng cách liên hệ cụm từ này với dịp mà Ti-mô-thê được tấn phong, là dịp mà nhiều người đã chứng kiến những huấn thị mà Phao-lô dành cho đứa con trong đức tin của mình (so sánh với Lock). Nhưng trong trường hợp đó, giới từ *dia* phải được hiểu theo nghĩa khác thường đó là *trong sự hiện diện của* như trong bản NIV. Cách sử dụng tiếng Hy Lạp này cũng không hẳn là không thể, nhưng nếu được, có lẽ tốt hơn khi dùng nó theo nghĩa thường thấy hơn. Một khó khăn khác với quan điểm này đó là nó xuất hiện để giả định một huấn thị quá dài nên không thể khả thi vào một buổi lễ công khai. Trong trường hợp nào đi nữa thì cũng không có bằng chứng từ những ghi chép ban đầu của Cơ Đốc giáo ủng hộ cho một chương trình như thế.

(2). Một quan điểm thay thế đó là cụm từ này cần được hiểu theo nghĩa chung và không giới hạn vào một sự kiện riêng lẻ, trong trường hợp này không cần phải vi phạm nguyên tắc ngữ pháp tiếng Hy Lạp. Tiếng Hy Lạp khi ấy có thể sẽ được dịch là "thông qua sự liên quan của nhiều nhân chứng", có lẽ có nghĩa là nhiều nhân chứng có thể làm chứng rằng Phao-lô đã giao phó cho Ti-mô-thê.

(3). Những nỗ lực khác đã được thực hiện nhằm nhận diện những nhân chứng này là ai. Họ có thể là những trưởng lão mà Phao-lô đã nói đến trong 1 Ti-mô-thê 4:14. Hoặc họ có thể là mẹ và bà ngoại của Ti-mô-thê và những người khác có lẽ đã được nghe và thấy Chúa (so sánh với Spicq), cũng là một cách hiểu có lẽ phù hợp với bối cảnh. Nếu quan điểm này là đúng, thì nó cho thấy một trí óc khoáng đạt hơn của vị sứ đồ khi ấy không bị giới hạn bởi sự ủy thác khi ông chuyển giao công tác cho Ti-mô-thê. Những người có tư tưởng độc lập cần nhiều ân điển mới có thể nhận biết rằng chân lý có thể tuôn chảy qua nhiều kênh khác nhau, chứ không chỉ là qua kênh của họ mà thôi.

(4). Một số người đã coi những nhân chứng này là những đại diện không phải là con người, đó có thể là những hình thức hay những cách thể hiện khác nhau cho sự dạy dỗ của Phao-lô, hoặc khái quát hơn, là tất cả những bằng chứng về thẩm quyền sứ đồ. Nhưng không cách giải nghĩa nào trong hai cách này phù hợp với bối cảnh tự nhiên của nó.

Trong số các quan điểm kể trên thì quan điểm số 2 có vẻ như là quan điểm tự nhiên nhất và nhấn mạnh cho Ti-mô-thê thấy rằng những gì mình phải truyền lại có những nhân chứng khác nhau hỗ trợ để Ti-mô-thê có thể nhớ lại. Ti-mô-thê phải *ủy thác* (*paratithēmi*) cho người khác những gì ông đã nghe nơi Phao-lô. Động từ được sử dụng ở đây cũng đã xuất hiện trong 1 Ti-mô-thê 1:18 để nói về sự ủy thác cho Ti-mô-thê. Nó xuất hiện trong Công Vụ Các Sứ Đồ 14:23, ở đó Phao-lô và Ba-na-ba lập các trưởng lão và sau đó dâng họ lên cho Chúa, và cũng trong Công Vụ Các Sứ Đồ 20:32 khi Phao-lô cũng dâng các trưởng lão Hội Thánh Ê-phê-sô lên cho Đức Chúa Trời. Ý này rõ ràng là ủy thác một điều gì đó cho người khác để họ giữ gìn, và trong bối cảnh hiện tại, ý niệm này có vai trò vô cùng quan trọng. Việc truyền thụ lại chân lý Cơ Đốc không bao giờ được phó mặc cho sự may rủi, và rõ ràng không được giao ngẫu nhiên cho bất cứ Cơ Đốc nhân nào, nhưng chỉ cho *những người đáng tin cậy, là những người có khả năng dạy dỗ người khác*. Hai điều kiện cần có là: trung thành với chân lý, nghĩa là sự trung thành đã được chứng nhận, và khả năng dạy dỗ (so sánh với 1 Ti 3:2).

Hai điểm quan trọng cần suy xét ở câu này. Thứ nhất, sứ đồ Phao-lô được khắc họa là người quan tâm đến việc gìn giữ những sự dạy dỗ Cơ Đốc, và ta không thể nghĩ có lúc nào ông lơ là điều cần thiết này. Cuối đời ông đã phải nghĩ về việc sự dạy dỗ này cần phải được thể hiện trong một hình thức cố định để có thể truyền thụ lại, và khi đó nhận định cho rằng phần giáo lý rập khuôn trong các thư tín mục vụ không phải là của Phao-lô đã bị phá sản hoàn toàn. Thứ hai, rõ ràng là Phao-lô nhận ra rằng cách mà chính ông đã rèn lên những giáo lý sẽ không tiếp tục được thực hiện ở thế hệ tiếp nối, rằng các phương cách truyền thụ thường thấy hơn sẽ không chỉ được sử dụng đến mà phải là những phương pháp thiết yếu. Phân đoạn này không hề ủng hộ cho lời tuyên bố của Công Giáo La Mã rằng sự ủy thác chân lý được truyền lại một cách vô ngộ, qua truyền thống của hội thánh chẳng hạn.

5. NHỮNG CHỈ DẪN DÀNH CHO TI-MÔ-THÊ (2:3–26)

a. Nền tảng của sự khích lệ và khuyên bảo (2:3–13)

Trong câu 3–6, ba minh họa có tính gợi ý đã được sử dụng để khích lệ Ti-mô-thê trong những lĩnh vực khác nhau của chức vụ. Cả ba minh họa người lính, vận động viên và người nông dân đều được lấy từ trong cuộc sống thường nhật và là những ẩn dụ thường thấy của văn chương, được áp dụng ở đây theo nghĩa thuộc linh đặc biệt. Ti-mô-thê phải học chịu khổ từ người lính, học kỷ luật từ vận động viên và sự kiên trì từ người nông dân.

i. Những ví dụ khác nhau (2:3–6)

3. Ẩn dụ từ lĩnh vực quân sự là những ẩn dụ được yêu thích nhất của sứ đồ Phao-lô (ví dụ Rô 6:13; 7:23; 1 Cô 9:7; 2 Cô 6:7; Êph 6:11–18). Người lính đóng vai trò như một minh họa đáng ngưỡng mộ về lòng dũng cảm cho Ti-mô-thê, là người có lẽ cần cách tiếp cận như một người lính trước công tác mục vụ không lấy gì làm dễ chịu tại Ê-phê-sô. Chính động từ được dịch là *chịu khổ* (*synkakopatheō*) cũng được sử dụng trong 1:8. Nghĩa gốc của từ này có lẽ được bản RSV dịch tốt hơn là "hãy tiếp nhận phần chịu khổ của mình", vì sự chịu khổ ở đây là một phần lời chứng của Cơ Đốc nhân. Mỗi Cơ Đốc nhân đều phải sẵn sàng chịu lấy một sự đối xử tệ bạc nào đó, cũng giống như mỗi người lính vậy. Có lẽ Ti-mô-thê quá nhạy cảm về sự đối xử tệ bạc vốn thường xuyên đe dọa mình, nhưng nhiều khả năng hơn đó là vị sứ đồ đặc biệt cảm thấy nặng lòng với tính khốc liệt của những cuộc chiến thuộc linh mà ông phải để lại, cũng chính là những cuộc chiến sẽ tự động rơi xuống đôi vai của Ti-mô-thê. Lời ám chỉ về việc Ti-mô-thê được trả tự do trong Hê-bơ-rơ 13:23 cho thấy rằng không lâu sau khi Phao-lô qua đời thì người kế thừa ông thật sự đã phải chịu tù đày. Cụm từ *người lính của Đấng Christ Giê-xu* có lẽ đã là một cụm từ đang được sử dụng khi đó qua việc xem xét lời mô tả hai phụ tá của Phao-lô là "chiến hữu" (Phil 2:25 và Phlm 2).

4. Lời khuyên mang tính cá nhân trong câu 3 được củng cố bởi nguyên tắc chung về người lính. Bất cứ ai là *người lính đang làm nhiệm vụ* cũng phải là người vững vàng. Khi nói về vấn đề thứ tự ưu tiên, thì nghĩa vụ quân sự phải xếp trên những *việc đời*. Nghĩa của từ *việc đời* này là gì thì vẫn còn bỏ ngỏ giữa vòng các học giả, và những cách giải nghĩa sau đây đã được đưa ra: (1). Những người làm công tác phúc âm đừng nên "bận tâm" với những thứ thuộc về đời này. (2). Những người làm công tác phúc âm không nên buôn bán kinh doanh gì cả. (3). Trong trường hợp của Ti-mô-thê thì không cần phải bắt chước Phao-lô tự làm việc để nuôi mình, vì nếu vậy thì những nhiệm vụ quan trọng hơn của công tác đã bị bỏ qua. Cách giải thích thứ nhất dường như là giải pháp khả thi nhất. Từ Hy Lạp mang tính quyết định là *vướng víu* (*emplekomai*) toan liệu trước những vũ khí mà người lính sẽ mắc vào trong áo khoác. Vì thế, ý chính ở đây là từ bỏ tất cả mọi điều cản trở mục đích thật sự của người lính của Đấng Christ. Nói cách khác, về mặt bản chất thì *việc đời* không có gì sai cả cho tới khi nó làm ta vướng víu vào đó. Khi ấy, những việc này phải được dẹp qua một bên cách dứt khoát.

Lý do căn bản của sự từ bỏ ấy được thêm vào để củng cố cho ẩn dụ này. Người lính phải làm vui lòng *người chiêu mộ mình*, là người chịu trách nhiệm cho việc tập hợp một quân đoàn để phục vụ dưới quyền người ấy.

Điều này về phía người lính bao hàm việc phải giảm đi ước muốn riêng của mình trong nỗ lực chung nhằm làm vui lòng cấp trên. Ta không thể tìm được một hình thái tu từ nào khác để minh họa cho phạm vi những lời tuyên bố của Đấng Christ dành cho những người chăn bầy của Ngài tốt hơn hình ảnh này.

5. Mối liên hệ giữa người lính và vận động viên được tìm thấy trong cụm từ *đúng luật lệ* (*nominōs*). Các kỳ thế vận hội đều đưa ra những luật lệ nghiêm khắc mà mọi vận động viên phải tuân thủ. Simpson trích dẫn lời Galen để chứng tỏ rằng cụm từ này bao hàm ý "đúng cung cách", được áp dụng cho các vận động viên đã tuyên thệ đầy đủ, tức những vận động viên chuyên nghiệp so với những vận động viên nghiệp dư. Mỗi vận động viên thi đấu cho những kỳ thế vận hội này phải đọc một lời thề rằng họ sẽ hoàn tất thời gian mười tháng huấn luyện cần thiết trước khi được chấp nhận bước vào cuộc tranh tài. Bất cứ vận động viên nào không tuân theo sự kỷ luật cần thiết sẽ không có cơ hội chiến thắng và thật ra sẽ hạ thấp tiêu chuẩn của thế vận hội xuống. Có những hình phạt nặng nề áp dụng cho những ai phạm luật (so sánh với Spicq). Cũng cần phải lưu ý là trong khi ẩn dụ đầu tiên vay mượn từ ảnh hưởng của La Mã, thì ẩn dụ này thể hiện mạnh mẽ những dấu ấn ảnh hưởng của Hy Lạp. Áp dụng cho mục vụ Cơ Đốc, ẩn dụ thứ hai này nhấn mạnh sự tính thiết tuyệt đối của sự kỷ luật. Có thể ở đây có sự ám chỉ rằng việc huấn luyện phù hợp là điều cốt lõi để thực thi mục vụ Cơ Đốc, nhưng ý đó khó có thể xuất hiện trong đầu của Phao-lô. Tốt hơn là cho rằng ở đây, vị sứ đồ đang khích lệ Ti-mô-thê phải nghiêm chỉnh tuân theo "luật lệ" đã được ấn định bởi cuộc đời và sự dạy dỗ của Đấng Christ. Có một khác biệt quan trọng giữa ẩn dụ này và sự áp dụng của nó, ấy là: chỉ một vận động viên nhận được *mão miện*, nhưng mọi Cơ Đốc nhân trung tín nỗ lực trong trận đấu đều sẽ được đội mão miện (so sánh với 4:8).

6. Hình ảnh minh họa thứ ba đặt điểm nhấn trên sự chịu cực nhọc. *Người nông dân làm lụng khó nhọc* có được những quyền mà những người biếng nhác không có được. Rõ ràng quyền được một phần hoa lợi mà mình đã cực nhọc làm ra là điều căn bản, căn bản đến mức mà người ta nghĩ minh họa này bị cường điệu thái quá (so sánh với Scott) và chỉ đơn thuần được đưa vào đây vì nó có xuất hiện trong phân đoạn Kinh Thánh 1 Cô-rinh-tô 9:10–11, là phân đoạn được xem như nguồn của minh họa này. Nhưng minh hoạ ở đây đưa ra một điểm tương xứng, vì Chúa có dạy rằng người làm công đáng nhận được công lao mình. Sự dạy dỗ này được các Cơ Đốc nhân đầu tiên hiểu là các đầy tớ của Đức Chúa Trời có quyền được những người mà họ đã phục vụ trả công. Có thể Ti-mô-thê bắt chước theo gương Phao-lô, đã không còn được hỗ trợ về mặt vật chất vì người ta tin rằng việc không nhận sự hỗ trợ như thế thì sẽ cao đẹp hơn, do đó ở đây Phao-lô nhắc nhở Ti-mô-thê về những gì mình có thể nhận cho bản thân một cách công bằng.

ii. Hồi tưởng thêm (2:7–10)

7. Tiếp theo là một lời khuyên *hãy suy nghĩ điều ta nói* (động từ *noeō* có nghĩa là "hiểu", "ngẫm nghĩ"). Điều này có thể được hiểu theo một trong hai hướng – theo hướng khái quát là tất cả những gì mà Phao-lô đã dạy Ti-mô-thê hay hướng cụ thể là sự dạy dỗ chứa đựng trong những minh họa mới được trích dẫn. Nếu Ti-mô-thê nghiêm túc nỗ lực để "nắm được ý" (White), thì *Chúa* sẽ thêm cho ông năng lực để hiểu.

8. Tiếp theo, sứ đồ Phao-lô củng cố sự dạy dỗ của mình bằng cách hướng sự chú ý vào Chủ của ông. Như Bengel đã nói: "Như thường lệ, Phao-lô hồi sinh (thổi sự sống) cho ví dụ của chính mình bằng gương mẫu của Đấng Christ". Hình thức của từ ngữ ở đây đã khiến cho một số học giả cho rằng Phao-lô đang trích dẫn một tín điều Cơ Đốc sơ khai, tương tự như cách giải nghĩa Rô-ma 1:3–4. Có những sự tương đồng đáng kinh ngạc giữa hai phân đoạn này nhưng không nhất thiết phải cho rằng giữa hai phần bắt buộc phải có sự nối kết về văn chương. Nếu Phao-lô đang trích dẫn một câu phát biểu niềm tin sơ khai đang thịnh hành giữa vòng những người La Mã, thì không có lý do gì cho việc ông không thể tiếp tục làm điều tương tự tại đây. Cần phải lưu ý đó là chỗ duy nhất khác mà Phao-lô sử dụng các từ *"như tin lành mà ta rao giảng"* (NIV diễn giả là "Đây là tin lành của ta", RSV dịch là "như đã được rao giảng trong tin lành của ta") được tìm thấy ở Rô-ma (2:16; 16:25), điều này có thể cho thấy rằng Phao-lô chủ đích sử dụng những yếu tố quen thuộc của sự dạy dỗ sơ khai khi nói về *tin lành của ta*, để cho thấy rằng những gì ông rao giảng là cùng một tin lành đang phổ biến.

Những từ *Hãy nhớ rằng Đức Chúa Giê-xu Christ… đã sống lại từ cõi chết* thu hút sự chú ý vào kinh nghiệm hiện tại về Đấng phục sinh, là điều được nhấn mạnh qua sự quy đạo của cá nhân Phao-lô. Điều này không mấy nhấn mạnh vào sự phục sinh như là một sự kiện lịch sử, dù điều đó cũng quan trọng, nhưng nhấn mạnh yếu tố trọng tâm của kinh nghiệm đang diễn ra của người Cơ Đốc. Đối với Phao-lô, sự phục sinh là chân lý Cơ Đốc nổi bật nhất, chứa đựng trong đó sự đảm bảo về tất cả những khía cạnh khác trong công tác của Đấng Christ. Tuy nhiên, thật lạ khi đi kèm với sự phục sinh ấy là cụm từ có tính chất mô tả *thuộc dòng dõi Đa-vít*, là điều mặc dù có xuất hiện trong Rô-ma 1:3 nhưng lại không xuất hiện ở đâu khác trong tư tưởng của Phao-lô. Một số học giả xem điều này dường như không có gì liên quan với bối cảnh của câu 8 (so sánh với Ward), nhưng có lẽ chủ đích ở đây là làm nổi bật gia phả của Chúa Giê-xu để định vị gốc gác của Ngài một cách vững chắc trong lịch sử.

9. Sau khi khích lệ Ti-mô-thê hãy chịu những gian khổ trong câu 3, Phao-lô lấy chính trường hợp của mình ra làm một ví dụ. Cấu trúc tiếng Hy Lạp *en hōi* của chữ *vì đó* mô tả tin lành là nơi Phao-lô chịu khổ [bản TTHĐ dịch trực tiếp *vì tin lành đó* - ND]. Một cách giải nghĩa khác ít khả thi hơn là tiền ngữ của chữ *đó* là Đấng Christ chứ không phải tin lành; trong trường hợp đó Phao-lô sẽ chịu khổ như một thuộc viên trong thân thể huyền nhiệm của Đấng Christ (so sánh với Simpson). Chính công tác "trong tin lành" đã khiến ông bị những bậc cầm quyền đối xử tồi tệ. Cách dịch *Vì tin lành đó* cho thấy rằng bản thân tin lành chính là cơ sở mà vị sứ đồ chịu lấy những cáo buộc. Thế nhưng nhiều khả năng hơn là gông cùm xiềng xích của ông là hệ quả của những sự bạo loạn theo sau sự giảng dạy của ông chứ không phải từ những niềm tin Cơ Đốc của ông.

Câu *ta bị bạc đãi, đến nỗi mang xiềng xích như một tên tội phạm* có lẽ soi rọi chút ánh sáng nào đó trên cáo buộc mà người ta dùng để chống lại vị sứ đồ. Từ *kakourgos* là một từ đương thời dùng cho những tên tội phạm thông thường. Một chỗ duy nhất khác trong Tân Ước mà từ này được sử dụng là Lu-ca 23:32, 39, phần Kinh Thánh mô tả những tên tội phạm bị đóng đinh chung với Chúa Giê-xu. Ramsay[85] thấy trong từ này một hàm ý về từ *flagitia* (những hành động đáng hổ thẹn) mà người ta quy chụp trên các Cơ Đốc nhân trong cơn bách hại của Nê-rô, trong trường hợp đó cụm từ ngắn ngủi này có thể ủng hộ cho một niên đại sớm của thư tín này, vì Cơ Đốc giáo lúc ấy chưa xem mình là một tôn giáo bị cấm đoán.

Tương phản với xiềng xích của Phao-lô là sự tự do hoàn toàn của *đạo Đức Chúa Trời*. Lời của vị sứ đồ không áp dụng nhiều cho việc mình được tự do rao giảng tin lành trong tù, nhưng là việc ngay cả khi ông bị cầm tù thì người khác vẫn đang tiếp tục công tác rao giảng tin lành. Việc bắt bớ những lãnh đạo Cơ Đốc có thể làm ngăn trở sự tấn tới của tin lành, nhưng nó không thể cầm tù đạo của Đức Chúa Trời, cũng không thể cản trở sự lan truyền đạo ấy.

10. Tiếp theo vị sứ đồ phát biểu lý do cho sự chịu khổ của mình: ấy là *vì những người được chọn*, có vẻ như nó có nghĩa là những người được chọn nhưng chưa tin Chúa. Họ phải được chinh phục và từng chút nỗ lực phải được đổ vào trong cuộc xung đột hiện thời, mà cả Phao-lô và Ti-mô-thê đều

---

[85]*The Church in the Roman Empire* (1893), 249.

dự phần vào. Điều này càng được thể hiện một cách đầy sức mạnh thông qua mệnh đề kết thúc *để họ cũng nhận được sự cứu rỗi trong Đấng Christ Giê-xu*. Tất cả những thử thách hiện thời của Phao-lô đều đáng giá khi xem xét những ích lợi vô giá mà những ai đón nhận sứ điệp của chính ông và những bạn đồng lao của ông đạt được. Những chữ mang tính mô tả *trong Đấng Christ Giê-xu* vạch ra ranh giới không chỉ của đặc điểm đặc trưng của sự cứu rỗi Cơ Đốc cần phải đạt được, nhưng cả phạm vi hoạt động của nó, nghĩa là sự cứu rỗi được tất cả những ai "trong Đấng Christ" (xem câu 1) sở hữu. Cụm từ cuối cùng *với vinh quang đời đời* nhìn thấy trước tuyệt đích của sự cứu rỗi của người Cơ Đốc. Sự kết nối giữa *vinh quang* và *sự cứu rỗi* này rất quen thuộc trong các tác phẩm của Phao-lô (ví dụ như 2 Tê 2:13–14; so sánh Rô 5:1–2; 8:21–25), trong khi ý niệm về sự chịu khổ nhường chỗ cho vinh quang đời đời rõ ràng là ý niệm được lấy từ trong 2 Cô-rinh-tô 4:17.

iii. Bài thánh ca Cơ Đốc (2:11–13)

11. Một *lời chắc chắn* khác được thêm vào trong điểm giao nhau này, ít nhất là nếu chúng ta đi theo đa số các học giả và gắn công thức này vào phần theo sau. Một số người đã nỗ lực áp dụng công thức này vào phân đoạn phía trước, nhưng điều này không được thuyết phục (xem Spicq để biết thêm chi tiết). Rõ ràng trong những từ tiếp theo chứa đựng một khuôn mẫu quá nhịp nhàng đến nỗi ta phải xem công thức này gắn liền với câu 11–13. Một khó khăn xuất hiện trong phần kết của dòng đầu tiên là liên từ *gar* (vì), mà NIV và RSV [cả bản TTHĐ - ND] đã bỏ qua. Dường như ở đây có bao hàm sự ám chỉ nào đó về phần phía trước, nhưng cách giải thích có thể là chỉ một phần bài thánh ca gốc được gìn giữ, và vì thế giờ đây phần phía trước đã bị lạc mất. Hầu hết các học giả đều đồng ý rằng những từ ở đây được rút ra từ một bài thánh ca Cơ Đốc, mặc dù giữa vòng các học giả cũng có sự tranh cãi là liệu tất cả những từ này có chân thật hay không. Vì các từ ở đây hình thành nên một khuôn mẫu đầy nhịp điệu, nên không có lý do gì để xem chúng có gì đó riêng biệt chứ không phải là một thể thống nhất.

Sự kết nối về ý tưởng giữa bài thánh ca này và phân đoạn phía trước có lẽ đã được tìm thấy trong ý niệm về sự vinh quang. Trong kinh nghiệm của người Cơ Đốc, ngay cả khi hoàn cảnh hiện tại là gian khổ thì vẫn có những điều lớn lao để ta trông ngóng. Một số người đã thấy trong bài thánh ca này một sự khích lệ để sẵn sàng chịu tuận đạo (so sánh với Bernard), nhưng có một cách hiểu khác có vẻ khả thi hơn đó là Phao-lô đang nghĩ đến "sự chết trong lúc chịu lễ báp-têm" (so sánh với Jeremias). Điều này được xác nhận bởi sự kết nối gần gũi giữa phân đoạn này và Rô-ma 6:8, trong đó phép báp-têm được sử dụng để minh họa cho sự hiệp nhất giữa Chúa là Đấng được chúc tụng và người tín hữu. Vì thế, ý này hoàn toàn hòa hợp với tư tưởng của Phao-lô, và dường như ở đây được dùng để minh họa cho sự xứng đáng của việc chịu đựng *mọi sự* vì *những người được chọn* (câu 10).

Thì của động từ được dịch là *chúng ta đã chết với Ngài* (synapothnēskō) cho thấy rằng ở đây đang nói đến biến cố đã qua, và nếu biến cố này chính là giờ khắc làm lễ báp-têm, thì vị sứ đồ đang nhắc nhở chính mình và Ti-mô-thê về kinh nghiệm đồng chết và đồng sống với Đấng Christ đó, là kinh nghiệm định hình nên nền tảng của nếp sống Cơ Đốc và qua đó là nền tảng cho sự can đảm và chịu đựng của người Cơ Đốc.

12. Dòng tiếp theo đi theo ý tưởng của dòng trước đó, vì người tín hữu đã được sống lại đời sống mới đối diện với lời kêu gọi chịu khổ. Phao-lô đã nói đến sự gian khổ của mình trong câu 10 và việc điều này được lặp lại một lần nữa trong bài thánh ca ở đây cho thấy rằng tất cả Cơ Đốc nhân đều được kêu gọi để cùng chịu cùng một điều như Phao-lô đã chịu. Điều quan trọng không hẳn là sự chịu khổ mà là thái độ của tấm lòng về chuyện chịu khổ ấy. Thế nhưng nếu sự chịu đựng là trách nhiệm bất biến của Cơ Đốc nhân, thì việc được đồng cai trị với Ngài trên thiên đàng sẽ là niềm vui mừng bất biến của người ấy (so sánh với Rô 8:17).

Khả năng chối bỏ Chúa dường như là một sự gợi nhớ đến những lời của Chúa (Mat 10:3), và một số người đã cho rằng hội thánh mà Phao-lô thành lập đã biến những lời của Chúa Giê-xu dạy này thành một bài thánh ca Cơ Đốc hiện hành..[86] Nhưng không có lý do gì để cho rằng Phao-lô sẽ không có cùng một nguồn cảm hứng như vậy.

13. Suy nghĩ đáng sợ về việc bị Đấng Christ từ bỏ được bù lại bằng điểm nhấn cuối vào sự thành tín của Ngài. Cụm từ *nếu chúng ta thất tín* tương phản mạnh mẽ với *thì Ngài vẫn thành tín*. Sự thành tín của Đấng Christ đối với những lời hứa của chính Ngài ban cho tín hữu sự an ninh tuyệt đối. Ta không thể nghĩ ra được bất cứ sự kiện xảy ra ngẫu nhiên nào có thể ảnh hưởng đến sự thành tín của Đức Chúa Trời, *vì Ngài không thể tự chối bỏ mình được*. Tuy nhiên, những lời này không phải là tờ giấy phép ủng hộ cho tội lỗi hay sự bội đạo, nhưng đúng hơn nó là một sự an ủi cho những lương tâm sợ hãi (như Jeremias đã chỉ ra). Tuy nhiên, sức nặng của câu này có thể ở chỗ sự thành tín của Đức Chúa Trời hàm ý rằng Ngài không thể công nhận những ai chối bỏ Ngài. Có người nghĩ phần kết này không phải là một

---

[86] So sánh với chuyên khảo, *The Pastoral Epistles and the Mind of Paul*, 20. Hanson (ad loc.) xem bốn dòng trong câu 11 là một bài thánh Ca Cơ Đốc hoàn toàn do Phao-lô viết ra.

phần nguyên thủy của bài thánh ca, nhưng việc Đức Chúa Trời không thể tự mâu thuẫn với chính mình về mặt đạo đức hình thành nên nền tảng của sự thành tín của Ngài và vì thế đây là phần kết cần thiết của bài thánh ca.

b. Các phương pháp đối phó với giáo sư giả (2:14–26)

Những chỉ dẫn cụ thể đã được đưa ra để hướng dẫn Ti-mô-thê đối phó với các giáo sư giả là điều không thể tránh khỏi. Thư tín này không có nhiều dữ kiện đặc trưng so với sự dạy dỗ sai lạc bị kết án trong 1 Ti-mô-thê và Tít.

i. Hành động tích cực: điều cần đẩy mạnh (2:14–15)

14. Điều thiết yếu đầu tiên là gìn giữ giáo lý chân chính. Ti-mô-thê phải *nhắc nhở họ những điều này*. Những điều này là những điều chứa đựng trong bài thánh ca trước đó hoặc khái quát hơn là tất cả những sự dạy dỗ của phần thư tín trước đó. Chính chữ rất mạnh được dịch là *khuyến cáo* (*diamartyromai*) cũng được tìm thấy trong 1 Ti-mô-thê 5:21, ở đó chính Ti-mô-thê là đối tượng của sự khuyến cáo. Tính nghiêm trọng của thái độ này thật nổi bật khi ta quan sát thấy cụm từ *trước mặt Đức Chúa Trời*. Điều này thêm vào cho mọi lời cảnh báo sự trang nghiêm đáng kể.

Lời mô tả về sự phù phiếm và nguy hại của các giáo sư giả trong tiếng Hy Lạp khá khó hiểu. Những từ được dịch là *tránh sự cãi lẫy về chữ nghĩa* có thể được hiểu là "đừng mải mê lao vào những cuộc tranh luận về chữ nghĩa, một quá trình vô ích". Nội dung của những cuộc chiến về ngôn từ này là vụn vặt, y như nỗ lực nhằm khám phá trong đó những ám chỉ khó hiểu về Trí huệ giáo vậy. Bất cứ khi nào con người phí thời gian vào những chuyện tầm phào, họ đáng phải bị lên án y như vậy. Nhưng khía cạnh nghiêm trọng hơn đó là tác động của nó trên người khác, vì phương pháp tranh luận vô ích này *chỉ làm tổn hại cho người nghe mà thôi*. Người giảng dạy Cơ Đốc không bao giờ được quên trách nhiệm của mình trước những người nghe mình giảng. Từ *katastrophē*, được sử dụng ở đây theo nghĩa làm tổn hại, có nghĩa đen là "đảo lộn", đối lập với sự gây dựng.

15. Đó là một điều nghiêm túc cần phải huấn thị người khác và một điều khác nữa mà bản thân phải nắm lòng. Hiểm họa của việc làm ngơ chính mình chắc hẳn không chỉ giới hạn cho Ti-mô-thê mà thôi, vì dấu hiệu của nó mang tính phổ quát. Thế nhưng, không thể đánh giá thấp giá trị của sự kỷ luật bản thân, vì đối với một người dạy dỗ, cách bác bỏ sai lầm hiệu quả nhất chính là trở nên một minh chứng sống của chân lý, được Đức Chúa Trời chấp nhận. Nhưng việc này không hề dễ. Chữ Hy Lạp được dịch là *Hãy* *chuyên tâm để được* (*spoudazo*) chứa đựng ý niệm về sự nhiệt huyết bền bỉ. Bản ghi chú King James đã bỏ mất ý nghĩa bền bỉ này. Mục tiêu là để *được đẹp lòng Đức Chúa Trời như người làm công không có gì đáng thẹn* (*dikomos*: "được chấp nhận sau khi đã thử thách"), đối lập với việc vận động người ta chấp nhận một cách quá lộ liễu giữa vòng các giáo sư giả. Tốt nhất là mặc kệ tất cả những cuộc tranh luận về chữ nghĩa và tìm kiếm sự chấp nhận của Đức Chúa Trời, sự đánh giá của Ngài không bao giờ có thể sai lầm.

Sự hổ thẹn mà bất cứ người làm công nào cũng sẽ cảm nhận khi bị chủ phát hiện ra mình thiếu năng lực hoặc làm không đến nơi đến chốn được sử dụng như một ẩn dụ chỉ về mục vụ Cơ Đốc. Vì thế, *như người làm công không có gì đáng thẹn* phải được hiểu theo nghĩa một người giảng dạy Cơ Đốc có thể dâng trình một cách không hổ thẹn công việc của mình cho Chúa để Ngài phê chuẩn, giống như những người trong ẩn dụ về các ta-lâng đã làm lợi thêm các ta-lâng khác. Sự không hổ thẹn này đạt được khi người làm công *thẳng thắn giảng dạy lời của chân lý*, một cụm từ mà trong đó, khó có thể định nghĩa chính xác động từ *orthotomeō* vì nó chỉ xuất hiện hai lần khác trong Bản Bảy Mươi (Châm 3:6 và 11:5). Trong trường hợp Châm Ngôn 11:5, nó có nghĩa là "cắt một đường lối cho ngay", và điều này đã được áp dụng trong trường hợp hiện tại nói về đường lối của chân lý, là đường lối cần phải được làm cho ngay đến nỗi tất cả những sự sai trệch của tà giáo đều sẽ trở nên rõ ràng. Cách hiểu này dấy lên một sự chống đối dựa trên cơ sở đó là *lời của chân lý* không thể tự động hiểu là một con đường. Tuy nhiên, nếu cụm từ này được áp dụng phổ quát cho cách giải nghĩa thẳng thừng thì sẽ có ít sự chống đối hơn. Nói về việc cắt, vốn chứa đựng trong động từ, người ta nghĩ nó có nghĩa là việc phân tích lời của chân lý cách đúng đắn, trong những phân đoạn độc lập hoặc trong tổng thể của nó. Nhưng nhiều người dám chắc rằng từ ghép này đã mất đi ý nghĩa nguyên thuỷ của nó và đã thể hiện một ý nghĩa chung chung hơn, tức là xử lý một cách đúng đắn. Chính từ nghĩa này mà danh từ phái sinh xuất hiện sau này để chỉ về tính chính thống.[87] Tuy nhiên, trong bối cảnh này, dường như ý chính là Ti-mô-thê phải tuyệt đối ngay thẳng trong việc liên hệ đến *lời của chân lý*, tương phản mạnh mẽ với những phương pháp quanh co của các giáo sư giả. Cụm từ *lời của chân lý* cũng được Phao-lô sử dụng hai lần ở những chỗ khác (Êph 1:13 và Côl 1:15) và trong cả hai trường hợp thì cụm từ này đều được định nghĩa là tin lành.

---

[87]Clement xứ Alexandria; Eusibius, *Ecclesiastical History*, iv.3.

ii. Hành động tiêu cực: điều cần lánh xa (2:16–18)

16. Chúng ta đã gặp lời cảnh báo về *những lời nhảm nhí phàm tục* trong 1 Ti-mô-thê 6:20. Điều này dường như đã cấu thành một yếu tố chủ đạo của tà giáo trong Ê-phê-sô. Cách tốt nhất để xử lý loại tình huống này là *tránh (peri-istamai)* sự dạy dỗ như thế. Đây không phải là tờ giấy phép để sống theo chủ nghĩa biệt lập Cơ Đốc, nhưng là sự khôn ngoan thực tiễn và đúng đắn. Thời gian quá quý giá nên không để nó bị phí hoài bởi những thứ chẳng liên quan gì đến ta. Như trong câu 4, sự tập trung được dành cho ảnh hưởng tai hại của những người ba hoa nhảm nhí, mà những chuyện tầm phào của những người ấy dẫn tới sự không tin kính ngày càng tăng (họ *sẽ càng ngày càng tiến sâu vào con đường không tin kính*). Bản RSV áp dụng những lời này cho "những lời nhảm nhí phàm tục" và dịch thành "bởi đó nó sẽ dẫn người ta ngày càng trở nên không tin kính". Mặt khác, Bản King James dịch "vì họ sẽ ngày càng tiến sâu vào sự không tin kính" tập trung chú ý vào sự sa đọa về tôn giáo của các giáo sư giả. Cả hai bản dịch này đều khả thi, và sự mơ hồ ở đây thu hút sự chú ý vào tiến trình không lấy gì làm thèm muốn trong sự không tin kính của cả sự dạy dỗ ấy lẫn của cả giáo sư giả.

17. Tốc độ nhanh chóng mà giáo lý sai lạc lan truyền được minh hoạ cách trực quan nhất qua thế giới y khoa. *Lời nói của họ như chứng hoại thư lây lan* có thể được diễn giải là "Sự dạy dỗ của họ tìm được đồng cỏ (tức nơi chăn thả gia súc) dễ như chứng hoại thư lây lan ra trong cơ thể con người". Cả hai cụm từ *nomēn echein* (có được đồng cỏ) và *gangraina (*hoại thư) đều thuộc về vốn từ vựng y khoa hiện hành. Ẩn dụ này minh họa tính âm ỉ và không gì có thể mô tả phù hợp hơn về phương cách phát triển của hầu hết những dạy dỗ sai lạc, dù là thời xưa hay thời nay.

Trường hợp đặc biệt của *Hy-mê-nê* (xem 1 Ti 1:20) *và Phi-lết* được trích dẫn để minh chứng cho huấn thị chung này. Chúng ta không biết gì về Phi-lết, trong khi Hy-mê-nê thì có một phân đoạn Kinh Thánh duy nhất khác đề cập đến ông là trong 1 Ti-mô-thê 1:20, là câu Kinh Thánh nói về việc ông bị phó cho Sa-tan để học không phạm thượng nữa (có nghĩa là bị dứt phép thông công). Về chuyện này, không nhất thiết phải cho rằng 2 Ti-mô-thê chắc hẳn đã được viết trước 1 Ti-mô-thê, bởi vì Hy-mê-nê có lẽ đã tiếp tục những hành động phá hoại của mình, mặc dù ông đã chính thức bị dứt phép thông công từ trước đó. Có khả năng phạm vi hoạt động của người này đã thay đổi, bởi vì có vẻ như Phao-lô đang thông báo với Ti-mô-thê về một điều mà Ti-mô-thê không hề biết.

18. Cụm từ *họ đi chệch khỏi chân lý* được dịch từ động từ *astocheō* (trệch mục tiêu), là từ được sử dụng hai lần khác trong các thư tín mục vụ nói về sự bội đạo của các giáo sư giả khỏi con đường chân thật (so sánh với 1 Ti 1:6; 6:21). Việc những người này phủ nhận sự sống lại trong tương lai họ thấy mức độ nghiêm trọng trong sự sai lầm của họ, vì đây là yếu tố căn bản của đức tin Cơ Đốc, như Phao-lô đã nói một cách rất mạnh mẽ trong 1 Cô-rinh-tô 15. Thật ra, câu Kinh Thánh 1 Cô-rinh-tô 15:12 cho thấy rằng tại Cô-rinh-tô, một số người đã hoàn toàn chối bỏ sự thực hữu của sự phục sinh, và sự ám chỉ hiện tại chắc hẳn phải được hiểu tương tự. Bằng cách xem *sự sống lại* là một kinh nghiệm thuộc linh, những giáo sư này đã lên kế hoạch để bác bỏ nó. Chẳng thế mà *làm đảo lộn đức tin của một số người*, bởi vì Cơ Đốc giáo không có sự sống lại thì không còn là một đức tin sống động nữa.

iii. Những thực tế cốt lõi (2:19)

19. Tương phản với sự bấp bênh của tà giáo, sự ổn định của đức tin Cơ Đốc được tập trung nói đến ở đây. Tiểu từ *mentoi* trong tiếng Hy Lạp được dịch là *tuy nhiên* mang lại sự chắc chắn cho phần phản đề này. Trong câu *nền tảng vững chắc của Đức Chúa Trời vẫn đứng vững*, điểm nhấn rơi vào đặc tính bất biến trong nền tảng của Đức Chúa Trời. Không bao giờ bị nghi ngờ. Nó hình thành nên một sự tương phản sống động với sự bội đạo mà các giáo sư giả là người đại diện.

Hình ảnh tòa nhà được dùng làm ẩn dụ để nói về hội thánh Cơ đốc thì hấp dẫn vô cùng đối với sứ đồ Phao-lô (so sánh với 1 Cô 3:10–15; Êph 2:19–23; 1 Ti 3:15), và trong trường hợp hiện tại, hình ảnh này vô cùng phù hợp nhằm truyền cảm hứng cho Ti-mô-thê với sự tin quyết mới mẻ nơi sự chiến thắng tối thượng của hội thánh. Có thể *nền tảng* ở đây là hội thánh nói chung, hay cộng đồng tín hữu Ê-phê-sô nói riêng, hay chân lý của Đức Chúa Trời, hay của cầm của đức tin. Từ này dường như được sử dụng để đại diện cho cả kết cấu, để cho thấy rằng thắc mắc chính là sự chắc chắn của cả tòa nhà chứ không phải của một vài "viên đá" riêng lẻ.

Người ta cho rằng tục lệ ngày xưa thường khắc câu đề tặng lên các tòa nhà để nói lên mục đích của chúng và việc này được ám chỉ trong cụm từ *với lời được ấn chứng rằng* (*sphragis* là một từ được Phao-lô sử dụng hai lần ở chỗ khác theo nghĩa xác nhận là đúng; xin xem Rô 4:11; 1 Cô 9:2). Đức Chúa Trời đã đặt ấn chứng riêng của Ngài lên hội thánh bằng hai câu khắc. Có lẽ ở đây có sự khó hiểu về các ẩn dụ và dòng suy nghĩ có thể chuyển từ ngôi nhà sang sự ấn chứng của cá nhân các thành viên. Nếu vậy, thì điều này sẽ đem dòng suy nghĩ ấy đến gần hơn với nghĩa thông thường của *sphragis*, nhưng vì câu 20 và 21 tiếp tục dùng ẩn dụ về ngôi nhà hoặc gia đình, nên quan điểm đầu tiên có vẻ hợp lý hơn.

Ấn chứng đầu tiên (*Chúa biết những người thuộc về Ngài*) bắt nguồn từ Dân Số Ký 16:5, một ký thuật về cuộc nổi loạn của Cô-ra và những người theo phe ông, trong đó dân sự được nhắc nhở rằng Chúa có đủ năng lực để phân biệt giữa người chân thật và kẻ dối trá. Việc nhận biết khả năng phân biệt vô ngộ này của Đức Chúa Trời đem đến một sự khích lệ lớn lao cho Ti-mô-thê và tất cả những người đang bối rối bởi những yếu tố không xứng hợp trong hội thánh. Nó cũng đồng thời mang sự giới hạn của riêng mình đến trên tất cả những ai tự chuốc lấy trách nhiệm đoán phạt trên chính mình. Mặc dù mục đích chính của lời trích dẫn này không tập trung vào sự tiền định của Đức Chúa Trời, nhưng ý tưởng này không hoàn toàn vắng bóng bởi vì việc Chúa biết không thể nào tách rời với mục đích của Ngài. Tuy nhiên, ý định chính của tác giả là cho thấy rằng Đức Chúa Trời biết một cách chính xác về con cái thật của Ngài.

Ấn chứng thứ hai (*Người nào kêu cầu danh Chúa thì phải tránh xa điều bất chính*) không phải là một trích dẫn chính xác mặc dù có thể nó được dùng để thể hiện quan điểm của Dân Số Ký 16:26, cũng từ cùng một bối cảnh với ấn chứng thứ nhất. Nhưng Ê-sai 52:11 là một quan điểm gần gũi hơn và Bản Bảy Mươi sử dụng chính động từ này cho chữ *tránh xa* (*aphistēmi*) như ở đây. Động từ này ở lối mệnh lệnh (*apostētō*), mà như Bengel nhận xét thì nó ẩn chứa năng lực để lìa khỏi cái ác, mặc dù điều này có gì đó bị che khuất trong cách dịch của NIV là *phải tránh xa điều bất chính*. Bản văn được công nhận mà theo đó King James dựa vào ghi là "danh Đấng Christ" không phải là bản văn nguyên thủy bởi vì tất cả những bản viết tay bằng chữ ông-xi-an và các phiên bản khác đều ghi là *Chúa*. Kêu cầu danh Chúa đối với người Y-sơ-ra-ên chứa đựng sự đồng nhất với giao ước của Ngài, và tất cả những người Y-sơ-ra-ên thật đều ao ước tránh xa điều mà Chúa ghê tởm. Ý ở đây dường như là, vì những người như Hy-mê-nê và Phi-lết đã không chịu quay lưng khỏi tội lỗi, như chúng ta thấy rõ trong giáo lý tai hại của họ, nên họ không thể nào là con cái thật của Đức Chúa Trời.

iv. Những vinh dự khác nhau (2:20–21)

20. Có một mối liên hệ gần gũi giữa ẩn dụ về một ngôi nhà lớn để mô tả hội thánh và cái nền được nói đến trong câu trước. Thế nhưng, điều mà Phao-lô nghĩ đến trong đầu không phải là kết cấu bên ngoài của ngôi nhà nhưng là nội dung bên trong, và mục đích của Phao-lô là để minh họa những loại người khác nhau trong hội thánh Đức Chúa Trời, có người tốt, người không xứng đáng. Ngôn từ ở đây rõ ràng là của Phao-lô, so sánh với 1 Cô-rinh-tô 3:12 và Rô-ma 9:21 sẽ cho thấy điều đó. Một số học giả giải thích đây là một ví dụ cho sự mô phỏng khuôn mẫu của Phao-lô. Nhưng một cách giải thích đơn giản hơn cho rằng cùng một sự liên hệ về ý tưởng như trong 1 Cô-rinh-tô 3 là do chúng xuất phát từ một bộ não.

Có vẻ chúng ta không dễ hiểu được dòng tư tưởng ở đây như điều mình mong đợi, vì trong một ngôi nhà, cả hai loại bình đều cần thiết và bình bằng gỗ và bình bằng gốm sẽ không bao giờ bị coi là vô giá trị. Thật ra, minh họa này lạc đề trong cách áp dụng. Những chiếc bình khác nhau trong một ngôi nhà cho thấy sự đa dạng của những loại người trong hội thánh, nhưng phần áp dụng lại chỉ tập trung vào con người và những chiếc bình này lại bị lãng quên hoàn toàn. Sự tương phản thật sự nằm ở việc sang và việc hèn, ý tưởng này vô tình lại quay trở lại với trường hợp của Hy-mê-nê và Phi-lết (câu 18). Cụm từ *dùng vào việc sang* được lặp lại hoàn toàn trong Rô-ma 9:21–22, ở đó cụm từ tương phản được áp dụng cụ thể hơn cho "những chiếc bình đáng chịu thịnh nộ để bị hủy diệt". Sự tương phản ở đây lại không rõ ràng như thế. Vì những lời này hình thành nên phần mở đầu cho một lời huấn thị cá nhân dành cho Ti-mô-thê, nên ta phải thừa nhận rằng từ *việc hèn* phải được hiểu một cách tương đối. Mục tiêu của Ti-mô-thê là phải đạt đến sự hữu dụng xứng đáng nhất, và sự hữu dụng như thế thì có nhiều mức độ khác nhau. Điểm nhấn là ở trên sự tinh sạch của mỗi chiếc bình, và dường như điều này nghiêng về cách giải thích cho rằng minh họa này thể hiện giữa vòng hội thánh có những thành viên xấu.

21. Chủ ngữ không xác định của động từ *thanh tẩy* cho thấy rằng lời giáo huấn tiếp theo là dành cho tất cả Cơ Đốc nhân. Hành động *thanh tẩy* này đã được giải thích theo hai cách hiểu. Hoặc là sự thanh tẩy này liên hệ đến các giáo sư giả, đặc biệt là Hy-mê-nê và Phi-lết, thì khi ấy những lời này có nghĩa là Ti-mô-thê phải có hành động mạnh mẽ chống lại họ; hoặc được hiểu là chỉ về một sự thanh tẩy bên trong. Ý thứ hai sẽ cung cấp một sự tiếp nối rất phù hợp cho lời cảnh báo chống lại *những lời nhảm nhí phàm tục* trong câu 16. Thế nhưng, chỗ duy nhất khác trong Tân Ước tiếng Hy lạp dùng động từ *ekkatharō* (rửa sạch, thanh tẩy) là ở 1 Cô-rinh-tô 5:7, ở đó động từ này kết hợp với ý niệm về sự tẩy sạch những bất khiết (là hình bóng của men), với nhu cầu giải cứu người ấy khỏi Sa-tan.

Sẽ trở nên chiếc bình sang trọng được mô tả cẩn thận theo ba cách. Thứ nhất, người ấy được *thánh hóa*, theo nghĩa là được biệt riêng ra cho một mục đích thánh. Thứ hai, người ấy *hữu dụng cho chủ* (*euchrēstos*, một từ khác cũng chỉ được Phao-lô sử dụng mà thôi). Cả Mác và Ô-nê-sim đều được mô tả bởi cùng một từ là hữu dụng hay có ích cho Phao-lô (xin xem 2 Ti 4:11 và Phlm 11), thế nhưng ở đây, tính chất hữu dụng của Cơ Đốc nhân cho Đấng Christ thì quan trọng hơn nhiều. Và thứ ba, người ấy *sẵn sàng cho mọi việc lành*, nhấn mạnh đến tính sẵn sàng thực thi việc lành chứ không phải nhấn mạnh vào bản thân việc lành.

v. Cách hành xử của người dạy dỗ (2:22–26)

22. Đây là lời khuyên bảo trực tiếp dành cho Ti-mô-thê, liên kết chặt chẽ với những nguyên tắc chung được nói đến trong câu 20 và 21. Có một sự tương phản ẩn giấu ở đây với việc đeo đuổi những việc lành, như chuỗi hành động *Hãy tránh xa những dục vọng của tuổi trẻ* và *theo đuổi sự công chính* đã cho ta thấy. Bản RSV dịch cụm từ sau là "nhắm vào mục tiêu là sự công chính", có nghĩa là hãy đặt những hành động công chính làm một mục tiêu sống. Không nhất thiết phải cho rằng Ti-mô-thê đã qua cái tuổi cần một lời khuyên như thế, vì so với Phao-lô thì Ti-mô-thê vẫn ở giai đoạn khi mà những ảnh hưởng đối địch vẫn có thể dẫn ông đi lạc. Một cách giải thích đó là ở đây vị sứ đồ đang nghĩ về những dục vọng như sự thiếu kiên nhẫn, thích tranh cãi và thích cái mới lạ, tham vọng (Spicq). Điều này được ủng hộ bởi những đức hạnh tương phản mà ông cần phải đeo đuổi *sự công chính, đức tin, yêu thương, hòa thuận*, ba đức hạnh đầu tiên đã được khuyên giục Ti-mô-thê cần phải có trong 1 Ti-mô-thê 6:11. Sống hòa thuận *với những người kêu cầu Chúa bằng tấm lòng thanh sạch* là một đòi hỏi thiết yếu không thể tách rời của một người chăn bầy Cơ Đốc, cũng như cho mỗi Cơ Đốc nhân, mặc dù những điều này rất thường xuyên bị bỏ quên. Bí quyết được tìm thấy trong những lời kết *bằng tấm lòng thanh sạch* (so sánh với 1 Ti 1:5), vì sự hòa thuận và thanh sạch không bao giờ tách rời nhau được.

23. Ví sứ đồ một lần nữa đưa ra lời cảnh báo chống lại những sự tranh cãi ngu dại. Ông sử dụng chính động từ *paraiteomai* như trong 1 Ti-mô-thê 4:7. Từ này chứa đựng hàm ý "chẳng liên quan gì". Cần phải có một việc gì đó mạnh mẽ hơn hành động lảng tránh nhằm xử lý *những tranh luận điên dại và ngu xuẩn* (từ *apaideutos* có nghĩa là không được học hành đàng hoàng, vậy nên thành ra ngu dại). Ti-mô-thê biết rằng những chất vấn này *chỉ sinh ra sự cãi cọ mà thôi*, và cách tiếp cận đúng đắn duy nhất là khước từ mọi sự liên quan đến chúng. Từ được dịch là *sự cãi cọ (machē)* cũng được sử dụng trong Tít 3:9, ở đó áp dụng cho những tranh cãi về luật pháp (tham khảo phần giải nghĩa ở câu đó).

24. Dù rằng mọi Cơ Đốc nhân đều được kêu gọi để trở thành *đầy tớ* của Chúa, nhưng từ *đầy tớ* ở đây được sử dụng theo nghĩa hẹp hơn. Bất cứ ai kêu được kêu gọi để chăm lo cho một cộng đồng tín hữu như Ti-mô-thê đều được xưng bằng một danh xưng đặc biệt, và vì lý do đó những người ấy phải từ bỏ tất cả những tranh cạnh. Rất có thể phân đoạn về "Người Đầy Tớ" trong Ê-sai đã ảnh hưởng trên suy nghĩ của sứ đồ Phao-lô, vì nếu Đấng Christ đã không tranh cạnh thì những người được gọi là đầy tớ của Ngài cũng không được tranh cạnh.

Một lần nữa, những đức tính tốt đẹp được khuyên bảo bởi sự tương phản với những tính cách tiêu cực. Từ đầu tiên *thân thiện với mọi người* (*ēpios*) bày tỏ một phẩm chất tử tế và hiền lành, là điều phải được rèn tập dù người nhận có phản ứng thế nào đi nữa. Đi kèm với *có tài dạy dỗ* (so sánh với 1 Ti 3:2), thì người đầy tớ của Chúa phải *nhịn nhục*. Từ *nhịn nhục* này (*anexikakos*) chỉ một thái độ kiên nhẫn chịu đựng những ai chống đối mình.

25. Cách xử lý đúng đắn đối với những kẻ chống đối là một vấn đề cấp bách cho tất cả những ai đang nắm giữ những trọng trách trong hội thánh Cơ Đốc và lời khuyên phải *sửa dạy... cách hòa nhã* những ai chống đối mà vị sứ đồ dành cho Ti-mô-thê là nhằm chinh phục họ trở lại chứ không phải gây thù địch với họ. Việc sửa dạy có thể được hiểu theo nghĩa là "sửa sai" (RSV), bởi vì ở đây đang nói về những kẻ chống đối cụ thể, nhưng từ được dùng ở đây (*paideuō*, "dạy") có lẽ được chọn để đem lại sự tương phản với *apaideutos* (không được dạy dỗ đàng hoàng) trong câu 23. Người chạy theo những tranh luận vô bổ chắc chắn cần phải được sửa dạy, dạy để biết cả sự dạy dỗ sai lầm lẫn giáo lý chân chính. Rõ ràng ở đây Phao-lô đang nghĩ đến các giáo sư giả đã được đề cập đến ở các thư tín mục vụ. Mục tiêu của mỗi người chăn bầy Cơ Đốc phải là dẫn những người chống đối đến *sự ăn năn*. Phao-lô nói sự ăn năn là công việc của Đức Chúa Trời, nhưng điều này không miễn trừ kẻ phạm tội khỏi trách nhiệm nhận biết tội lỗi của mình. Đây phải là mục tiêu của sự dạy dỗ chân chính, vì Đức Chúa Trời là Chúa của sự thương xót, luôn sẵn lòng tha thứ. Để *nhận biết chân lý* thì đòi hỏi một sự thay đổi trong suy nghĩ. Ăn năn hàm chứa một sự thay đổi trong suy nghĩ, là điều giải phóng một người khỏi xiềng xích của sai lầm. Chính cụm từ nhận biết chân lý được sử dụng ở đây cũng đã được tìm thấy trong 1 Ti-mô-thê 2:4, nói về việc Chúa muốn mọi người đều được cứu.

26. Những ngôn từ giàu hình ảnh được sử dụng để mô tả việc thoát ra khỏi sự giam cầm của ma quỷ. *Và tỉnh ngộ* theo nghĩa đen là "để họ trở lại trạng thái tỉnh táo" (*anaēphō*), một ẩn dụ chỉ về việc trước đó họ bị lừa bịp bởi ảnh hưởng của ma quỷ. Như trong tình huống nhiễm độc, phương pháp của ma quỷ là "làm lương tâm bị tê liệt, làm nhận thức rối loạn và làm ý chí ngừng hoạt động" (so sánh với Horton). Nhưng ẩn dụ này trở nên nhập nhằng khi *cạm bẫy của ma quỷ* được nói đến (xin xem 1 Ti 3:7 để thấy cách sử dụng tương tự của cụm từ này, và so sánh với 1 Ti 6:9). Ma quỷ được khắc họa trong vai trò kép. Nó vừa là kẻ tiêm thuốc độc vừa là kẻ cầm tù tâm trí con người. Động từ mạnh mẽ thứ hai là *bắt giữ* (zōgreō) có nghĩa là "bắt sống", chỉ được sử dụng ở một chỗ duy nhất khác trong Tân Ước là Lu-ca 5:10, ở đó động từ này xuất hiện trong lời Chúa Giê-xu hứa với Phi-e-rơ rằng ông sẽ trở nên tay đánh lưới người.

Người ta đã thảo luận rất nhiều về cách sử dụng hai đại từ khác nhau trong tiếng Hy Lạp trong cụm từ cuối câu – *để làm theo ý nó*. Trước giờ có ba cách giải thích khác nhau về những từ này trong tiếng Hy Lạp *hyp' autou eis to ekeinou thelēma* (dịch sát nghĩa: [bị bắt giữ] bởi nó để làm theo ý nó [từ "nó" có thể đại diện cho cả người lẫn vật] - ND).

(1). Cả hai đại từ này đều được dùng cho ma quỷ (như trong bản King James, RSV và NIV, và giữa hai đại từ này không có sự khác biệt nào cả [đây cũng là cách dịch của bản TTHĐ, "nó" tức là "ma quỷ" - ND]). Cách hiểu này có được sự ủng hộ từ cách sử dụng tiếng Hy Lạp sau này thường không để ý lắm đến sự phân biệt giữa đại từ nhân xưng *autos* và đại từ chỉ định *ekeinos*. Cách hiểu này rõ ràng hợp lý và rất phù hợp với bối cảnh.

(2). Bản RV xem *autou* chỉ về một từ đã được nói đến trước đó trong câu 24, còn *ekeinou* là trong câu 25, diễn tả ý "được các đầy tớ của Chúa bắt phục để làm theo ý muốn của Đức Chúa Trời". Cách hiểu này được Lock ủng hộ dựa trên các cơ sở sau: Cách hiểu này làm cho động từ *zogreo* (bắt giữ) có được sức mạnh trọn vẹn, cụm từ "về với ý muốn của Ngài" trở nên song đối với "vào trong sự nhận biết chân lý" (câu 25), và kết thúc phân đoạn Kinh Thánh này với một lưu ý đầy hy vọng. Nhưng dường như những lý do này không chỉ áp dụng duy nhất cho cách giải nghĩa này mà thôi, vì ma quỷ cũng bắt sống con người, trong khi cái gọi là song đối hay tương đồng ấy có lẽ hoàn toàn cũng có thể được xem là một sự tương phản, và một lưu ý đầy hy vọng chắc chắn chứa đựng trong khả năng thoát ra khỏi bẫy của ma quỷ sau một thời gian thuận phục nó.

(3). Quan điểm trung gian là quan điểm được đề cập trong phần chú thích của bản RV, "bị ma quỷ bắt giữ để làm theo ý muốn của Đức Chúa Trời" (tức là "thoát khỏi cạm bẫy của ma quỷ [dù bị ma quỷ bắt giữ] để làm theo ý muốn của Đức Chúa Trời" - ND). Nhưng quan điểm này bị phê bình dựa trên cơ sở là tính phức tạp của ngữ pháp của nó, cũng như giả định cho rằng *ekeinou* liên hệ đến chủ ngữ chính của cả câu. Thế nhưng cách hiểu này có một lợi thế đáng lưu ý là sự phân biệt rõ ràng giữa đại từ nhân xưng và đại từ chỉ định, và công bằng mà nói thì có lẽ điều này được tác giả thực hiện một cách có chủ đích. Cách hiểu này cũng tránh được khó khăn cố hữu trong cách hiểu thứ hai là tưởng tượng Chúa đã bắt giữ những người đã bị ma quỷ bắt giữ và có thể nói là Chúa và ma quỷ chỉ đơn thuần là trao đổi cái bẫy cho nhau. Dù quan điểm trung gian là một khả năng, nhưng tốt hơn là vẫn nên hiểu theo cách đầu tiên.

6. LỜI TIÊN BÁO VỀ NHỮNG NGÀY CUỐI CÙNG (3:1–9)

Giờ đây, sứ đồ Phao-lô chuyển sự tập trung sang tương lai và mô tả về một thời kỳ đạo đức nhìn chung là suy đồi. Dường như có một sự nối kết rõ ràng giữa tà giáo được nói đến ở chương cuối cũng như ở những chỗ khác trong các thư tín mục vụ, và sự suy đồi kinh khiếp của xã hội được mô tả một cách sống động ở đây.

1. *Trong những ngày cuối cùng* là cụm từ quen thuộc của Tân Ước chỉ về thời kỳ sẽ đến ngay khi thời hiện tại chấm dứt. Thế nhưng trong suy nghĩ của vị sứ đồ, thời kỳ tương lai này không phải là không liên quan gì đến thời kỳ của chính ông, vì từ câu 6 trở đi, ông sử dụng thì hiện tại chứ không phải thì tương lai. Vì thế, câu *sẽ có những thời kỳ khó khăn* (*chalepos*, "đau buồn") không chỉ giới hạn trong cách hiểu về thời kỳ tận thế. Thật ra, phần mô tả tiếp theo được áp dụng khái quát đến mức mà trước giờ nó vẫn được sử dụng một cách hiệu quả để tiên báo về nhiều thời kỳ suy thoái về đạo đức trong suốt lịch sử hội thánh.

2–5. Dường như bản thân danh sách này không có bất cứ trật tự có suy tính trước nào, như thường thấy trong các bảng liệt kê những vấn đề đạo đức mà các nhà đạo đức học Hy Lạp vẫn hay sử dụng.[88] Mặt khác, danh sách những thói xấu trong các thư tín mục vụ, và đặc biệt trong phân đoạn Kinh Thánh này, cho thấy sự gần gũi thân quen với những mô tả trong văn chương Do Thái, và cụ thể là rất giống với danh sách những thói tật mà Philo liệt kê (so sánh với Spicq). Người ta cũng cho rằng bảng danh sách này có lẽ dựa trên một số sách huyền khải trước đó (Lock). Có rất nhiều tương đồng giữa bảng liệt kê này và những thói tật được đề cập đến trong Rô-ma 1 (so sánh với Dibelius-Conzelmann, Brox), sự khác biệt chính đó là trong Rô-ma, Phao-lô đang mô tả thế giới ngoại giáo đương thời, trong khi ở đây thì nghĩ đến tình trạng tương lai.

---

[88]Để xem phần thảo luận về bảng liệt kê các vấn đề đạo đức trong gia đình Hy Lạp và

Hai thói xấu đầu tiên, *vị kỷ* (*philautoi*) và *tham tiền* (*philargyroi*) cung cấp chìa khóa cho phần còn lại của danh sách. Sự suy thoái về đạo đức theo sau tình yêu đặt sai đối tượng. Sự coi mình là trung tâm và những lợi lộc về vật chất, khi chúng trở thành đối tượng chính của lòng yêu mến, sẽ phá hủy tất cả các giá trị đạo đức, và danh sách những thói xấu tiếp theo chỉ là kết quả tự nhiên của chúng mà thôi. Cần lưu ý rằng bảng liệt kê này kết thúc bằng một cặp từ giống nhau đi kèm với từ *philo* - ham thích lạc thú hơn là yêu mến Đức Chúa Trời (câu 4). Có ý kiến cho rằng phân đoạn này dựa trên một tác gia Hy Lạp là Phi-lô bởi cách diễn đạt giống nhau đến mức kinh ngạc (so sánh với Spicq). Hàm ý ở đây đó là lạc thú được xem là điều thay thế Đức Chúa Trời. Về cơ bản, chủ nghĩa vật chất đối lập với lòng tin kính và trước sau gì cũng sẽ kết thúc bằng sự vô tín.

Giữa *khoe khoang* và *kiêu ngạo* (câu 2) tồn tại một sự liên hệ rõ ràng. Từ đầu tiên *alazōn* bao hàm "thái độ vênh váo khoác lác" (Simpson), trong khi từ còn lại *hyperēphanos*, khi được dùng theo nghĩa xấu, chuyển tải ý nói về thái độ kiêu căng và ta đây. Từ *lộng ngôn* dịch từ từ *blasphēmoi* trong tiếng Hy Lạp, nhưng chỉ về việc nói những điều xấu chống lại người khác chứ không phải chống lại Chúa. Ba thói xấu cuối cùng trong câu 2 đều là những sự chối bỏ những mỹ đức Cơ Đốc (trong tiếng Hy Lạp, chúng đều có tiền tố thể hiện tính tiêu cực *a-*) cho thấy rõ ràng ý niệm về sự xuyên tạc đạo đức của người chiến sĩ. Việc đi ngược lại những giá trị đạo đức rõ ràng đó cũng được tìm thấy ở năm trong số sáu thói xấu được đề cập đến trong câu 3, từ duy nhất không có tiền tố thể hiện tính tiêu cực là *vu khống* (*diaboloi*). Từ được dịch là *bất nhân* (*aspondos*) dịch sát nghĩa là "không chịu dừng lại", vì thế "không biết mủi lòng". Nó mô tả một sự thù địch quá nặng nề đến nỗi chuyện dừng lại là không thể. *Ngông cuồng* cho thấy một thái độ của tấm lòng bị chi phối bởi những ảnh hưởng từ bên ngoài, trong khi *dữ tợn* là một sự đối lập với những gì được xem là văn minh. Cụm từ *ghét điều lành* thật sự mô tả những người ghét điều lành và thay điều lành bằng một điều gì đó ít đòi hỏi hơn.

Sự tương đồng về hình thái giữa hai từ đầu tiên trong câu 4 (*prodotai, propeteis*) không được chuyển tải trong bản dịch, nhưng rõ ràng nó có chủ ý nhằm nối kết hai đặc điểm ấy lại với nhau. Bản NIV [tương tự bản TTHĐ - ND] dịch là *bội bạc, nông nổi*, từ sau có nghĩa là "ngã đâm đầu xuống", nên hấp tấp và khinh suất. Liên hệ gần gũi với từ nông nổi là từ tiếp theo được dịch là *tự phụ*, mô tả một sự tự cho mình là quan trọng không dựa trên điều gì đảm bảo cả.

Trong câu 5, vị sứ đồ xem xét kỹ lưỡng hơn tình trạng tâm linh. Sự tin kính không hoàn toàn bị chối bỏ, nhưng nó chẳng có gì giá trị ngoài một cái vỏ rỗng tuếch. *Giữ hình thức tin kính*, nhưng không có *quyền năng*. Thật ra, nó không chỉ đơn thuần là vấn đề một niềm tin có tổ chức nhưng không còn vận hành nữa, mà là một niềm tin không nhắm để vận hành gì cả. Những người trung thành với niềm tin đó *chối bỏ quyền năng của sự tin kính ấy*, cho thấy một sự tích cực chối bỏ tính hiệu quả của niềm tin. Họ không có khái niệm phúc âm là nguồn lực tái sinh. Rõ ràng những người suy đồi về đạo đức khó có thể mong đợi gì hơn ngoài những sự tin kính thể hiện bằng lời nói đầu môi chót lưỡi một cách nông cạn nhất, và sau đó chỉ duy trì cái mặt nạ đứng đắn đáng trọng mà thôi.

Mặc dù sự phát triển đầy đủ của tình trạng này vẫn còn ở trong tương lai, thế nhưng ngay bây giờ Ti-mô-thê đang được cảnh báo là *con hãy tránh xa những loại người như thế*, điều này rõ ràng có nghĩa là Ti-mô-thê phải thực hành khả năng phân biệt để ngăn chặn việc để cho những con người như vậy trở thành thuộc viên của hội thánh. Bản văn tiếng Hy Lạp bao hàm chữ *kai*, mà bản dịch không có. Nếu nghĩa của nó là "cũng hãy tránh xa những loại người như thế", thì có thể nó đang nói đến những người đã được đề cập đến trong 2:23.

6–7. Cùng những ảnh hưởng này đã được nhìn thấy trong hành động của một số người nhất định vẫn thường lợi dụng phụ nữ nhẹ dạ cả tin, theo như những chữ ở đầu câu *trong bọn họ* (nghĩa là những người được đề cập đến trong câu 5) đã cho thấy. Những từ *lẻn vào* cho thấy những phương cách xảo quyệt. Động từ *endynō* chỉ được sử dụng ở đây trong Tân Ước theo nghĩa này. Rõ ràng là sau khi đã đi tìm những người nữ yếu lòng, các giáo sư giả đang nỗ lực áp đặt những ảnh hưởng đầy sức mạnh ấy trên họ đến nỗi những người nữ ấy mất đi quyền tự do suy nghĩ. Thật ra họ có khả năng *quyến dụ* những người nữ ấy, là những người đã trở thành "tù binh" rồi (từ được sử dụng để mô tả tù nhân chiến tranh). Từ Hy Lạp được dịch là *những phụ nữ sa đọa* (gynaikaria) theo nghĩa đen là "những phụ nữ nhỏ bé" và có lẽ được dùng để nói về những người hành động một cách yếu đuối, nhu nhược. Không nhất thiết phải cho rằng những người nữ này thiếu trí khôn, vì điểm nhấn mạnh ở đây là trên sự yếu đuối về đạo đức. Họ *sa đọa trong tội lỗi*, theo nghĩa là lương tâm của họ bị lấn át. Động từ này theo nghĩa đen có nghĩa là "bị chất đống" và được sử dụng một cách hình bóng để diễn đạt một sự chất chứa tội lỗi đến nỗi nó trở nên quá mức chịu đựng và bất cứ giải pháp nào đưa ra cũng giật chộp lấy để thử. Cụm từ cuối cùng trong câu 6 được dịch rất hay trong bản NIV, "bị dao động bởi mọi thứ ham muốn xấu xa" [bản TTHĐ dịch *bị đủ thứ tình dục thôi thúc* - ND] còn RSV dùng "bởi những thôi thúc khác nhau".

Những người nữ này rõ ràng muốn lắng nghe lời khuyên của người khác (*học hoài*) nhưng tâm trí của họ quá thiếu kiên định và bị méo mó đến nỗi họ đã mất đi khả năng nhận biết *chân lý* (so sánh với 1 Ti 2:4). Điều chính yếu mà họ tìm kiếm là cảm xúc chứ không phải là thông tin nghiêm túc, và hậu quả là họ dễ dàng rơi vào cái bẫy của những giáo sư Cơ Đốc giả mạo.

8. Một ví dụ về những giáo sư giả này được tìm thấy trong *Gian-nét* và *Giam-be*, những người, theo một tác phẩm có lẽ được lưu hành dưới tên của họ và được Origen nói đến, hai pháp sư của Pha-ra-ôn chống lại Môi-se. Mặc dù hai cái tên này không được đề cập đến trong Kinh Thánh, nhưng họ có được đề cập đến trong bản diễn ý Kinh Thánh tiếng Ả-rập của Jonathan trong Xuất Ê-díp-tô Ký 7:11 và trong các tác phẩm văn chương khác nhau thời kỳ ban đầu của Cơ Đốc giáo.[89] *Tư liệu của Xa-đốc* (Zadokite Document) của phái Qumran có nói đến (5:17–19) truyền thuyết về họ, trong đó người ta nói rằng Belial đã đưa Giô-han-na (Gian-nét) và anh của mình ra để thách thức Môi-se. Một quan điểm cho rằng có một sự liên hệ nào đó giữa truyền thuyết này và Khôn Ngoan 15:18–16:1. Sự so sánh với những nhân vật trong truyền thuyết này dựa trên sự kháng cự chân lý tương tự về phía của cả hai nhóm. Trước giờ vẫn có một sự liên hệ gần gũi giữa tà giáo với sự mê tín dị đoan. Trong thời hiện đại, điều này cũng không kém phần hiển nhiên. Cần lưu ý rằng cả *chân lý* và *đức tin* đều có mạo từ xác định, vì thế đều được sử dụng theo nghĩa khách quan.

Ý tưởng về sự băng hoại tâm trí cũng được tìm thấy trong 1 Ti-mô-thê 6:5, ở đó nó còn biểu thị một cách mạnh mẽ hơn việc con người thiếu thốn chân lý. Không có gì ngạc nhiên khi họ được mô tả là *chống đối* (*adokimos*), vì khi ở dưới bài thử nghiệm, thì họ không có tí hy vọng nào sẽ được minh chứng là xứng đáng.

9. Chính động từ lột tả sự tiến triển (*prokoptō*) đã được sử dụng trong 2:16 nói về sự bất kính ngày càng tăng của các giáo sư giả, và trong 3:13 nói về sự suy đồi đang tiếp diễn của họ. Tuy nhiên, Ti-mô-thê được đảm bảo rằng sự thành công trước mắt của họ là rất giới hạn, vì tâm tính thật sự của họ (nghĩa là *sự điên dại của họ*) sẽ được tỏ rõ cho mọi người. Từ được dịch là *rõ* (*ekdēlos*) là một hình thức nhấn mạnh có nghĩa là "hiển hiện một cách

---

[89]So sánh với H. Odeberg, *Theological Dictionary of the New Testament 3,* 192 trở đi.

rõ ràng". Ý tưởng trong câu này có vẻ như dựa trên việc cho rằng sự lừa gạt cuối cùng sẽ luôn bị truy ra.

7. NHỮNG LỜI KHUYÊN BẢO KHÁC DÀNH CHO TI-MÔ-THÊ (3:10–17)

a. Lời nhắc nhở từ lịch sử (3:10–12)

10. Có một sự tương phản mạnh mẽ giữa Ti-mô-thê và các giáo sư giả như được nhìn thấy rõ ràng trong chữ *con* được nhấn mạnh. Ám chỉ về lịch sử theo sau được đưa ra nhằm mục đích cụ thể là khích lệ người phụ tá có phần nhút nhát của Phao-lô. Trong câu, *Về phần con, con đã theo sát các lời dạy dỗ*, cách dịch của bản NIV (dịch động từ *parakouloutheō* là "biết" trong khi bản TTHĐ dịch "theo sát" - ND), chưa lột tả hết được ý nghĩa "theo sát" hoặc "đi theo như một gương mẫu" của động từ này. Chính động từ này đã được sử dụng theo nghĩa tra cứu trong phần mở đầu của sách Lu-ca (Lu 1:3). Vì thế, nó không hẳn chứa đựng hàm ý cho rằng Ti-mô-thê là một nhân chứng tai nghe mắt thấy về sự chịu khổ gần đây nhất của Phao-lô trong tư cách người giảng tin lành, vì nếu như vậy thì câu này phải được xem là một chi tiết bị sai về niên đại bởi vì Ti-mô-thê không được đề cập đến trong Công Vụ Các Sứ Đồ mãi cho tới những sự bắt bớ đầu tiên này diễn ra. Nếu Phao-lô đang đề cập điều Ti-mô-thê đã được thông báo rồi, về những gì đã xảy ra trước đó trong những hành trình truyền giáo của ông, thì không có gì khó cả.

Trong danh sách chín đặc tính mà vị sứ đồ trích dẫn gương mẫu của chính mình, không phải để nâng chính mình lên, nhưng để khích lệ Ti-mô-thê. Cuộc đời của Phao-lô là lời chứng phong phú về sự thành tín của Đức Chúa Trời. Cần lưu ý rằng *sự dạy dỗ* được đề cập trước, vì xuyên suốt các thư tín mục vụ, nó chiếm giữ một vị trí nổi bật. Ti-mô-thê đã được ban cho đặc ân là lắng nghe Phao-lô giảng giải về nhiều chủ đề. Nhưng sự dạy dỗ phải liên hệ với đời sống, và vì thế sáu đức hạnh tiếp theo cho thấy đặc điểm cụ thể về ảnh hưởng của vị sứ đồ trên Ti-mô-thê.

Từ được dịch là *cách cư xử* (*agōgē*) biểu thị hành vi nói chung, là điều mà những người phụ tá thân cận nhất của một người chắc chắn phải biết rõ hết mọi ngõ ngách của nó. Liên hệ với cách cư xử này là *mục đích sống* (*prothesis*) hay "mục tiêu chính" trong đời sống. Chính từ này được Phao-lô sử dụng để nói về mục đích của Đức Chúa Trời trong Rô-ma 8:28. *Đức tin, lòng kiên nhẫn, tình yêu thương, lòng kiên định của ta* là tất cả những đức hạnh căn bản của Cơ Đốc nhân mà Phao-lô nói đến, trừ *lòng kiên nhẫn* (*makrothymia*), như là một mệnh lệnh dạy bảo Ti-mô-thê phải có (1 Ti 6:11). Từ cuối cùng *lòng kiên định* biểu thị một phẩm chất dũng cảm chịu đựng trong điều kiện bị chống đối. Nếu ta cảm thấy sứ đồ Phao-lô thiếu sự khiêm nhường khi liên hệ đến chính những nét đẹp Cơ Đốc trong đời sống mình, thì chúng ta cũng cần ghi nhớ rằng một người mà chặng đua cuộc đời sắp đến hồi kết có thể rút ra những bài học chính yếu từ kinh nghiệm của mình để đem ích lợi đến cho những người trẻ tuổi khao khát muốn tham gia cuộc đua ấy mà không thể hiện một chút cái tôi tối thiểu.

11. Việc viện dẫn những gì xảy ra tại *thành An-ti-ốt, I-cô-ni và Lít-trơ* thay vì những ví dụ về sự chịu khổ gần đây hơn của Phao-lô có thể được gợi lên bởi những hồi tưởng sống động của Ti-mô-thê về những sự việc này khi ông vẫn còn là một cậu thiếu niên tại Lít-trơ. Sự chịu khổ của vị sứ đồ trong suốt những biến cố đầy thử thách này có thể vẫn còn là một yếu tố chính ảnh hưởng trên sự gắn bó của Ti-mô-thê đối với Phao-lô. Trong bất cứ trường hợp nào, thì việc hồi tưởng lại cuộc gặp gỡ đầu tiên giữa hai người là một việc rất tự nhiên đối với một ông già đang ở trong lao tù. Vị sứ đồ tập trung sự chú ý không chỉ vào sự chịu khổ của bản thân, nhưng còn vào những giải cứu của Chúa. Ở đây có ám chỉ đến những lời của Thi Thiên 34:17 ("[Ngài] giải cứu người ấy khỏi mọi gian truân").

12. Sau chuyến viếng thăm của Phao-lô đến những nơi được đề cập đến trong câu 11, ông khích lệ các tín hữu, như được ghi lại trong Công Vụ Các Sứ Đồ 14:22: "Chúng ta phải trải qua nhiều nỗi gian lao mới vào được vương quốc Đức Chúa Trời", vì thế phần nói đến những sự chịu khổ của *tất cả những người muốn sống cuộc đời tin kính trong Đấng Christ Giê-xu* hiện tại có thể là do sự liên hệ về mặt ý tưởng trong tâm trí vị sứ đồ. Nguyên tắc những Cơ Đốc nhân tận hiến đều sẽ phải chịu bắt bớ là điều đã được nói rất rõ trong sự dạy dỗ của chính Chúa chúng ta. Cụm từ *trong Đấng Christ Giê-xu* chỉ ra phạm vi huyền nhiệm mà trong đó Cơ Đốc nhân phải sống, một ý niệm nổi tiếng trong các thư tín ban đầu của Phao-lô.

b. Lời khuyên bảo phải vững vàng (3:13–17)

13. Một sự tương phản với những ai muốn sống cuộc đời tin kính giờ đây được giới thiệu. Mức độ tệ hại ngày càng tăng của những ảnh hưởng xấu đã được tiên báo, chính động từ (*prokoptō*) đang được sử dụng cũng đã được nói đến trong câu 9 (xem phần giải nghĩa ở đó). Ý tưởng ẩn phía sau có vẻ như rất mỉa mai – "tiến bộ theo hướng tệ hơn". Sau khi đã đặt ra trước mặt mình mục tiêu tồi tệ nhất có thể, họ sẽ tiến về phía mục tiêu ấy bằng phương cách là sự dối trá, nhưng trên đường tới đó, họ sẽ rơi vào một cái bẫy của chính phương pháp của mình. Từ được dịch là *kẻ lừa đảo* (*goētes*) theo nghĩa đen là "pháp sư". Cách sử dụng từ này ở đây có lẽ bắt nguồn từ việc đề cập đến các pháp sư Ai Cập được nói đến trước đó (câu 8).

14. Nhưng giữa bối cảnh những sai lầm, các lãnh đạo Cơ Đốc cần phải đứng vững trên những gì họ biết là chân lý, như một hòn đá chống lại những con sóng ngày càng dữ tợn. Ti-mô-thê được thúc giục phải *giữ vững những gì con đã học và tin quyết*. Đối lập với những giáo sư giả không ngừng nỗ lực nhằm thúc đẩy điều gì đó mới mẻ, thì Ti-mô-thê có thể thỏa lòng nơi những gì mình đã nhận lãnh. Nền tảng của sự tin quyết nơi truyền thống này có hai mặt. Nó được đảm bảo bởi sự hiểu biết của Ti-mô-thê về những người dạy dỗ mình và sự hiểu biết Kinh Thánh của ông. Tâm tính của người dạy phản ánh rất rõ đặc điểm của những gì người đó dạy, và vì Ti-mô-thê biết rõ tính liêm chính không chỉ của sứ đồ Phao-lô, mà còn của mẹ và bà ngoại và những người khác đã giúp ông hiểu biết lẽ thật Cơ Đốc, nên ông có thể nghỉ yên vì biết chắc rằng chính mình không hề bị lừa dối.

15. Một cụm từ khá lạ ở đây được dùng để mô tả *Kinh Thánh* (*hiera grammata*). Bản King James dịch theo nghĩa đen là "các sách thiêng liêng". Câu hỏi đặt ra là tại sao hình thức này lại được sử dụng ở đây. Ba câu trả lời khả dĩ đã được đưa ra: (1). Nó có thể được sử dụng về mặt kỹ thuật nhằm thu hút sự chú ý vào cách Ti-mô-thê học để đọc, vì thế thu hút sự chú ý vào tầm quan trọng của các từ *từ thuở ấu thơ*. (2). Nó nhấn mạnh tính chất thiêng liêng trong việc học của Ti-mô-thê, đối lập với rất nhiều sách vở làm dấy lên sự ngờ vực mà các giáo sư giả sử dụng. (3). Nó có thể bao hàm các sách khác, như các sách khải thị hoặc thậm chí các sách Cơ Đốc khác. Nhưng có nhiều tình huống của các tác giả trước đó nơi cụm từ này được sử dụng để nói về Kinh Thánh, rõ ràng không có ý nghĩa đặc biệt nào cả (Dibelius-Conzelmann).

Năng quyền của Kinh Thánh nhằm hướng đến một mục tiêu cụ thể, *vốn có thể khiến con khôn ngoan để được cứu*. Bản RSV dịch là "chỉ dẫn con để được cứu". Cụm từ *để được cứu* (*eis sōtērian*) thường được sử dụng trong các thư tín trước đó của Phao-lô, trong khi ý niệm về giá trị như thế gắn liền với Cựu Ước lại quá mang đặc trưng của Phao-lô đến nỗi Schlatter nghĩ rằng thật khó để nghĩ ra bất cứ một trước giả nào khác nói về điều này bằng thuật ngữ như vậy. Sự cứu rỗi đó có được chỉ *bởi đức tin trong Đấng Christ Giê-xu* cũng là một đặc trưng của Phao-lô. Đọc Kinh Thánh đơn thuần mà thôi thì vô ích trong việc đảm bảo sự cứu rỗi nếu như đức tin không được vận hành, đức tin đặt trọng tâm hoàn toàn nơi Đấng Christ. Điều này thể hiện rất rõ trong trường hợp của những người Do Thái không tin.

16. Trong cách giải nghĩa câu này, có nan đề kép ở đây. Thứ nhất, nghĩa chính xác của từ *graphē* (Kinh Thánh) là gì, và thứ hai, từ *theopneutos* (được Đức Chúa Trời cảm thúc) nên được hiểu là một vị ngữ (như bản King James, NIV và RSV), hay như một tính từ bổ nghĩa, "mọi lời Kinh Thánh được Đức Chúa Trời cảm thúc đều ích lợi" (RV)? Vấn đề thứ hai không thể nào giải quyết cho tới khi điều thứ nhất đã được giải quyết, mặc dù trên một vài phương diện cả hai vấn đề đều không thể tách rời. *Graphē* có thể có nghĩa là bất cứ sách nào, nhưng cách dùng thống nhất của Tân Ước đối với chữ này là nói đến Kinh Thánh (có nghĩa là Cựu Ước) quyết định ý nghĩa của nó ở đây. Nhưng điều đó có phải có nghĩa là Kinh Thánh nói chung hay là những phân đoạn riêng lẻ trong Kinh Thánh? Cách hiểu thứ hai phù hợp với cách dùng chung của danh từ số ít này, và vì thế phải có trọng lượng xứng đáng trong cách giải nghĩa phân đoạn hiện thời. Thế nhưng yếu tố thiết yếu phải là ý nghĩa của từ *cả* (*pasa*). Việc không có mạo từ cho thấy nghĩa "mọi", nhưng có những trường hợp tương tự mà ở đó *pas* được sử dụng trong cụm từ bán chuyên và ở đó nghĩa "mọi" bị loại trừ, ví dụ Công Vụ Các Sứ Đồ 2:36, ở đó rõ ràng đòi hỏi cả nhà Y-sơ-ra-ên phải biết (cũng xem Êph 2:21; 5:15; Côl 4:12). Thế nhưng rất có thể trong tất cả những ngoại lệ này, *pas* thu hút sự chú ý vào khía cạnh định lượng của cụm từ, và nếu như vậy, thì cụm từ hiện tại có thể có nghĩa là Kinh Thánh như được nhìn từ mỗi phần riêng lẻ của nó.

Vấn đề thứ hai không thể được quyết định đơn thuần dựa trên những cơ sở về mặt ngữ pháp vì cả hai cách hiểu được nói đến ở trên đều là khả thi về mặt ngữ pháp. Sẽ tự nhiên hơn khi tính từ, nếu diễn tả thuộc tính, đi trước danh từ (tiếng Việt thì ngược lại: danh từ phải trước tính từ - ND), nghĩa là mọi sách được soi dẫn (every inspired scripture) chứ không phải "every scripture inspired", nhưng cách thứ hai không phải là không thể. Chính bối cảnh đóng vai trò quyết định. Simpson vẫn khăng khăng cho rằng cách dịch cụm từ có theo chức năng tính từ bổ nghĩa "trình bày một mẫu phép thoái dần thúc đẩy tính hiếu kỳ". Thật khó để thấy tại sao vị sứ đồ lại cần phải bảo đảm với Ti-mô-thê rằng các sách được soi dẫn rất có ích. Mặt khác, không dễ để thấy tại sao Ti-mô-thê cần phải được sự đảm bảo về sự soi dẫn của Kinh Thánh vào thời điểm này. Một cách giải thích đó là chính tính chất hữu ích chứ không phải tính được soi dẫn là điều Phao-lô đang nhấn mạnh cho Ti-mô-thê hiểu (so sánh với Bernard). Dù gì đi nữa thì Ti-mô-thê phải được đảm bảo về sự soi dẫn của Kinh Thánh bởi vì ông còn trẻ. Tầm quan trọng của liên từ (*kai*) có sự liên hệ nào đó trong vấn đề này. Nghĩa thông thường của nó là "và" như trong bản NIV *và có ích*, trong khi bản RV lại dịch nó là "cũng", là cách dịch dường như ít có ý nghĩa hơn khi xem xét bối cảnh của nó. Sự so sánh với cách dùng từ *kai* trong 1 Ti-mô-thê 4:4 sẽ ủng hộ cho nghĩa "và" ở đây và đây dường như là cách hiểu khả thi nhất. Trong khi không loại trừ hoàn toàn cách dịch của RV, nhưng dịch như NIV và RSV đã dịch sẽ hòa hợp hơn cả về ngữ pháp và cú pháp. Vì thế, ở đây không phải là đang thông báo cho Ti-mô-thê về sự soi dẫn của Kinh Thánh, vì đây là giáo lý đã được người Do Thái công nhận, nhưng ông đang được nhắc nhở rằng nền tảng của sự có ích của Kinh Thánh nằm ở đặc điểm là sự soi dẫn của nó.

Bốn khía cạnh trong đó sự hữu ích của Kinh Thánh có thể được nhìn thấy giờ đây được đề cập cụ thể. Hai khía cạnh đầu tiên liên hệ đến giáo lý và hai khía cạnh còn lại liên hệ đến nếp sống. *Có ích cho sự dạy dỗ* nói đến việc tích cực dạy dỗ, trong khi *khiển trách* trình bày khía cạnh tiêu cực. Kinh Thánh chứa đựng cả sự khích lệ lẫn sự cảnh báo, và hai khía cạnh này luôn luôn đi đôi với nhau. Về khía cạnh đạo đức, Kinh Thánh cung cấp cả sự *sửa trị* và *huấn luyện*, một lần nữa nhấn mạnh cả khía cạnh tiêu cực lẫn tích cực. Tất cả những công dụng này của Kinh Thánh đều được người Do Thái công nhận, thật ra nền đạo đức tiến bộ của người Do Thái là do nền tảng của đạo đức là Cựu Ước. Bởi vì các Cơ Đốc nhân tiếp quản chính Kinh Thánh ấy, nên chính tính chất ích lợi ấy vẫn được áp dụng. Nhưng đối với Cơ Đốc nhân, mỗi một công dụng này của Kinh Thánh đều trở nên toàn diện bởi vì sự dạy dỗ của Cựu Ước được soi sáng bởi đời sống và sự dạy dỗ của Chúa Giê-xu.

17. Có một mục tiêu đặc biệt trong tính chất hữu ích này của Kinh Thánh. Câu 17 bắt đầu với một mệnh đề được giới thiệu bằng từ *hina* dùng để chỉ mục đích hay kết quả. Người chăn bầy Cơ Đốc có trong tay một công cụ được Đức Chúa Trời ban cho nhằm trang bị người ấy hoàn thiện cho công tác. Cụm từ *được toàn vẹn* chứa đựng hai từ Hy Lạp, một tính từ *artios* mô tả một người hoàn toàn phù hợp với công tác, và một động từ cùng gốc *exartizō* thêm điểm nhấn vào cho cùng một ý tưởng. Để đọc cách sử dụng tương tự của từ *việc lành*, đối chiếu 2:21.

Cụm từ *người của Đức Chúa Trời* có vẻ như được áp dụng cụ thể cho những giáo sư Cơ Đốc, chứ không phải cho Cơ Đốc nhân nói chung (so sánh với 1 Ti 6:11). "Người của Đức Chúa Trời đứng trước mọi người của Kinh Thánh" (Spicq). Trong cách sử dụng danh xưng này, có lẽ có một sự ám chỉ về công tác của các tiên tri, vì trong Cựu Ước, cách xưng hô ấy thường được áp dụng cho họ. Vị trí của Kinh Thánh trong việc trang bị con người cho mục vụ phải luôn luôn được xem là ảnh hưởng mạnh mẽ nhất.

8. SỨ ĐIỆP CHIA TAY CỦA PHAO-LÔ (4:1–18)

a. Lời huấn thị cuối cùng (4:1–5)

1. Sứ đồ Phao-lô đã sử dụng một động từ trang trọng *diamartyromai* (đưa ra huấn thị) khi bắt đầu câu Kinh Thánh này để thúc giục Ti-mô-thê phải xử lý những sự vụ của hội thánh cách không thiên vị (1 Ti 5:21), và lời khuyên này ở đây được diễn đạt bằng những cụm từ gần như giống với câu Kinh Thánh đề cập ở trên, ngoại trừ việc không nhắc đến "các thiên sứ được chọn" như ở trường hợp trước. Tính chất trang trọng của lời huấn thị hiện tại càng ấn tượng gấp đôi trong tư cách một lời khuyên bảo lúc chia tay của một chiến binh già cho người phụ tá trẻ và khá là nhút nhát của mình. Câu này sẽ mất đi phần nhiều ý nghĩa và chân giá trị nếu cho rằng đây chỉ là một nỗ lực hư cấu nhằm trình bày những gì mà "Phao-lô thật" có thể đã nói với "Ti-mô-thê thật". Việc nói đến Đấng Christ như là Đấng *sẽ phán xét người sống và kẻ chết*, những lời có lẽ đã trở thành một công thức góp phần làm nên bài tín điều báp-tem (so sánh với Lock) hoặc trong công thức của bản tuyên xưng (so sánh với Brox), là điều đặc biệt phù hợp với những lời chỉ dẫn sau cùng của Phao-lô. Khi vị sứ đồ suy gẫm về kết cục đời mình, thì ý nghĩ về sự phán xét không thể nào ra khỏi tâm trí ông. Trước đây ông vẫn thường nhấn mạnh về điều này (so sánh với Công 17:31; Rô 2:16; 1 Cô 4:5).

Cả *sự hiện đến* và *vương quốc* của Chúa đều được xem là việc của tương lai, dù vậy đó là niềm hy vọng đã được đảm bảo của Cơ Đốc nhân, quan trọng đến mức chúng có thể định hình nền tảng cho lời khẩn nài này. Sự vinh hiển trong tương lai không thể không truyền cảm hứng cho Ti-mô-thê để có thể kiên cường trong hiện tại.

2. Năm lời cổ vũ trong câu này áp dụng cho tất cả những người chăn bầy Cơ Đốc cũng như áp dụng cho Ti-mô-thê. *Hãy truyền giảng Lời Chúa*, trong tiếng Hy Lạp là ở thì bất định, thì này cùng với những mệnh lệnh tiếp nối làm tăng thêm tính trang trọng và tính quả quyết cho những lời huấn thị này. Vị sứ đồ để ý thấy Ti-mô-thê đang ở trong một sự khủng hoảng mà ông phải đưa ra những giải pháp quyết định để có những hành động tích cực. Ông phải giảng Lời mà ông đã được nuôi dưỡng, như chưa bao giờ rao giảng. Động từ phía sau những lời *hãy kiên trì dù trong thuận cảnh hay nghịch cảnh* (*ephistēmi*) có nghĩa là "chờ đợi, sẵn sàng", vì thế nghĩa của nó ở đây có vẻ là:

Những người chăn bầy Cơ Đốc phải luôn sẵn sàng làm nhiệm vụ. Người ấy phải đón nhận mọi cơ hội để phục vụ, dù có phải lúc hay không. Việc nhắc đến sự sẵn sàng này áp dụng không chỉ cho việc giảng dạy nhưng cũng cho nhiều trách nhiệm khác. Lời khuyên bảo thứ ba là *thuyết phục*. Cả Ti-mô-thê và Tít đều được khuyên là phải biết khiển trách (*elenchō*) (so sánh với 1 Ti 5:20; Tít 1:13; 2:15), và không một người chăn bầy Cơ Đốc nào được né tránh trách nhiệm trong lĩnh vực này. Kỷ luật Cơ Đốc trong thời hiện đại thường rất lỏng lẻo đến nỗi uy tín đạo đức của nhiều cộng đồng đã trở nên rất suy yếu. Lời khuyên bảo thứ tư là *khiển trách* (*epitimaō*), liên hệ gần gũi với lời khuyên bảo cuối cùng, trong cách sử dụng từ này của Tân Ước, nó biểu thị ý niệm về sự phê bình. Từ cuối cùng *khích lệ* được dịch từ chữ *parakaleō*, là từ cũng có thể có nghĩa là cổ vũ. Cả hai nghĩa này đều có thể áp dụng cho công tác của người giảng dạy, nhưng nếu trách nhiệm này được hiểu chung với hai lời huấn thị trước đó, thì ý nghĩa đầu tiên có vẻ phù hợp hơn.

Tất cả những mệnh lệnh này phải được thực hiện *với tất cả lòng nhẫn nhục và tinh thần dạy dỗ*. Ý đầu tiên chỉ về cung cách và ý thứ hai chỉ về phương pháp mà Ti-mô-thê phải tiếp nhận; *makrothymia* ở đây được dịch là "nhẫn nhục", là một cụm từ Phao-lô rất yêu thích, và thường dùng để nói về sự kiên nhẫn của Đức Chúa Trời. Trong Cô-lô-se 1:11, và cả ở đây, chữ này được sử dụng để nói về sự kiên nhẫn của Cơ Đốc nhân trong hoàn cảnh thử thách. Đối với người Cơ Đốc, khiển trách mà không có ơn chịu dựng bền lâu thường sẽ dẫn đến một thái độ phê bình gay gắt, trở nên mối nguy cho công tác nhà Chúa. Nhưng yêu cầu còn lại cũng thiết yếu không kém, vì sự sửa trị phải được hiểu một cách sốt sắng, vì thế phải dựa trên *tinh thần dạy dỗ*. Khiển trách mà không có tinh thần dạy dỗ là chưa đụng gì đến cái gốc rễ của sự sai trật.

3. Sự quan tâm như thế đối với *giáo lý chân chính* sẽ trở nên ngày càng cấp thiết khi *thời điểm* (*kairos*) công khai chống đối phúc âm xảy đến. Vị sứ đồ đang nhìn về phía thời điểm thậm chí còn ít thuận lợi hơn thời của ông, khi *người ta không chịu nghe* giáo lý như thế. Một số người đã cho rằng một tác giả nào đó sống sau thời của Phao-lô đang mô tả thời của mình và quy những gì ông viết cho khả năng tiên báo của Phao-lô. Nhưng không nhất thiết phải phủ nhận rằng sứ đồ Phao-lô có thể nhìn thấy trước các thời kỳ trong tương lai không quá xa xôi và ở những thời điểm đó, tình trạng mà ông mô tả có thể phù hợp. Lịch sử Cơ Đốc giáo có thể cung cấp nhiều ví dụ về khao khát của những người muốn *quy tụ nhiều giáo sư quanh mình*, là những người không có gì nổi bật về khả năng giảng dạy hoặc về thẩm quyền, nhưng lại là người tìm sự thỏa mãn cho *tư dục mình* (RSV dịch là "phù hợp với những gì mình thích"). Điểm nhấn ở đây là trên tính thất thường của cá nhân. Một đống các "giáo sư" nhưng không có bất cứ một mục đích nghiêm túc nào tóm tắt phần mô tả về những người nghe giảng những lời ấy một cách mỉa mai là những người *thích nghe những lời êm tai*, theo nghĩa đen là "tai bị ngứa", như thế những gì họ nghe chỉ đơn thuần là gãi ngứa lỗ tai cho họ chứ không thấm vào chút nào cả.

4. Những người không có động cơ nghiêm túc nào hơn ngoài việc thỏa mãn tư dục mình sẽ không chỉ thiếu khả năng phân biệt cần thiết để biết đâu là *chân lý* và đâu là *chuyện hoang đường*, nhưng đúng hơn là họ sẽ *bịt tai không nghe chân lý*, câu này cho thấy họ khước từ việc nghe chân lý. Có vẻ như lý do là bởi sự hấp dẫn giả tạo của những câu chuyện hoang đường, nhưng động từ được sử dụng (*ektrepō*) cho thấy sự sai trệch khỏi đường lối ngay thật, cũng cho thấy sự lang thang bước vào những sự giả tạo (RSV dịch là "lang thang vào trong những chuyện hoang đường"), mà không hề ý thức rằng chân lý đã bị bỏ lại đằng sau.

5. Những chữ đầu câu tiếp tục nhấn mạnh vào việc Phao-lô đang nói với Ti-mô-thê. *Về phần con* thể hiện sự nhấn mạnh vào đại từ (điều này không thấy rõ trong bản King James). Động từ được dịch là *hãy tiết độ* (*nēphō*) có nghĩa là "tỉnh táo", khuyên giục phải bén nhạy về mặt đạo đức hoặc "giữ cái đầu lạnh và chịu để tâm suy nghĩ"). Chính động từ này đã được sử dụng trong 1 Tê-sa-lô-ni-ca 5:6, 8 để chỉ về thái độ thức canh và tỉnh táo trước sự trở lại lần thứ hai của Đấng Christ. Người chăn bầy Cơ Đốc phải tìm cách nuôi dưỡng sự tỉnh táo, điềm tĩnh trong mọi khía cạnh của công tác chăn bầy. Lời khuyên này áp dụng cho mọi hoàn cảnh. Đó là một đòi hỏi đặc biệt khắt khe. Người chăn bầy Cơ Đốc cũng phải *chịu đựng gian khổ*, là điều gợi nhớ lại lời khuyên trong 2:3, ở đó chính động từ này xuất hiện ở dạng phức.

Từ *nhà truyền giảng Tin Lành* được sử dụng đề nói về Phi-líp trong Công Vụ Các Sứ Đồ 21:8, rõ ràng là để phân biệt ông với sứ đồ Phi-líp, và cũng trong Ê-phê-sô 4:11, là câu Kinh Thánh dường như chỉ về một chức vụ hầu việc Chúa với vị trí ở giữa một bên là các sứ đồ và các tiên tri, và một bên là các mục sư và giáo sư. Có lẽ cách sử dụng những thuật ngữ này để mô tả những chức vụ khác nhau chỉ mang tính tương đối, linh động và không nhất thiết phải cho rằng những danh xưng này được sử dụng một cách đồng nhất. Chức vụ ở đây là nhà truyền giảng tin lành và cụm từ này có thể cũng được sử dụng cho Ti-mô-thê hoặc cho bất cứ một nhân sự Cơ Đốc nào khác. Những từ ở cuối câu *và chu toàn chức vụ của mình* thu hút sự chú ý vào việc hoàn thành (động từ *plērophoreō* trong tiếng Hy Lạp) tất cả những trách nhiệm trong công tác phục vụ. Ti-mô-thê đã tra tay cầm cày thì không được ngó lại đằng sau cho tới khi công tác của mình (*diakonia*) được hoàn tất.

b. Lời tuyên bố chiến thắng (4:6–8)

6. Có một mối liên hệ rõ ràng giữa những lời xác quyết trang trọng mang tính mà sứ đồ Phao-lô sắp đưa ra với với lời huấn thị cuối cùng mà ông vừa mới khuyên bảo Ti-mô-thê. *Về phần ta* (*egō gar*) tương phản với *về phần con* trong câu 5. Khi nói rằng ông *đang bị đổ ra như làm lễ quán* (RSV dịch là "đã đến thời điểm phải chịu hy sinh), Phao-lô đang lặp lại một hình thái tu từ mà ông đã sử dụng trong Phi-líp 2:17, ở đó động từ này được tìm thấy ở mệnh đề điều kiện, mà ở đó sứ đồ Phao-lô ngẫm nghĩ về khả năng ông sẽ bị kết án tử. Ở đây, hành động này vẫn đang trong tiến trình của nó. Chúng ta có thể phớt lờ lời phản đối cho rằng một hình thái tu từ như thế không thể nào vẫn còn lưu giữ trong đầu óc của Phao-lô suốt một khoảng thời gian vài năm, vì ý tưởng huyết của một người Cơ Đốc tuận đạo trở thành thứ thức uống hay thứ lễ quán đã đủ gây ấn tượng khi nó đã một lần chiếm lấy trí tưởng tượng của một người như Phao-lô, nên nó không thể nào trở lại trong tâm trí ông nhiều lần.

Liên hệ mật thiết với câu trên là những lời *giờ qua đời của ta gần rồi*, là câu cũng thu hút sự chú ý vào tình trạng tức thì của cái chết. Nhưng từ được dịch là *qua đời* (*analysis*) diễn đạt cái nhìn của vị sứ đồ về sự kết thúc một cách khải hoàn. Qua đời là "một sự mất đi, ví dụ với một chiếc thuyền thì mất đi sợi dây neo, với một người lính thì trại người ấy bị chiếm đánh" (Abbott-Smith). Điều có vẻ là kết thúc đối với Ti-mô-thê thì lại là một kỷ nguyên mới mẻ đầy vinh quang đối với Phao-lô khi ông được giải phóng khỏi tất cả những giới hạn hiện thời. Danh từ này được sử dụng ở chỗ khác nữa trong Tân Ước, nhưng động từ cùng gốc thì được Phao-lô sử dụng theo nghĩa tương tự trong Phi-líp 1:23.

7. Việc sử dụng ba thì hoàn thành chuyển tải ý nghĩa là hành động cuối cùng, đối với Phao-lô đây là kết thúc. Ở 1 Ti-mô-thê 6:12, vị sứ đồ đã thúc giục Ti-mô-thê "vì đức tin mà chiến đấu dũng cảm", và giờ đây ông công bố trận chiến của chính mình đã kết thúc. Rất có thể là những trách nhiệm trong vị trí sứ đồ của ông ở đây được trình bày một cách hình bóng bằng chữ *agōn*, có nghĩa là "một cuộc giao tranh" hay "một cuộc thi đấu". Khi xem xét cụm từ tiếp theo, người ta thường cho rằng *agōn* phải được hiểu là một cuộc thi chạy. Thế nhưng nếu nó chứa đựng tầng ý nghĩa về mặt quân sự thì nó sẽ ấn tượng hơn (so sánh với Simpson) và dường như cách hiểu theo tầng nghĩa quân sự rất phù hợp ở đây.

Ta đã hoàn tất cuộc chạy đua (*dromos*) thu hút sự chú ý cụ thể vào vũ đài điền kinh trong vai trò một ẩn dụ về sự phục vụ của người Cơ Đốc. Đáng lưu ý là Phao-lô không hề tuyên bố ông đã chiến thắng cuộc đua, nhưng thỏa lòng vì đã ở lại trên đường đua. Đây là ẩn dụ yêu thích của Phao-lô và đặc biệt phù hợp để diễn đạt ý kiên trì trong công tác phục vụ của người Cơ Đốc.

Lời xác quyết thứ ba *đã giữ được đức tin* được một số tác giả hiểu là nói về lời hứa của vận động viên là phải giữ đúng luật, hay lời hứa của một người lính là phải trung thành (so sánh với Calvin). Bởi vì sứ đồ Phao-lô đã thúc giục những người phụ tá của mình nhiều lần rằng phải bảo vệ của cầm, nên rất có thể là ở đây ông đang nghĩ đến ẩn dụ về người quản gia. Deismann xem cụm từ này chỉ là một công thức trong công việc nhằm giữ một cam kết, nhưng ngay cả khi vị sứ đồ vay mượn cụm từ này từ một tập tục làm ăn buôn bán đương thời, thì ông cũng làm cho tập tục ấy trở nên cao thượng hơn trong quá trình sử dụng. *Đức tin* dường như cũng thuộc về mục tiêu như *trận chiến* hay *cuộc đua* vậy.

8. Vị sứ đồ tiếp tục suy nghĩ về tương lai như được thể hiện qua những lời *Từ nay mão triều thiên công chính đã dành sẵn cho ta*. Từ đầu tiên trong tiếng Hy Lạp là *loipon*, tập trung sự chú ý vào những gì đang chờ đợi để được nhận ra, tương phản với những điều đã hoàn tất (câu 7). *Mão triều thiên công chính* không chỉ gợi nhớ đến vòng hoa vinh dự được trao tặng cho những người chiến thắng trong thế vận hội mà còn gợi nhớ đến những phần thưởng mà các vua chư hầu Tây phương tặng cho thần dân của mình vì những sự phục vụ của họ (Dibelius trích dẫn một ví dụ từ trong một câu khắc của Antiochus I, ở đó thuật ngữ tương tự đã được sử dụng). Có hai cách hiểu cụm từ *mão triều thiên công chính*. Nếu sở hữu cách [Trong nguyên ngữ Hy Lạp, "sự công chính" ở đây là danh từ sở hữu cách - ND] là phần chêm vào của danh từ khác như trong cụm từ tương tự "mão triều thiên của sự sống" (Gia 1:12; Khải 2:10), thì "sự công chính" phải là mão triều thiên. Nhưng nếu sở hữu cách mang tính sở hữu thì cụm từ này sẽ có nghĩa là "mão triều thiên là phần thưởng của người công chính". Hầu hết các nhà giải kinh nghiêng về cách giải nghĩa thứ hai, là cách giải nghĩa duy nhất hòa hợp với giáo lý xưng công chính của Phao-lô.

Có thể có một sự tương phản được ngụ ý giữa *Chúa là thẩm phán công minh* và những phán quyết sai lầm của hoàng đế Nê-rô với cảm nhận về sự công bằng đầy méo mó của ông mà vị sứ đồ giờ đây đang phải chịu khổ. Mặt khác, ý ở đây có thể tương phản với những quyết định của các trọng tài thế vận hội không phải lúc nào công bằng. Nếu hình ảnh ẩn dụ ở đây là thế vận hội thì có một sự khác biệt rõ rệt giữa việc hoàn tất cuộc đua và việc nhận lãnh mão triều thiên, là điều mà với các Cơ Đốc nhân sẽ không diễn ra ngay lập tức như trong các thế vận hội, nhưng phải chờ đợi *ngày đó*. Trong 1:12, vị sứ đồ đã báo cho biết về việc ông trông đợi đến ngày vinh hiển khi Đấng Christ hiện ra, và rõ ràng viễn cảnh mặc khải này chi phối những phản ứng hiện tại và những hy vọng tương lai của ông.

Vị sứ đồ vội vàng nói thêm rằng *mão triều thiên* này không chỉ dành sẵn cho một mình ông mà thôi. Dường như ông nhạy cảm với thái độ tập trung vào chính mình và chỉ ra, rõ ràng là nhằm đưa ra một sự khích lệ trực tiếp cho Ti-mô-thê, rằng mão triều thiên tương tự cũng đang chờ đợi tất cả những ai làm trọn các điều kiện đặt ra. Những ai *yêu mến sự hiện đến của Ngài* có thể nói về tất cả những ai yêu mến Chúa, vì tất cả các Cơ Đốc nhân đầu tiên đều vô cùng mong ngóng sự chiến thắng hoàn toàn của Đấng Christ. Bản NIV dịch là "mong ngóng", không diễn tả hết được tác động thật sự của động từ ở đây. RSV và King James [và bản TTHĐ - ND] dịch là "yêu mến" và cách dịch này được nhiều người thích hơn. Như thì hoàn thành cho thấy, họ yêu mến sự hiện đến của Chúa trong quá khứ và sẽ tiếp tục yêu mến như vậy cho đến khoảnh khắc đón nhận phần thưởng.

c. Một vài yêu cầu cá nhân (4:9–13)

9. Phần kết (câu 9–22) đánh dấu cao trào của 2 Ti-mô-thê, và cho thấy vị sứ đồ lỗi lạc này đã đưa ra những sắp xếp cá nhân cuối cùng trước khi ông qua đời. Hai lần (trong câu 9 và câu 21) ông thúc giục Ti-mô-thê đến với ông ngay, và ước muốn lặp đi lặp lại này không chỉ chứng tỏ tính chất tức thì của cái kết nhưng cũng chứng minh sự gắn kết chặt chẽ giữa hai người. Một câu hỏi được đặt ra là tính thích hợp của yêu cầu hiện tại. Người ta lập luận rằng phần đầu của thư tín này tạo ấn tượng rằng Phao-lô đang viết thư vì ông muốn gặp lại Ti-mô-thê, rằng câu này và phần tiếp theo giới thiệu một sự thay đổi đáng kinh ngạc. Thế nhưng 1:4 dường như cho thấy một khả năng về sự đoàn tụ. Không hẳn lá thư này có thể được viết ra nhằm chỉ dẫn Ti-mô-thê những điều mới mẻ, những gì ông phải làm sau khi Phao-lô qua đời, mà là để xác nhận những chính sách đã được truyền thông bằng lời với nhau. Việc Phao-lô thúc giục Ti-mô-thê phải nhanh chóng đến với ông cho thấy rằng ông không quá lạc quan về khả năng yêu cầu của mình kịp thành hiện thực. Phải thừa nhận là sẽ phải mất một vài tháng thì Ti-mô-thê mới nhận được yêu cầu này và đi đến Rô-ma, nhưng điều này không thể chứng minh rằng yêu cầu này của Phao-lô có vẻ lạc đề trong lá thư hiện tại.[90]

---
[90]Xin xem Dẫn nhập, trang 24 trở đi để đọc phần thảo luận về ý này.

10. Yêu cầu Ti-mô-thê đến gặp càng có ý nghĩa hơn khi xem xét sự lìa bỏ của Đê-ma. Trong câu *vì Đê-ma, do ham mê đời nầy, đã lìa bỏ ta* chứa đựng nỗi cô đơn lẫn nỗi buồn, vì Phao-lô rõ ràng đã xem hành động của Đê-ma là liên hệ đến ông một cách cá nhân chứ không phải với hội thánh nói chung. Đê-ma được đề cập đến trong Cô-lô-se 4:14 như một người phụ tá thân cận của Phao-lô, nhưng giờ đây có lẽ người này thấy những yêu cầu của vị sứ đồ là quá khắt khe. Tuy nhiên, không có chỗ nào cho thấy rằng Đê-ma trở thành một người bội đạo, mặc dù truyền thống sau này đưa ra cách hiểu ấy.

Sự tương phản giữa những người yêu mến sự hiện đến của Đấng Christ và Đê-ma, kẻ *ham mê đời này* được thể hiện không chỉ bằng cách sử dụng cùng một động từ (*agapaō*, "yêu mến"), nhưng cũng bởi thực tế là từ *aion* (ở đây được dịch là "đời") biểu thị thế gian dưới những khía cạnh của thời gian, vì thế nhấn mạnh sự khác nhau giữa chuỗi thời gian hiện tại và tương lai.

Không có chỗ nào khác trong Tân Ước nói đến Cơ-rết-xen, nhưng một truyền thống liên hệ ông với các hội thánh ở Vienne và Mayence ở Gaul. Chữ *Ga-la-ti* ở một số bản viết tay đã được đổi thành chữ "Gaul", và điều này có thể là bởi sự tương đồng giữa hai tên gọi ấy trong tiếng Hy Lạp hoặc bởi vì Gaul được gọi rộng rãi hơn là Ga-la-ti giữa vòng những tác giả Hy Lạp thế kỷ thứ nhất (so sánh với Benard). Tuy nhiên, vì cách Phao-lô sử dụng từ Ga-la-ti ở những chỗ khác chỉ về Ga-la-ti ở vùng A-si-a, nên ở đây phù hợp nhất phải là Ga-la-ti chứ không phải Gaul.

Việc phái *Tít* đi *Đa-ma-ti* dường như cho thấy công tác của Tít ở Cơ-rết đã chấm dứt. Địa phận mới của ông là ở bên bờ tây của Biển A-đờ-ri-a-tích.

11. *Lu-ca* cũng được đề cập đến trong Cô-lô-se 4:14, ở đó ông được gọi là "bác sĩ". Có lẽ ông vẫn ở với Phao-lô để chăm sóc Phao-lô trong lúc vị sứ đồ đang đau yếu. Những từ *Chỉ còn một mình Lu-ca ở với ta* (RSV dịch là "Mỗi Lu-ca ở với ta") không nhất thiết phải có nghĩa là tất cả những người khác đều đã lìa bỏ Phao-lô giống như Đê-ma, mà là chính Phao-lô đã gửi họ đi lo những công tác khác nhau, chỉ còn mỗi Lu-ca ở lại. Như trong Cô-lô-se 4:10, có vẻ như Mác là một thành viên trong nhóm của Phao-lô, và bằng sự tương phản đầy ấn tượng với sự bất đồng mà ông tạo ra bởi sự liên hệ ban đầu của ông với Phao-lô (Công 15:37–39), giờ đây ông được khen ngợi vì sự hữu dụng của mình. Từ được dịch là *hữu ích* (*euchrēstos*) có nghĩa là "sẵn sàng giúp đỡ", chỉ về sự ích lợi nói chung, còn chức vụ *(diakonia)* là một từ mang tính bao hàm tất cả hoạt động của Phao-lô. Bởi vì Ti-mô-thê được đề nghị phải *đem Mác đi theo với con*, điều này cho thấy rằng Mác đang ở đâu đó cùng đường với Ti-mô-thê.

12. Các thư tín của Phao-lô nhiều lần nói đến Ti-chi-cơ cho thấy ông là một phụ tá đáng tin cậy. Ông là người mang các thư tín tới cả Cô-lô-se và Ê-phê-sô, và có thể ông cũng đã mang lá thư hiện tại tới cho Ti-mô-thê, nếu *apesteila* (*Ta đã sai*) được xem như một thì bất định dạng văn thư. Cách giải thích khả thi nhất cho công tác của Ti-chi-cơ tại *Ê-phê-sô* đó là để đỡ đần Ti-mô-thê lúc Ti-mô-thê vắng mặt ở La Mã trong khi đi thăm viếng Phao-lô (đối chiếu Tít 3:12).

13. Việc nhắc đến *chiếc áo choàng*, và *những cuộn sách bằng giấy da* cũng như *sách vở* quá ngẫu nhiên đến mức chúng mang những dấu ấn đậm nét về tính chân thực, và dữ kiện này được công nhận trong nhiều giả thiết mảnh ghép khác nhau, các giả thiết đó đều xem câu này là một trong số những phân đoạn chân thực của thư tín này.

Từ được sử dụng để nói về chiếc áo choàng là *phailonēs*, đại diện cho từ *paenula* trong tiếng La-tinh, chỉ về một cái áo khoác ngoài làm bằng chất liệu nặng có hình tròn với một lỗ ở giữa để chui đầu vào. Rõ ràng là Phao-lô đã để chiếc áo lại trong chuyến viếng thăm gần đây tới Trô-ách, khi Ca-bút, không được nhắc đến ở chỗ nào khác, tiếp đón ông. Đây không thể nào là chuyến viếng thăm tới cùng thành Trô-ách được đề cập ở Công Vụ Các Sứ Đồ 20:6 vì một vài năm đã trôi qua.

Không thể xác định *những cuộn sách bằng giấy da* hay *sách vở* (*membranai*) được đề cập ở đây là gì, nhưng từ *sách vở* cho thấy đó là những tài liệu có giá trị nào đó, bởi vì giấy da thời đó rất đắt nên không thể thay cho giấy cói thông thường cho những mục đích chung. Người ta cho rằng chúng là những giấy tờ pháp lý của Phao-lô, ví dụ như giấy chứng nhận ông là công dân La Mã. Một cách giải thích khác đó là chúng, ít nhất, cũng là những phần của Kinh Thánh. Nhưng dù những điều trên chỉ là suy đoán thì mong muốn nhận được chúng của Phao-lô cũng chiếu những ánh sáng thú vị trên việc quan tâm đến khía cạnh văn phẩm của Phao-lô, ngay cả khi ông đang trong những hành trình truyền giáo. Rất có thể trong mớ đồ đạc của ông có những ký thuật thành văn về những điều Chúa đã làm và phán và vì thế ông muốn có chúng trong tay khi ở tình huống nan giải hiện thời.

d. Lời cảnh báo cụ thể (4:14–15)

14–15. Việc đề cập đến sự chống đối của *A-léc-xan-đơ thợ đúc đồng* là do ở phía trước có nhắc đến cái áo choàng và những quyển sách. Có lẽ có một sự liên hệ nào đó về ý tưởng khiến cho ông nhớ lại điều này. Những từ *đã làm hại ta nhiều lắm* có nghĩa là "đã làm nhiều việc xấu xa chống lại ta". Bản chất của việc xấu xa này được xác định rõ hơn trong câu 15 *vì hắn quyết liệt chống đối lời rao giảng của chúng ta*. Dù chúng ta xem *lời rao giảng* (logoi) là giáo lý Cơ Đốc mà Phao-lô đã rao giảng hay việc Phao-lô biện hộ khi ra tòa, là phiên tòa mà có lẽ A-léc-xan-đơ làm một nhân chứng cho bên nguyên, thì rõ ràng là việc xấu này thuộc lĩnh vực tinh thần chứ không phải sự bạo lực về thể chất. Việc sử dụng số nhiều (*chúng ta*) cho số ít là một đặc trưng rất Phao-lô.

Hai lần khác nhắc đến A-léc-xan-đơ được tìm thấy trong Công Vụ Các Sứ Đồ 19:33–34 và 1 Ti-mô-thê 1:20. Trong trường hợp ở Ti-mô-thê, Phao-lô liên hệ A-léc-xan-đơ với Hy-mê-nê trong việc bị dứt phép thông công tạm thời và một số người đã đồng nhất *người thợ bạc* với người này, và dựa vào đó để lập luận rằng thư 2 Ti-mô-thê hẳn phải có trước thư 1 Ti-mô-thê. Nhưng ngay cả khi hai A-léc-xan-đơ này là một người thì vẫn không đủ bằng chứng để nói rằng câu này chắc chắn mô tả một sự kiện xảy ra trước chuyện bị dứt phép thông công. Các thì bất định chỉ về một hành động chống đối cụ thể, nhưng không có dấu hiệu nào được đưa ra để ta biết hành động ấy đã xảy ra bao lâu rồi. A-léc-xan-đơ khác được đề cập đến ở Công Vụ Các Sứ Đồ cũng có một số thông tin cho chúng ta xem xét, vì dịp đó ông định đưa ra một bài phát biểu biện hộ cho mình nhưng ông bị ngăn cản. Vì thế, rất có thể ở một dịp nào đó sau này ông đã tìm cách trả thù bằng giá trả của Phao-lô về sự sỉ nhục mà ông phải chịu dưới tay của đám đông dân chúng. Người ta đã lập luận rằng việc A-léc-xan-đơ nuôi dưỡng lòng căm thù suốt nhiều năm như thế là điều không thể tưởng tượng ra được (so sánh với Harrison), nhưng những nỗi đau đớn cá nhân vẫn luôn được biết đến là tồn tại lâu hơn nhiều so với điều mà giả thuyết này đòi hỏi. Ngay cả khi chúng ta không thể đồng nhất một cách chắc chắn với người thợ bạc này, thì rõ ràng ông cũng là người Ti-mô-thê biết đến, và Ti-mô-thê được khuyên giục là phải *cảnh giác người đó*, nghĩa đen là "con hãy tránh xa người đó" (nêu bật ra sức mạnh của động từ ở dạng trung tính - middle voice).

Vị sứ đồ nén lại sự buồn giận tự nhiên của mình bằng cách trích dẫn lời của Thi Thiên 62:12, ở đó ghi "Vì Ngài trả cho mỗi người tùy theo công việc họ làm". Xin so sánh với lời huấn thị của Phao-lô trong Rô-ma 12:19.

e. Biện hộ lần thứ nhất (4:16–17)

16–17. *Khi ta biện hộ cho mình lần thứ nhất* rõ ràng nói đến lần thẩm tra sơ bộ trước khi ra tòa chính thức, mà chuyện ra tòa thì đôi khi vẫn bị hoãn lại suốt một khoảng thời gian đáng kể. Có ba yếu tố cần phải xem xét trong nỗ lực dựng lại tình huống lịch sử này. Trong lần biện hộ thứ nhất, *tất cả đều* *bỏ rơi* Phao-lô; lần biện hộ này đem đến một cơ hội rao giảng tin lành, và việc này dẫn đến một hình thức phóng thích nào đó. Có nhiều điểm giống nhau so với lần biện hộ của Phao-lô tại Sê-sa-rê, và dựa trên căn cứ này một số người đã cho rằng ở đây Phao-lô đang hồi tưởng lại phiên xử trước đó. Nhưng ở Công Vụ Các Sứ Đồ 24 thì lại không nói gì đến việc ông bị mọi người từ bỏ, và tình huống ở đó dường như ít thù địch hơn ở đây. Mặt khác, nếu lời này mô tả những bước đầu cho phiên xử ở Rô-ma lần thứ hai, một khó khăn nghiêm trọng có thể xuất hiện khi đối chiếu với câu 6–8. Ở đó, Phao-lô nhìn thấy cái kết sắp đến và không có hy vọng được thả tự do nào cả. Thật ra, ông đã trong tiến trình được dâng lên. Nhưng ở đây ông lại nói về việc được thả tự do – *và ta đã được giải cứu khỏi hàm sư tử*. Thì bất định của động từ cho thấy rằng vị sứ đồ đang nghĩ về một sự kiện lịch sử khi mà việc biện hộ của ông thành công. Nhiều giải pháp đã được đưa ra nhằm giải thích cho sự mâu thuẫn rõ ràng này.

Một số người phủ nhận quyền tác giả của Phao-lô đối với toàn bộ thư tín mục vụ thường cậy vào một trong hai chọn lựa. Hoặc là câu 9–22 là một phần của một mảnh ghép chân thực thuộc về một bối cảnh hoàn toàn khác với câu 6–8; hoặc là những chi tiết cá nhân được một tác giả sau này tự bịa ra để phần kết của lá thư này hao hao giống phong cách của Phao-lô. Chọn lựa thứ hai dường như không thể hiểu được, vì cả phần này chứa đựng những ghi chú cá nhân rất ngẫu nhiên đến nỗi không một người nào ngưỡng mộ Phao-lô sống sau thời ông mà lại nghĩ sẽ "bịa" ra như thế. Một người ngưỡng mộ Phao-lô mà lại miêu tả tất cả mọi người đã từ bỏ vị anh hùng của mình vào giờ phút người ấy cần nhất sao? Và chiếc áo choàng cùng những cuộn sách có khi nào lại là cách một tác giả muốn gắn thêm vào cái phần kết cho nó mang đặc trưng của Phao-lô không? Chọn lựa đầu tiên dấy lên nan đề nhận thức rõ ràng của tác giả về những câu đầy mâu thuẫn mà ông đặt vào trong những phân đoạn cận kề nhau.[91]

Những người giữ quan điểm Phao-lô là tác giả của cả sách 2 Ti-mô-thê nhìn chung đều cho rằng câu 16–17 nói đến lần bị thẩm tra trước đó, và có vẻ như cuối cùng kết quả của nó khá có lợi cho vị sứ đồ, chí ít ông cũng có cơ hội được làm chứng ở Rô-ma, nhưng cũng chính từ đó mà vị thế của ông ngày càng yếu đi, và câu 6–8 trình bày vị thế này vào thời điểm viết thư. Sự mâu thuẫn thường được viện dẫn giữa câu 6–8 và câu 18 trở nên rõ ràng chỉ khi những lời của câu 18 (*Chúa sẽ giải cứu ta*) được hiểu là ngầm nói

---

[91]Xin xem Dẫn nhập, trang 31 trở đi để hiểu thêm về những vấn đề giả thiết mảnh ghép gặp phải.

rằng sứ đồ Phao-lô đang lạc quan trông đợi được thả tự do. Nhưng những lời này dường như dễ hiểu hơn theo nghĩa thuộc linh.

Tục lệ ngày xưa cho phép bạn bè của bị cáo được xuất hiện chung với bị cáo để đưa ra những lời làm chứng ủng hộ đời sống đạo đức của người ấy, nhưng Phao-lô phàn nàn rằng *không có ai ủng hộ ta cả*. Bản RSV dịch là "không ai nhận lấy phần của ta", nêu bật ra ý nghĩa về phương diện kỹ thuật của động từ *paraginomai*. Nó có thể có nghĩa là không ai chính thức hành động thay cho ông, hoặc có nghĩa là các Cơ Đốc nhân La Mã, do không biết gì về những hành trình truyền giáo trước đây của Phao-lô, nên đã không đứng vào vị trí người hỗ trợ ông. Thế nhưng Phao-lô không cay đắng về việc bị bỏ rơi bởi những Cơ Đốc nhân địa phương hay bởi những phụ tá thân cận của mình vì câu nói *Xin Chúa đừng chấp trách họ* (câu 16) cho thấy điều đó. Những lời trong bản dịch King James "Tôi cầu nguyện với Chúa" không được thể hiện trong bản Hy Lạp, mặc dù ước nguyện này được thể hiện qua hình thức của một lời cầu nguyện.

Phao-lô đề cập đến việc bị bạn bè bỏ rơi để đưa ra một ý nổi bật hơn đó là sự vùa giúp từ Chúa. *Nhưng Chúa đã đứng bên ta* cho thấy sự tương phản. Từ *paristēmi* ở đây được dùng theo nghĩa giống như ở Rô-ma 16:2, có nghĩa là "sẵn sàng cứu giúp". Sự giúp đỡ này được mô tả rõ hơn là làm mạnh mẽ thêm (so sánh với 1 Ti 1:12 để hiểu cách dùng động từ *endynamai*) ý nghĩa rõ ràng đó là vị sứ đồ nhận được lòng can đảm để công bố tin lành cho những quan án của mình. *Để ta có thể rao truyền Tin Lành một cách chu toàn* hàm ý việc hoàn tất sứ mạng của vị sứ đồ. Động từ được dùng ở đây, *plērophoreō* dịch sát nghĩa là "thực hiện một cách đầy đủ". Có vẻ như Phao-lô xem sứ mạng của mình vẫn chưa trọn vẹn cho tới khi tin lành được công bố tại Rô-ma.

Một khó khăn xuất hiện khi đọc đến những từ *cho tất cả dân ngoại đều nghe*, vì nếu những lời này được hiểu theo nghĩa đen, thì nó không thể nói đến việc Phao-lô biện hộ trước các quan tòa. Người ta cho rằng Phao-lô đang nghĩ về các hoạt động truyền giáo sau khi ông được thả ra. Nhưng ngay cả trong trường hợp đó thì chữ *tất cả* này cũng phải được hiểu theo một nghĩa rất chung chung. Có lẽ tốt hơn nên hiểu những từ này một cách ẩn dụ theo nghĩa đó là việc rao giảng tin lành ở Rô-ma là rao giảng vào chính linh hồn của thế giới dân ngoại. Nương trên phần Kinh Thánh Ma-thi-ơ 10:17-33, ta có thể lập luận rằng làm chứng trước tòa là một trong những hình thức quan trọng của việc rao giảng tin lành (so sánh với Spicq). Đồng thời cũng cần ghi nhận rằng *tất cả dân ngoại* là một cụm từ đã được sử dụng trong Rô-ma 1:5 để nói về phạm vi chức vụ sứ đồ của Phao-lô, và trong Rô-ma 16:26

để nói về phạm vi của sự mặc khải về huyền nhiệm của tin lành. Trong mỗi trường hợp, cụm từ này được dùng một cách chung chung theo nghĩa tương đồng với "toàn thế giới". Nếu đó là ý nghĩa được dùng ở đây thì vị sứ đồ đang suy nghĩ về đặc tính toàn cầu của khán giả mà ông đang nhắm đến trong lần biện hộ đầu tiên của mình.

Khi thêm *Ta đã được giải cứu khỏi hàm sư tử*, Phao-lô đang sử dụng một ẩn dụ quen thuộc để nói về việc được giải phóng khỏi một mối hiểm nguy tột cùng nào đó (so sánh với Đa 6:20 và Thi 22:21). Cách hiểu này hợp lý hơn là cho rằng sư tử ở đây là ẩn dụ về hoàng đế Nê-rô, hoặc đây là một ám chỉ về nhà hát vòng cung, hay một biểu tượng của Sa-tan, sư tử rống (1 Phi 5:8).

f. Niềm trông đợi trong tương lai (4:18)

18. Chìa khóa để hiểu câu này nằm ở sự liên hệ rõ ràng về ý tưởng giữa thì bất định *ta đã được giải cứu* của câu 17 và thì tương lai *Chúa sẽ giải cứu ta*. Nếu hai động từ này đều được hiểu theo nghĩa đen là giải cứu trong đời này, thì rõ ràng là Phao-lô đã có một sự tin quyết vững vàng rằng ông sẽ được thả ra. Nhưng có vẻ điều này đi ngược lại với việc ông cam chịu số phận như được trình bày trong câu 6–8. Sự giải cứu trong câu này là sự hồi tưởng về lời cầu nguyện của Chúa, là lời cầu nguyện rõ ràng theo nghĩa thuộc linh, vì thế sẽ là hợp lý nhất khi cho rằng những từ ở đây cũng nên hiểu theo nghĩa tương tự. Sự giải cứu thể chất trong quá khứ nhắc ông nhớ về những sự giải cứu thuộc linh bất biến và thêm lên lòng tin quyết của ông về tương lai.

Ông không chỉ tin quyết rằng Chúa sẽ giải cứu mình, mà còn *đem ta vào trong vương quốc thiên đàng của Ngài*. Động từ được sử dụng ở đây là từ thường dùng cho chữ "cứu" (*sōzō*), nhưng ở đây theo nghĩa cụ thể hơn là "giữ an toàn". Cách sử dụng tính từ "thiên đàng" (một từ mang đặc trưng của Phao-lô) thu hút sự chú ý vào sự tương phản mang tính nhấn mạnh giữa vương quốc của Đức Chúa Trời và tình trạng đau khổ hiện tại trên đất. Nó là một sự tưởng nhớ mạnh mẽ lời dạy của Chúa về vương quốc thiên đàng. Chẳng thế mà việc suy ngẫm về nó làm dâng lên trong tâm trí vị sứ đồ một bài ca chúc tụng mà trong đó ông quy sự vinh hiển đời đời về cho Chúa. Rõ ràng là tâm trí ông đang tập trung vào những thực tại đời đời hơn là vào bất cứ niềm hy vọng sẽ được thả tự do nào khác.

9. NHỮNG LỜI CHÀO THĂM CUỐI THƯ (4:19–22)

19. Thật thú vị khi ghi nhận rằng Pê-rít-sin (Phao-lô dùng chữ *Priska* còn Lu-ca dùng *Priskilla* nhưng hai tên này đều chỉ về cùng một người [Bản TTHĐ không phân biệt nhưng dùng chung là Pê-rít-sin - ND]) được đề cập trước tên chồng của bà là A-qui-la trong Rô-ma 16:3 và Công Vụ Các Sứ Đồ 18:18, 26, mặc dù trật tự ngược lại cũng được tìm thấy trong Công Vụ Các Sứ Đồ 18:2 và 1 Cô-rinh-tô 16:19. Những dữ kiện này khó mà đủ để ủng hộ cho cách hiểu rằng Bê-rít-sin là người ở địa vị cao trọng hơn hay có cá tính mạnh hơn chồng. Tất cả những câu Kinh Thánh nói đến họ đều cho thấy họ gắn bó chặt chẽ với sứ đồ Phao-lô. Điều đó cũng đúng với Ô-nê-si-phô-rơ, là người mà Phao-lô dành lời khen ngợi nồng hậu đến cho cả gia đình trong 1:16–17.

20. Có một người tên là *Ê-rát* được đề cập đến trong Rô-ma 16:24, được mô tả là người quản lý kho bạc thành phố (có lẽ thành phố Cô-rinh-tô). Một người khác cùng tên, được nói đến ở Công Vụ Các Sứ Đồ 19:22, là một phụ tá của Ti-mô-thê khi cả hai được Phao-lô cử đến Ma-xê-đô-ni-a. Mặc dù không có gì đảm bảo, nhưng rất có thể người phụ tá đó của Phao-lô là một với Ê-rát được nói đến ở đây. Ti-mô-thê có lẽ không biết Ê-rát đang ở đâu và nếu họ là những bạn đồng liêu lâu năm thì theo lẽ thường tình sẽ quan tâm đến việc Ê-rát đang ở đâu.

Việc nhắc đến *Trô-phim* đã gây ra một số khó khăn, vì từ Công Vụ Các Sứ Đồ 20:4, rõ ràng là ông đang có mặt ở chỗ Phao-lô khi ông đến Mi-lê trong suốt những giai đoạn cuối của hành trình truyền giáo thứ ba của Phao-lô và từ Công Vụ Các Sứ Đồ 21:29 ông cùng lên Giê-ru-sa-lem với Phao-lô, vì người ta đã thấy ông với Phao-lô ở thành đó. Vì thế, lời thông báo hiện tại là Phao-lô đã để ông ở tại Mi-lê vì ông bị bệnh không thể nói đến chuyến viếng thăm này. Nó phải liên hệ đến chuyến viếng thăm tiếp theo sau khi Phao-lô được thả tự do ở lần cầm tù thứ nhất tại Rô-ma. Một số học giả thấy khó tin khi lịch sử lặp lại, rằng Phao-lô viếng thăm Mi-lê với Trô-phim những hai lần, nhưng đây dường như không phải là vấn đề gì to tát khi ta nhớ rằng Trô-phim là người Ê-phê-sô (Công 21:29). Vì thế, không phải là không thể khi trong chuyến truyền giáo cuối cùng của Phao-lô từ A-si-a đi Rô-ma, Trô-phim đã đồng hành với ông, nhưng phải bị bỏ lại Mi-lê vì bị bệnh, một thông tin mà Ti-mô-thê có thể dễ dàng không biết.

21. Yêu cầu cấp bách trong câu 9 được lặp lại, nhưng có thêm mấy chữ *trước mùa đông*. Suốt khoảng thời gian vài tuần, cảng biển A-đờ-ri-a-tích sẽ đóng cửa không chuyên chở hàng hóa và người, nên sứ đồ Phao-lô lo lắng, muốn Ti-mô-thê phải nhanh chóng đến I-ta-li-a trước khi việc đi lại làm ông bị chậm trễ. Đây là một chi tiết nhỏ khác cho thấy rằng việc xét xử Phao-lô sắp sửa xảy ra.

Bốn người đi kèm trong lời chào của Phao-lô không được nói đến ở bất cứ chỗ nào khác trong Tân Ước, mặc dù có một truyền thống đồng nhất Li-nút với vị giám mục cùng tên sau này ở thành Rô-ma.

Phần kết *cùng tất cả anh em* trong lời chào không nhất thiết phải mâu thuẫn với câu 16, *tất cả đều bỏ rơi ta*, vì những chữ trong câu 16 liên hệ đến việc không có người ủng hộ lúc ông bị đưa ra xét xử. Điều này không hề ngăn cản những Cơ Đốc nhân Rô-ma nhút nhát ấy gửi lời chào tới người phụ tá của Phao-lô.

22. Lời chúc phước kết thư được chia thành hai phần. Phần một hướng đến cá nhân Ti-mô-thê và những lời này được dùng như một sự hồi tưởng Ga-la-ti 6:18 và Phi-lê-môn 25. Nhưng có một sự thay đổi quan trọng ở đây. Ở những phân đoạn trên, Phao-lô dùng câu "nguyện ân điển của Chúa chúng ta là Đức Chúa Giê-xu Christ ở với tâm linh anh em" thì ở đây lời cầu nguyện mang tính cá nhân hơn. Lời bình của Bernard đáng được lặp lại "*ở đó* sự hiện diện của 'ân điển của Chúa chúng ta', còn *ở đây* là sự hiện diện của 'Chúa của ân điển'. Phần hai hướng trực tiếp đến các Cơ Đốc nhân nói chung vì đại từ được dùng là dạng số nhiều, giống như trong những lời chúc phước tương tự ở 1 Ti-mô-thê và Tít.

Tít: Phân tích

1. LỜI CHÀO THĂM (1:1–4)
2. PHẨM CHẤT CỦA CÁC CHỨC SẮC TRONG HỘI THÁNH (1:5–9)
3. CÁC GIÁO SƯ GIẢ Ở CƠ-RẾT (1:10–16)
4. QUY ĐỊNH VỀ CÁCH ỨNG XỬ CỦA CƠ ĐỐC NHÂN (2:1–10)

    a) Người già (2:1–3)

    b) Người trẻ tuổi (2:4–8)

    c) Nô lệ (2:9–10)

5. NỀN TẢNG THẦN HỌC CỦA NẾP SỐNG CƠ ĐỐC (2:11–3:7)

    a) Năng quyền dạy dỗ của ân điển(2:11–15)

    b) Cách hành xử của Cơ Đốc nhân trong cộng đồng (3:1–2)

    c) Sự ưu việt của tin lành so với ngoại giáo (3:3)

    d) Sự hiện ra và công tác của Đấng Cứu Thế (3:4–7)

6. LỜI NHẮC NHỞ CUỐI CÙNG (3:8–11)

    a) Về việc lành (3:8)

    b) Về giáo sư giả (3:9–11)

7. NHỮNG VẤN ĐỀ CÁ NHÂN VÀ KẾT THƯ(3:12–15)

Tít: Giải nghĩa

1. LỜI CHÀO THĂM (1:1–4)

Lời chào thăm này dài hơn nhiều so với lời chào thăm của 1 hoặc 2 Ti-mô-thê và tính chất trang trọng của nó, trong khi đang viết cho một đồng lao thân cận như Tít, đã được nhiều người ủng hộ quan điểm Phao-lô không phải là tác giả của sách Tít xem như là một chướng ngại. Người ta cho rằng phần dẫn nhập này trang trọng hơn so với 2 Ti-mô-thê 1:1–2, rằng tác giả đã nỗ lực để tạo ra ấn tượng rằng thư này mang đặc trưng của Phao-lô càng nhiều càng tốt. Nhưng những khó khăn về cấu trúc và những sự hơi khó hiểu một chút về mặt tư tưởng lại càng ủng hộ quyền tác giả của Phao-lô hơn là chống lại nó, và đặc điểm trang trọng của phần dẫn nhập là do đặc điểm bán chính quy của nội dung.

1. Không hề có một dịp nào khác mà Phao-lô mô tả mình là *đầy tớ của Đức Chúa Trời*, mặc dù ông có gọi mình là "đầy tớ của Đấng Christ Giê-xu" hai lần trong các lời chào thăm (đó là ở thư Rô-ma và thư Phi-líp) và trong Công Vụ Các Sứ Đồ 20:19, ông nói đến việc mình phục vụ Chúa. Cụm từ quen thuộc hơn *sứ đồ của Đức Chúa Giê-xu Christ* cũng được gắn thêm vào để thu hút sự chú ý vào tính chính thức của công tác phục vụ của ông.

Có một số tranh cãi về ý nghĩa của giới từ *kata* trong cụm từ *có nhiệm vụ đưa người được Đức Chúa Trời chọn lựa đến đức tin* [trong nguyên ngữ, sau giới từ *kata* là cụm từ *đức tin của người được Đức Chúa Trời chọn lựa* - ND]. Nếu *kata* có nghĩa "theo" (như trong bản King James), thì điều này có thể cho thấy rằng chức vụ sứ đồ của Phao-lô có gì đó được điều chỉnh bởi đức tin của người khác, nhưng hầu hết các học giả lại nghĩ rằng ý nghĩa như vậy là không phù hợp và vì thế đề xuất ý nghĩa của giới từ *kata* ở đây là "cho" hay "liên quan đến" (như cách dịch của bản NIV). Bản RSV dịch là "để đức tin của người được Đức Chúa Trời chọn lựa được tấn tới". Có hai lần khác sứ đồ Phao-lô dùng cụm từ *người được Đức Chúa Trời chọn lựa* (Rô

8:33 và Côl 3:12), nhưng không một trước giả Tân Ước nào khác sử dụng cụm từ này. Đây là một cụm từ nổi bật trong Cựu Ước, đặc biệt khi mô tả Y-sơ-ra-ên là đầy tớ của Chúa. Khi được Phao-lô sử dụng, cụm từ này nhấn mạnh ý niệm về sự chọn lựa của Đức Chúa Trời trên hội thánh Ngài. Đức tin phải liên hệ với sự hiểu biết (danh từ *epignōsis*, *sự hiểu biết*, nghĩa đen là "sự nhận biết") chân lý nơi chức vụ sứ đồ chân thật, và tác giả nhận điều này cho chính mình. Đầy tớ của Đức Chúa Trời không được dốt nát về lĩnh vực hiểu biết chân lý, cũng như sự hiểu biết của họ cũng không thể tách rời với sự tin đạo của họ (*là điều phù hợp với lòng tin kính*, bản NIV dịch *là điều dẫn đến lòng tin kính*). Moffatt dịch "là điều đi liền với đời sống tin kính".

2. Chức vụ sứ đồ, cũng như bất cứ lĩnh vực nào của công tác phục vụ Chúa, không được bị chi phối bởi hoàn cảnh hiện tại, nhưng phải có một sự liên hệ đặc biệt đến tương lai *trong niềm hi vọng về sự sống đời đời*. Giới từ *epi* trong tiếng Hy Lạp, được dịch là "trong", cho thấy rằng niềm hy vọng ấy là nền tảng mà trên đó thượng tầng kiến trúc của sự phục vụ Cơ Đốc xây dựng lên. Niềm hy vọng Cơ Đốc này được đâm rễ trong những lời Đức Chúa Trời đã hứa từ *muôn đời trước* (RSV dịch là "những đời trước"). Ở đây dường như nhắc đến cùng một chân lý mà Giăng đã diễn đạt trong giáo lý về Ngôi Lời của ông, một sự nhận biết đầy sâu sắc rằng những lời hứa của Đức Chúa Trời đặt nền tảng trên mục đích đời đời của Ngài (so sánh với Kelly). Vị sứ đồ áp dụng tính ngữ khác lạ *Đấng không bao giờ nói dối* (*apseudēs*, "không có sự sai lầm") cho Đức Chúa Trời, để đem đến tính chất đáng tin cậy hoàn toàn cho niềm hy vọng mới được nói đến. Ngay cả nếu đúng là các Cơ Đốc nhân (và các tín hữu Do Thái) coi đặc điểm đó là chuyện đương nhiên, thì vẫn có một điểm đặc biệt trong việc đề cập đến điều này ở đây, và điểm đặc biệt ấy đánh dấu cho tính chất hiệu lực của niềm hy vọng Cơ Đốc (so sánh với cách diễn đạt của Phao-lô trong Rô 3:4).

3. *Vào đúng thời điểm* (*kairoi idioi*) Chúa bày tỏ lời Ngài được đặt đối lập với khía cạnh đời đời của lời hứa ấy (*chronoi aiōnioi*, được dịch là *từ trước muôn đời*, câu 2). Cụm từ *Vào đúng thời điểm* này nói đến những sự kiện vào đúng thời điểm được Đức Chúa Trời chỉ định để bày tỏ chính Ngài qua Đấng Christ. Từ *kairos* biểu thị một cơ hội phù hợp khi so sánh với *chronos* được dùng cho một quãng thời gian hay một chuỗi thời gian. Chữ *thời điểm* được dùng ở dạng số nhiều (so sánh với Bản King James) có thể đại diện cho những thời điểm khác nhau trong cuộc đời của Chúa, hoặc cũng có thể được sử dụng theo nghĩa số ít để nói về cuộc đời lịch sử của Chúa Giê-xu nói chung (so sánh với Lock).

Lời được bày tỏ *qua việc rao giảng* chắc chắn nói đến tin lành, là điều định hình nội dung giảng dạy của người Cơ Đốc. Ý niệm về việc có một mục vụ như thế *được ủy thác* cho ông đã trở thành một nguồn không ngừng khiến Phao-lô kinh ngạc (ví dụ Ga 1:1; 2:7), và được nhắc lại trong tất cả các thư tín mục vụ (so sánh với 1 Ti 1:11; 2 Ti 1:11). Cụm từ *theo mệnh lệnh của Đức Chúa Trời, Cứu Chúa chúng ta* hoàn toàn tương đương với 1 Ti-mô-thê 1:1, và thu hút sự chú ý một lần nữa vào đặc điểm là sứ mạng của Phao-lô đến từ Chúa.

4. Lời mô tả Tít là *con thật của Ta* cũng tìm thấy điểm tương đồng với 1 Ti-mô-thê 1:12. Từ *thật* (*gnēsios*) chỉ được tìm thấy trong các thư tín của Phao-lô trong Tân Ước (so sánh với Phil 4:3). Công Vụ Các Sứ Đồ không lần nào đề cập đến Tít, nhưng rõ ràng ông là một thuộc viên tích cực trong nhóm những người giúp đỡ sứ đồ Phao-lô và thật ra Phao-lô có vài lần đề cập đến trong các thư tín của mình (Ga 2:3; 2 Cô 2:13; 8:23; 12:18). Từ thư Cô-rinh-tô ta có thể tổng hợp lại để thấy rằng Tít được chọn cho một sứ mạng đặc biệt khó và nhạy cảm; và vì kết quả có vẻ khả quan, nên điều này cho thấy Tít là người có tài ứng biến phi thường, sở hữu những tố chất lãnh đạo. Nhiệm vụ được giao cho ông ở Cơ-rết rõ ràng đòi hỏi ông phải là người khôn ngoan và mạnh mẽ. Sự sự tin tưởng của Phao-lô cũng hoàn toàn phù hợp với những gì chúng ta đã biết về ông ở những chỗ khác.

Trong (kata) đức tin chung có một điểm nhấn hơi khác so với "trong (*en*) đức tin" ở câu 1 Ti-mô-thê 1:2. Cụm từ này làm bật lên tính chất đại chúng của tin lành. Barrett nghĩ rằng nó nói đến đức tin chung của cả dân Do Thái và dân ngoại. Những lời chào thăm này gần như là hoàn toàn tương đồng với 1 Ti-mô-thê 1:2 và 2 Ti-mô-thê 1:2 trừ biến thể thú vị là *Đấng Christ Giê-xu, Cứu Chúa chúng ta* thay cho "Đức Chúa Giê-xu Christ, Chúa chúng ta" và bỏ đi "sự thương xót", là từ mặc dù có trong bản King James nhưng các bản dịch hiện đại đã đúng khi bỏ đi vì thiếu cơ sở về bản văn để ủng hộ cho việc thêm chữ này vào. Một điểm rất có ý nghĩa là dù ở 1:3; 2:10 và 3:4, vị sứ đồ áp dụng cụm từ "Cứu Chúa" cho Đức Chúa Trời, nhưng ở đây và 2:13 và 3:6, cũng danh xưng này lại được áp dụng cho Đấng Christ. Rõ ràng sứ đồ Phao-lô không có ý phân biệt khi sử dụng danh xưng này cho Cha và Con.

2. PHẨM CHẤT CỦA CÁC CHỨC SẮC TRONG HỘI THÁNH (1:5–9)

Sau lời chào khá trang trọng, vị sứ đồ chuyển sang nói trực tiếp về sự ủy thác cụ thể dành cho Tít.

5. Có lẽ Phao-lô đã viếng thăm Cơ-rết và để Tít ở lại đó để tiếp tục công tác. Nhưng đa phần đều công nhận rằng trong khung sự kiện của Công Vụ Các Sứ Đồ, không có chỗ cho một nhiệm vụ như thế (như xin xem Dẫn nhập, trang 25 trở đi), và ta phải trông cậy vào một trong hai chọn lựa; hoặc chuyến viếng thăm này diễn ra trong khoảng thời gian được thả ra sau khi Phao-lô bị tù ở La Mã, hoặc lá thư này không thể nào có tính chân thực. Tuy nhiên, trong phần Dẫn Nhập (xin xem từ trang 9 trở đi), ta đã thấy rằng không có lý do nội tại nào cho việc bác bỏ giả thiết Phao-lô được thả tự do như thế. Một khả năng nữa đó là động từ "để lại" không bao hàm một chuyến viếng thăm cá nhân của vị sứ đồ, trong trường hợp đó ta có thể nhét nó vào trong tiến trình lịch sử của Công Vụ Các Sứ Đồ, nhưng giả thiết về lần được trả tự do dường như khả thi hơn.

Hội thánh tại Cơ-rết ở trong tình trạng thiếu tổ chức hơn hội thánh tại Ê-phê-sô, vì thế Tít có hai nhiệm vụ quan trọng phải thực hiện. Ông phải hoàn tất điều mà Phao-lô còn dang dở, đó là *chỉnh đốn những việc còn dang dở*, và *bổ nhiệm các trưởng lão*. Người ta vẫn thường cho rằng việc bổ nhiệm các trưởng lão cho thấy sự tổ chức hội thánh khá tiến bộ so với thời của Phao-lô, nhưng để giữ quan điểm này thì cũng cần phải xem câu Kinh Thánh trong Công Vụ Các Sứ Đồ 14:23 là nhầm lẫn niên đại (so sánh với Brox, người nghĩ những chữ đang được nói đến ở đây là được truyền cảm hứng từ câu Kinh Thánh trong Công Vụ Các Sứ Đồ). Trong khi có vẻ như không có bất cứ một sự đồng nhất nào trong cách làm của Phao-lô, nhưng cũng không có lý do gì để nghi ngờ việc ông đã bổ nhiệm các trưởng lão trong những hành trình truyền giáo mỗi khi có cơ hội. Việc các hội thánh Cơ Đốc có kế hoạch quản trị cách trật tự ở một mức độ nào đó là điều cần thiết và trước đây sứ đồ Phao-lô đã gây ấn tượng trên các đồng lao thân cận của mình về công tác quản trị này. Trong cụm từ *như ta đã hướng dẫn con*, từ *ta* được nhấn mạnh, không phải nhấn mạnh vào cái tôi chủ nghĩa của Phao-lô, nhưng vào sự phê chuẩn đầy thẩm quyền của ông trên hệ thống trưởng lão. Sự nối kết gần gũi giữa *trưởng lão* và *giám mục* trong bối cảnh này có vẻ cho thấy rằng hai cụm từ này gần như đồng nghĩa với nhau.

6. Có một sự phù hợp chừng mực nào đó giữa bản liệt kê những phẩm chất mà một *trưởng lão* hay một *giám mục* cần có gửi cho Tít với bản liệt kê gửi cho Ti-mô-thê. Trong khi những tương đồng này biểu lộ chúng có cùng một tác giả, thì sự khác biệt lại phản ánh những tình huống khác nhau nhưng lại chân thật trong lịch sử. Chính từ Phao-lô dùng để mô tả *không có gì đáng trách* (*anenklētos*) được sử dụng để mô tả các trưởng lão tại Cơ-rết được áp dụng trong 1 Ti-mô-thê 3:10 cho những chấp sự tại Ê-phê-sô phản ánh nhu cầu cần một tiêu chuẩn đạo đức không thể nào chê trách được trong mọi loại công tác của mục vụ Cơ Đốc. Để hiểu cụm từ *một chồng một vợ*, xin xem phần giải nghĩa 1 Ti-mô-thê 3:2. Trong khi ở 1 Ti-mô-thê, *giám mục* phải duy trì kỷ luật một cách có trật tự trên con cái, thì ở Tít, một yêu cầu nữa được thêm vào. Con cái phải *phải tin Chúa*, và *không bị tố cáo là phóng đãng hay vô kỷ luật* (có nghĩa là không phải kẻ hoang đàng, bất tuân). Từ đầu tiên trong hai từ này, *asōtia*, có nghĩa đen là "không còn khả năng được cứu", nó là ẩn dụ của việc phung phí tiền bạc vào trong những lạc thú của riêng mình, vì thế hủy hoại chính bản thân (so sánh với Lock). Như trong 1 Ti-mô-thê, gia đình được xem như một căn cứ rèn luyện cho các trưởng lão. Mặc dù người ta vẫn cho rằng khi nói đến con cái, tác giả vô tình cho chúng ta biết rằng ông thuộc về thế hệ Cơ Đốc nhân thứ hai, nhưng không nhất thiết phải cho rằng Cơ Đốc giáo đã được thành lập từ lâu. Chúng ta chỉ cần cho rằng các trưởng lão có con cái được trông đợi phải có được một gia đình Cơ Đốc thật sự.

7. Vì bản liệt kê các phẩm chất dường như bắt đầu lại từ đầu, nên một số học giả cho rằng ẩn dưới bản văn này là một bản liệt kê những phẩm chất đạo đức thế tục nào đó, rằng câu này giữ nguyên phần mở đầu chính thức của bản liệt kê ấy. Nhưng việc lặp lại không phải là thừa thãi vì nó đưa ra lý do tại sao *một giám mục* phải *không chê trách được;* người ấy phải *là người quản lý nhà Đức Chúa Trời*. Ở đây Phao-lô sử dụng một ẩn dụ lấy từ đời sống đương thời và mường tượng một quản gia trong một gia đình hay một điền trang (so sánh với cách Phao-lô sử dụng từ này trong 1 Cô 4:1 và Ga 4:2). Bất cứ ai giữ vị trí mang lấy trách nhiệm trong mục vụ Cơ Đốc cũng đều phải không chỗ trách được như nhau, để có thể làm một tấm gương chân thật cho người khác noi theo.

Danh sách theo sau đặt ra những tiêu chuẩn nhất định. Những người nghĩ ở đây sử dụng một bản liệt kê phẩm chất đạo đức nào đó cho rằng tác giả không quan tâm mấy đến tính chất hợp lý của bản liệt kê trong những vấn đề cụ thể. Tuy nhiên, nếu Phao-lô đang viết cho Tít, thì ông biết cần phải dành mức độ quan tâm bao nhiêu trong việc chọn các chức vụ cho hội thánh tại Cơ-rết, là nơi mà tâm tính của mọi người ở đây được xem là không ổn định cho lắm. Đối với thời đại chúng ta, những thói tật bị lên án ở đây dường như quá rõ là mang đặc tính của những người không tin Chúa đến nỗi không cần phải liệt kê những điều này trong phần mô tả về một người chăn bầy Cơ Đốc, nhưng ta có thể thấy nhiều điểm tương đồng từ mảng truyền giáo hiện đại giữa vòng những dân tộc ban sơ với tình huống đương thời tại Cơ-rết. Việc người chăn bầy Cơ Đốc không được hống hách (*kiêu căng*) hay không nóng tính là lời nhắc nhở đúng lúc, vì những sự sai trệch về đạo đức như thế trước giờ vẫn rất hay làm trì lại sự tăng trưởng vững mạnh của hội thánh. Ba sự cấm đoán tiếp theo, *không nghiện rượu, không hung bạo và không tham lợi bất chính*, là những sự cấm đoán liên hệ đến Cơ-rết thế kỷ thứ nhất (so sánh với 1 Ti 3:3), nhưng cũng không phải là không áp dụng cho thời hiện đại chúng ta đang sống. Những ai nhận mình là người chăn bầy Cơ Đốc vẫn cần những lời cảnh báo về việc chạy theo những món lợi vật chất không đúng đắn.

8. Những phẩm chất tích cực hơn rất giống với những phẩm chất trong 1 Ti-mô-thê 3:2, nhưng cần phải lưu ý rằng ở đây không cấm những người mới tin đạo. Điều này cho thấy rằng cộng đồng Cơ-rết là cộng đồng mới mẻ hơn so với hội thánh tại Ê-phê-sô. Giám mục phải vừa *hiếu khách*, có nghĩa là thật lòng tận hiến cho phúc lợi của người khác, vừa *yêu mến việc thiện*. Từ *việc thiện* (*philagathos*) được dùng ở đây có thể bao hàm cả việc tốt lẫn người tốt. Từ này xuất hiện trong các câu khắc mang văn hoá Hy Lạp vì nó là điển hình cho một phẩm chất được lựa chọn để tôn vinh cách đặc biệt (so sánh với Dibelius). Calvin dịch từ đó là "tận hiến cho sự tử tế", đối lập với tính hà tiện, keo kiệt. Trong bản liệt kê này không có bất cứ phẩm chất lạ thường hay ngoại lệ nào một lần nữa cho thấy cách tiếp cận thực tế của sứ đồ Phao-lô (so sánh với 1 Ti 3). Chân thật, chính trực, sống thanh sạch, có mối quan hệ xã hội là tất cả những gì được đòi hỏi về khía cạnh đạo đức, nhưng cũng cần ghi nhớ rằng hai từ mang đặc trưng tôn giáo là *chính trực* và *thánh khiết* được thêm vào ở đây nhưng không có trong 1 Ti-mô-thê 3. Kèm theo từ *tự chủ* (*sōphrōn*) vốn xuất hiện trong bản liệt kê ở 1 Ti-mô-thê 3 là mỹ đức tương tự, *kỷ luật* (*enkratēs*), mà theo Lock thì nó liên hệ tới tính tự chủ một cách có chủ đích hơn là từ đầu tiên.

9. Về mặt giáo lý cũng đòi hỏi những phẩm chất khác nữa, vì một chức sắc Cơ Đốc phải trung thành với sứ điệp chân chính, *giữ vững lời đáng tin cậy đã được dạy dỗ*. Sứ điệp này được mô tả là *đáng tin cậy*. Theo đó, người chăn bầy phải có sự tin quyết rõ ràng và hiểu biết sự "dạy dỗ" (có lẽ là những sự dạy dỗ đã được truyền lại thông qua truyền thống truyền miệng, mặc dù ở đây cũng có thể nói về một số ký thuật thành văn [so sánh với Simpson]), và người ấy phải sẵn sàng để *giữ vững* chân lý ngay cả khi đối diện với sự chống đối. Chỉ khi đó thì người ấy mới có thể thực thi công tác về cả hai phương diện là khích lệ người khác và sửa trị những ai đi ngược lại với chân lý. *Giáo lý chân chính* phải có nghĩa là tập hợp những sự dạy dỗ mà các Cơ Đốc nhân phải được chỉ dạy. Trong câu này có ba từ mô tả sự dạy dỗ và cả ba đều hàm ý rằng có một hệ thống giáo lý khách quan và có thẩm quyền nào đó trong bản văn gốc. Trong một cộng đồng ban sơ như Cơ-rết thì giáo lý có thẩm quyền như thế là điều rất cần thiết.

3. CÁC GIÁO SƯ GIẢ Ở CƠ-RẾT (1:10–16)

10. Vị sứ đồ tiếp tục mô tả những người phản diện. Rõ ràng họ là nhóm người khá đông và đặc trưng của họ là ba thói tật không ai thèm muốn. Họ *vô kỷ luật* (*anypotaktoi*), coi thường quy định chính thức của hội thánh. Thứ nhì, sự dạy dỗ của họ rỗng tuếch, nói rất nhiều nhưng chẳng đâu vào đâu (từ *mataiologoi*, hay *huênh hoang*, có thể chứa đựng ý niệm về sự vô ích mà Do Thái giáo thường liên tưởng đến khi nghĩ về các thần tượng ngoại giáo, xin xem Lock). Thứ ba, họ tự lừa dối chính mình và kết quả là họ trở thành kẻ *lừa dối* người khác. Những đặc điểm này đều nổi bật trong mọi tà giáo, nhưng đặc biệt rõ ràng hơn giữa vòng các giáo sư Do Thái hoạt động tích cực ở Cơ-rết khi đó, như cụm từ *những người chủ trương cắt bì* cho thấy. Không hề có cơ sở nếu cho rằng cụm nói về ảnh hưởng của Do Thái giáo ở đây là do tác giả tự nghĩ ra (so sánh với Dibelius-Conzelmann). Ai cũng biết rằng có một cộng đồng người Do Thái ở Cơ-rết (theo Philo và Josephus, so sánh với Kelly).

Các giáo sư giả như thế cần phải được kê một liều thuốc thật nặng. *Cần phải làm cho họ câm miệng lại* (*epistomizō*, có nghĩa là "bị thắng cương" hay "bị khóa mõm") để ngăn cản họ gây hại. Hình ảnh này dường như đặc biệt có tính gợi mở dựa trên phần mô tả về người Cơ-rết ở câu tiếp theo. Điều đáng lưu ý là ở đây không hề đặt ra vấn đề trục xuất họ ra khỏi hội thánh nhưng buộc những giáo sư giả này phải im lặng, và điều này có thể đoán được thông qua việc khéo léo trình bày về giáo lý chân chính như được đề cập ở câu 9.

11. Bằng cách tác động lên một hoặc hai thành viên trong gia đình, các giáo sư giả có thể phá hủy *cả nhà người ta*. Có lẽ đó là những gia đình Cơ Đốc, và cần phải cẩn thận đề phòng bất cứ hoạt động nào gây ra những bất hòa, đổ vỡ trong sinh hoạt gia đình như thế.

Khi *dạy những điều không nên dạy*, những người này đang chống nghịch lại *giáo lý chân chính* của câu 9. Điểm nổi bật ở họ là tính cách hám lợi, và đáng phải nhận sự lên án mạnh mẽ của sứ đồ Phao-lô. *Vì lợi lộc thấp hèn* cho thấy một cách sống động đặc tính hèn hạ của những con người chỉ có niềm tin tôn giáo rỗng tuếch này. Hễ ở đâu lợi lộc chi phối một phong trào thuộc linh thì ở đó đáng phải nhận sự lên án mạnh mẽ tương tự.

12. Sứ đồ Phao-lô ủng hộ cho luận điểm của mình bằng cách viện dẫn một lời phê bình người Cơ-rết về tính cách của người Cơ-rết. Câu này được trích dẫn từ Epimenides, một triết gia ở thế kỷ thứ sáu trước Chúa mà rất nhiều người đồng hương đã dành cho ông những sự tôn kính thần thoại. Nhiều cây bút cổ đại (ví dụ Aristotle và Cicero) có đề cập đến ông như một nhà tiên tri và một vị sứ đồ, vì thế trích dẫn lời mô tả rất nổi tiếng này của ông. Câu hỏi đặt ra là liệu câu được trích dẫn này có đúng là của Epimenides hay không, mặc dù nhiều Cơ Đốc nhân đầu tiên coi câu này đến từ một bài thơ tán tụng *Các Lời Sấm Truyền* (Concerning Oracles). Vì một phần của câu trích dẫn xuất hiện trong *Bài Ca Dâng Thần Zeus* (270 TC.) của Callimachus nên một số học giả quy câu này cho ông. Tuy nhiên, rất có thể bài ca này có sớm hơn thời của Callimachus. Bởi vì một người Cơ-rết nổi tiếng lên án chính người dân của mình nên vị sứ đồ không thể bị buộc tội chỉ trích người khác khi phơi bày tật xấu của họ ra như thế.

Đặc tính dối trá của người Cơ-rết được xác nhận một cách ấn tượng bởi trong tiếng Hy Lạp có từ *crētizō*, nghĩa là "nói dối". Những đặc điểm đi kèm trong sự nổi tiếng đáng hổ thẹn này cung cấp cho chúng ta thấy mức độ ưa thích nhục dục của họ. *Thú dữ* cho thấy sự hiểm độc giống như loài thú dữ tợn, trong khi *ham ăn mà lười biếng* mô tả sự tham lam vô độ của họ. Phần kết với một sự đả kích tính nết của người Cơ-rết như thế trong thư gửi cho Tít dường như loại trừ quan điểm cho rằng lá thư này bán chính quy. Vị sứ đồ sắp hối thúc Tít can thiệp mạnh mẽ vào đặc tính ương ngạnh này của hội thánh, và cũng đang chỉ dẫn cho ông thấy thói tật nổi tiếng của những người mà ông sẽ phải lãnh đạo. Nguyên tắc này vẫn luôn phù hợp với chúng ta, vì những ai phục vụ tin lành đều phải biết rõ tâm tính của người mình phục vụ, dù sự thật ấy có khó chịu như thế nào đi chăng nữa.

13. Vị sứ đồ xác nhận tính chân thực của câu châm ngôn này. Có thể đây là kết quả của chính kinh nghiệm cá nhân của ông, hoặc bởi đây cũng là lời nhận xét chung của nhiều người nên ông biết rằng người Cơ-rết là một dân khó có thể làm việc cùng. Dĩ nhiên, cần phải *nghiêm khắc khiển trách* những giáo sư giả, không phải là người Cơ-rết nói chung. Cần phải lưu ý rằng bổ ngữ *nghiêm khắc* chỉ xuất hiện duy nhất một lần khác trong Tân Ước là ở 2 Cô-rinh-tô 13:10. Lời quở trách nghiêm khắc như thế chứa đựng mục đích cứu chuộc, *để họ được mạnh mẽ trong đức tin,* câu này có thể nói đến toàn bộ giáo lý được công nhận hay nói đến sự trung thành cá nhân của họ dành cho Đấng Christ. Cách hiểu thứ nhất có vẻ hợp lý hơn khi xem xét câu 9. Nếu Cơ Đốc nhân luôn có mục đích cứu chuộc này trong đầu khi xử lý những người lầm lạc trong đức tin thì sẽ không có nhiều lời chửi rủa, phỉ báng.

14. Sự giảng dạy sai trật có hai thành phần. *Chuyện hoang đường của người Do Thái* rõ ràng là tương tự như điều đã được nói đến trong 1 Ti-mô-thê 1:4, và có lẽ chứa đựng những sự suy đoán vô ích dựa trên Cựu Ước. Vì những chuyện huyễn này ở đây được mô tả là của người Do Thái, khác với chuyện huyễn chung chung ở 1 Ti-mô-thê, nên sẽ công bằng khi cho rằng tà giáo ở Cơ-rết chịu ảnh hưởng của Do Thái giáo hơn là tà giáo ở Ê-phê-sô.

Một chủ đề khác nữa, được gọi bằng cái tên *các điều răn dạy của những người khước từ chân lý*, là sự gợi nhớ những khuynh hướng khổ hạnh ở tà giáo của người Cô-lô-se, vốn được mô tả là "những luật lệ và giáo huấn của loài người" (Côl 2:22). Việc liên hệ đến một nghi lễ nào đó sẽ được thấy rõ hơn ở câu 15, ở đó nêu lên vấn đề cái gì là tinh sạch hoặc không tinh sạch. Sự dạy dỗ sai lạc và cách sống sai lạc thường là bạn đồng hành thân cận của nhau và tìm được những đồng minh hoàn hảo nơi những con người bận rộn với việc làm cho người khác quay lưng lại với chân lý.

15. Đúng theo cách của Phao-lô, một câu trả lời được đưa ra cho ý thứ hai mà câu 14 nêu lên khi phát biểu những nguyên tắc chung. Nó là sự vọng lại của những lời mà Chúa Giê-xu đã phán trong Lu-ca 11:41 (so sánh với cũng xem Mác 7:15), và Phao-lô cũng đã giải thích một phần ý tưởng này trong Rô-ma 14:20. Nhiều học giả cho rằng những lời này tạo nên một phần của câu châm ngôn thời bấy giờ. Cơ Đốc giáo khen ngợi sự thánh khiết trong tâm trí, và điều này cũng tự động ngăn chặn sự kém thánh khiết hơn về mặt nghi lễ. Một tâm hồn trong sáng không thể nào bị vẩn đục bởi sự tiếp xúc về thể chất, và những tâm hồn trong sáng nhất sẽ không hứng thú trong việc tìm điều vẩn đục không cần thiết.

Không lời lên án nào dành cho những người muốn trở nên trong sạch đanh thép cho bằng lời khẳng định *với những kẻ bại hoại và vô tín thì không điều gì là trong sạch cả*. Calvin đã lập luận rằng những người ô uế đụng đến bất cứ thứ gì cũng đều làm cho thứ ấy ô uế, nên với họ thì không điều gì là trong sạch cả. Người vô tín ở đây có thể nói đến hoặc là những Cơ Đốc nhân gốc Do Thái yếu đuối, là người không tin rằng Đấng Christ là sự cuối cùng của luật pháp; hoặc những người, giống như người theo Trí huệ giáo, không chịu công nhận rằng Chúa là Đấng đã tạo nên vật chất. Vì thế, Phao-lô đang lặp lại sự dạy dỗ của Chúa chúng ta rằng chính điều ra từ một người mới làm ô uế người đó, chứ không phải sự bất khiết về mặt nghi lễ. Cái ngai thật sự của sự trong sạch là *lương tâm* và nếu sự ô uế bước vào lương tâm đó, thì *tâm trí* và hành động đều sẽ bị ảnh hưởng theo.

16. Những ai xưng nhận niềm tin giả mạo thường tuyên bố mạnh mẽ rằng mình biết Chúa, và điều này đặc biệt đúng với những người có khuynh hướng theo Do Thái giáo. Một số học giả thấy rằng trong lời xưng *biết Đức Chúa Trời* này có một dấu chỉ chắc chắn về Trí huệ giáo. Nhưng ta vẫn có thể giữ quan điểm cho rằng chi tiết về sự dạy dỗ mà ta có được đủ để loại trừ khả năng đây là Trí huệ giáo của thế kỷ thứ hai. Bởi vì tà giáo ở Cơ-rết mang ảnh hưởng Do Thái giáo sâu đậm, nên có lẽ hợp lý hơn khi cho rằng ở đây đang nói về sự tự mãn nơi niềm tin độc thần của người theo Do Thái giáo. Ở những nơi mà niềm tin được tuyên xưng và nếp sống hoàn toàn trái ngược với nhau như trong trường hợp của những người Cơ-rết này (*nhưng hành động của họ lại từ chối Ngài*), thì cần thiết phải có những lời quở trách đanh thép và vị sứ đồ đã sử dụng ba thuật ngữ như thế để nói về đặc điểm hành vi của họ. Từ thứ nhất, *thật đáng ghét*, là một cụm từ chỉ sự ghê tởm trước sự giả hình của họ. Từ này ở đây được sử dụng một cách mỉa mai, theo nghĩa là những người tự cho rằng mình loại trừ tận gốc những điều đáng ghê tởm thì chính họ lại đáng ghê tởm. Từ thứ hai, *không vâng lời*, là kết quả của việc họ phủ nhận bản tính chân thật của một Đức Chúa Trời thánh khiết, Đấng đòi hỏi sự thánh khiết nơi con người. Cụm từ thứ ba, *không thể làm được một việc gì tốt đẹp cả*, được dịch từ chữ *adokimoi* (chối bỏ sau khi đã thử nghiệm), là sự đối lập đáng chú ý với lời mời gọi làm việc lành thường xuyên xuất hiện trong các thư tín mục vụ, vì trong những trường hợp này, làm việc lành là điều bất khả thi. Tất cả những ai xưng nhận niềm tin thì phải chịu thử nghiệm, nhưng những người này sẽ thể hiện rõ họ không xứng hợp với bất cứ việc lành nào.

4. QUY ĐỊNH VỀ CÁCH ỨNG XỬ CỦA CƠ ĐỐC NHÂN (2:1–10)

Giờ đây sự chú ý được dồn về những vấn đề nảy sinh từ việc chăm sóc mục vụ cho các hội thánh, và những hạng người khác nhau mà Tít phải làm việc với đang được xem xét một cách riêng rẽ. Lời khuyên của sứ đồ Phao-lô cũng là những giáo huấn rất phù hợp cho thời hiện đại cũng như cho tình huống đương thời.

a. Người già (2:1–3)

1. Câu này tương phản với câu trước đó. Trong khi các giáo sư giả đưa ra những lời tuyên xưng rỗng tuếch, thì Tít phải quan tâm đến việc *dạy* (*lalei* trong tiếng Hy Lạp là "nói") *những điều phù hợp với giáo lý chân chính*. Từ được dịch là *phù hợp với* (*prepei*), có nghĩa là "phù hợp, hòa hợp", là một từ mang đặc trưng của Phao-lô, người có nhận thức đặc biệt về sự phù hợp hay xứng hợp của mọi việc (so sánh với 1 Cô 11:13; Êph 5:3; 1 Ti 2:10). Ý niệm về giáo lý chân chính ta đã được gặp ở 1:9, và một lần nữa "sự chân chính" hay "lành mạnh" được đưa ra đối lập với sự bệnh hoạn của tà giáo đang gây phiền hà cho hội thánh. Đại từ *con* là nhằm nhấn mạnh rằng Tít thuộc về một loại người rất khác so với những kẻ gây rối. Thật không đúng khi, như nhiều học giả đã làm, cho rằng tác giả chủ yếu lên án tà giáo, vì trong trường hợp này rõ ràng ông tin rằng chân lý là liều thuốc giải độc tốt nhất cho sự lầm lạc.

2. Một cách thực tế để dạy giáo lý chân chính ấy là kiên định với quan điểm hành vi phải đi đôi với niềm tin. Các cụ ông phải hành xử xứng hợp vì đã trở thành những thành viên lâu năm trong cộng đồng. Ba phẩm chất đầu tiên là những phẩm chất người ta vẫn thường mong đợi nơi những cụ ông lớn tuổi và có thể tương đồng với cách dùng thời đó. Từ *tiết chế* không chỉ hàm ý sự giới hạn trong việc dùng rượu nhưng cũng chỉ về sự chừng mực nói chung. Tính từ được dịch là *nghiêm trang* (*semnos* theo nghĩa đen là "nghiêm túc" như bản RSV) chúng ta đã gặp ở 1 Ti-mô-thê 3:8, 11, ở đó nó liên hệ đến các chấp sự và vợ các chấp sự. Sự nghiêm túc về mục đích là rất phù hợp với địa vị cao trọng của người có thâm niên, thế nhưng vẻ nghiêm trang không bao giờ được nhầm lẫn với vẻ u sầu, ảm đạm. Phẩm chất tiếp theo (*sōphrōn*), được dịch là *khôn ngoan*, nghĩa đen là "có một tâm trí khỏe mạnh, tỉnh táo", hoặc "phải hợp lý" (như RSV). Từ này trước đây ở 1 Ti-mô-thê 3:2 và Tít 1:8 được áp dụng cho các giám mục.

Nhưng yêu cầu đối với các Cơ Đốc nhân lớn tuổi, cũng như yêu cầu đối với tất cả những cụ ông nói chung, không chỉ là khôn ngoan mà họ còn cần phải thể hiện bộ ba mỹ đức Cơ Đốc. Sự liên hệ giữa *đức tin, tình yêu thương* và *sự kiên nhẫn* đã được tìm thấy không chỉ ở 1 Ti-mô-thê 6:11–12 và 2 Ti-mô-thê 3:10 mà còn ở 1 Tê-sa-lô-ni-ca 1:3. Đúng là trong 1 Cô-rinh-tô 13, Phao-lô nối *đức tin* và *tình yêu thương* với "hy vọng" chứ không phải sự kiên nhẫn, nhưng không nhất thiết phải xem *sự kiên nhẫn* là một điểm không mang đặc trưng của Phao-lô như một số người đã làm. Giữa hy vọng và sự kiên nhẫn không có quá nhiều khác biệt, mặc dù kiên nhẫn có thể bao hàm yếu tố nào đó của sự nhẫn nhục, cam chịu. Có lẽ vì lý do đó mà ở đây Phao-lô chọn "sự kiên nhẫn" bởi vì ông đang viết cho người già. Thế nhưng sự kiên nhẫn là một phẩm chất được đánh giá rất cao ở bất cứ giai đoạn nào trong đời người. Thật thú vị khi ghi nhận rằng chính từ Hy Lạp này (*hygiainō - chân chính, vững vàng*), được dùng ở đây để nói về việc những người già đeo đuổi những thái độ đúng đắn của người Cơ Đốc, lại được sử dụng trong câu 1 để mô tả giáo lý. Trong khi sự chân chính, vững vàng này áp dụng phù hợp nhất cho đức tin, thì nó cũng có thể áp dụng cho tình yêu thương và sự kiên nhẫn, theo nghĩa là tình yêu thương và sự kiên nhẫn cũng cần phải được giữ cho lành mạnh.

3. Khi giới thiệu chủ đề các cụ bà, sứ đồ Phao-lô sử dụng trạng từ *cũng vậy* (*hōsautōs*), một cụm từ yêu thích trong các thư tín mục vụ, đem đến sự gần gũi khi so sánh với điều đã được nói đến ở phía trước (so sánh với 2 Ti 3:8; 11). Cụm từ *phải cư xử một cách thánh khiết* chứa đựng hai từ độc nhất trong Tân Ước; *katastēma* (được dịch là *cư xử*) có nghĩa là "cách xử xự", "thái độ", diễn tả một tráng thái của tinh thần, trong khi chữ *hieroprepēs* có nghĩa là "xứng hợp với tâm tính thiêng liêng". Người ta cho rằng có những tương đồng với từ sau được dùng theo nghĩa "được biệt riêng làm các nữ tu", rằng nghĩa ở đây là họ phải sống theo cách sống của những nữ tu trong đền thờ (so sánh với Dibelius, Lock). Một số người lại thấy ở đây một ám chỉ về chức tế lễ cho tất cả mọi tín hữu (Hanson theo quan điểm này). Nhưng những quan niệm này dường như đi quá xa so với bối cảnh ở đây.

Hai điều ngăn cấm tiếp theo *không nói xấu, không nghiện rượu*, một lần nữa phác họa một cách sống động môi trường Cơ-rết đương thời. Ta đã gặp lời ngăn cấm thứ nhất ở 1 Ti-mô-thê 3:11 và lời ngăn cấm thứ hai ở 1 Ti-mô-thê 3:8. Rõ ràng ở Cơ-rết nguy cơ rơi vào những sự quá độ này là lớn hơn ở Ê-phê-sô, đặc biệt giữa vòng phụ nữ, vì động từ (*douloō*) ở đây cho thấy "một sự lệ thuộc", "sự giam cầm" (RSV dịch là "đừng là nô lệ cho rượu bia"), một cụm từ đanh thép hơn nhiều so với cụm từ tương ứng ở 1 Ti-mô-thê.

Để trình bày những đặc điểm cần có ở một Cơ Đốc nhân, sứ đồ Phao-lô sử dụng một từ phức độc nhất (*kalodidaskaloi*) được dịch là *biết dạy điều hay lẽ phải*. Vì các cụ bà nói chung bao hàm trong nhóm này, nên từ này không thể nói đến việc dạy dỗ ở nơi công cộng, là việc mà trong bất cứ trường hợp nào cũng chủ yếu là trách nhiệm của các trưởng lão, nhưng chắc hẳn đang nói về công tác dạy dỗ trong gia đình. Trong phạm vi nhày, những người phụ nữ Cơ Đốc có kinh nghiệm trong suốt lịch sử hội thánh đã thực thi công tác phục vụ vô giá trong cho công tác Chúa bằng tấm gương và sự dạy dỗ của họ.

b. Người trẻ tuổi (2:4–8)

4. Điều thuộc về bản chất của công tác này giờ đây được chỉ ra. Các cụ bà phải *huấn luyện các phụ nữ trẻ biết yêu chồng, thương con.* Nói cách khác, các cụ bà phải giúp phụ nữ trẻ tuổi kỷ luật yêu thương gia đình, dĩ nhiên là không phải theo kiểu những người rảnh rỗi can thiệp vào chuyện của người khác, nhưng như những người cố vấn khiêm nhường về những vấn đề của đời sống hôn nhân. Dường như phụ nữ Cơ Đốc không cần phải được huấn luyện trong cách yêu thương con cái của mình, nhưng một lần nữa, lời huấn thị này xác định chính xác một điểm yếu đặc biệt nào đó trong tâm tính của người Cơ-rết. Có lẽ nó trở nên rất có ý nghĩa khi xem xét những mưu kế phá hoại gia đình của các giáo sư giả đã được đề cập đến trong 1:11. Ngay cả trong thời hiện đại của chúng ta cũng không thiếu những ví dụ về những người nữ Cơ Đốc thiếu tình thương thật sự của người mẹ. Vì những phụ nữ đặt sự nghiệp lên trước phúc lợi của con cái đang bộc lộ một triệu chứng đáng chú ý về điểm yếu này.

5. Chính phẩm chất *tiết độ* (*sōphrōn*) này cũng được sử dụng để nói về phụ nữ trẻ cũng như những cụ ông trong câu 2. Phẩm chất này liên hệ với phẩm chất *trong trắng*, là phẩm chất thể hiện một nhân cách đạo đức ngay thật. Ti-mô-thê được khích lệ phải khao khát phẩm tính ấy (1 Ti 5:22).

Một câu hỏi được đặt ra về cách đọc nào là đúng cho từ tiếp theo. Một bản viết là *oikourous*, có nghĩa là "ở nhà", nhưng một bản khác được ủng hộ nhiều hơn là *oikourgous*, có nghĩa là "người làm việc ở nhà" và bản NIV đi theo bản này, và dịch là *luôn bận rộn việc nhà*. RSV dịch là "lo việc nhà", có cùng một nghĩa [tương tự với *đảm đang việc nhà* của bản TTHĐ - ND]. Tuy nhiên, từ Hy Lạp thứ hai rất hiếm gặp và ý nghĩa thật sự của nó là gì thì ta không biết chắc. Trong bất cứ trường hợp nào, vị sứ đồ cũng đang nhấn mạnh điều mà ông đã phát biểu như một nguyên tắc trong câu trước, rằng phạm vi hoạt động của một phụ nữ trẻ đã lập gia đình là tại nhà.

Phẩm chất tiếp theo là *hiền thục*. Tính từ (*agathos*, "nhân từ") được dùng theo cùng một nghĩa ở Ma-thi-ơ 20:5. Việc người vợ phải *thuận phục chồng mình* là một quan điểm đã được sứ đồ Phao-lô diễn đạt ở những thư tín khác (Êph 5:22; Côl 3:18), và trong ba trường hợp này ông sử dụng một động từ (*hypotassō*) có nghĩa là "thuận phục".

Việc quan tâm đến cách hành xử, đặc biệt là lối sống ở trong gia đình, có một mục đích cụ thể về niềm tin đối với Cơ Đốc nhân, đó là *để đạo của Đức Chúa Trời không bị xúc phạm*. Việc thay thế một từ quen thuộc hơn là "danh" bằng từ "đạo" làm cho cụm từ này có ý nghĩa đặc biệt. Việc vi phạm những tiêu chuẩn Cơ Đốc này sẽ là sự phủ nhận "đạo" hay "tin lành" mà họ đã tuyên xưng rằng mình tin nhận. Sẽ là một sự sỉ nhục cho sứ điệp tin lành nếu một số phụ nữ, đã được tin lành giải phóng, lại lạm dụng chính sự tự do mới nhận được theo những cách không được chấp thuận trong xã hội hiện thời.

6. Sự tập trung giờ đây hướng về *các thanh niên*, trong trường hợp này này lời khuyên cho họ cũng là sự tự chủ. Tít phải *khuyên nhủ* họ biết *tự chủ*, một lời huấn thị mạnh mẽ hơn nhiều so với lời huấn thị được tìm thấy trong câu 1. RSV dịch là "nài nỉ" hay "thúc giục", nhấn mạnh nhu cầu cần những lời nhắc nhở thường xuyên về mặt đạo đức. Vì ý tưởng về sự tự chủ rất phổ biến trong các thư tín mục vụ cũng như chi phối đạo đức Hy Lạp, nên đôi khi người ta cho rằng lời khuyên được đưa ra như ở đây không có gì mang đặc trưng Cơ Đốc cả. Tuy nhiên, tự chủ theo nghĩa nghĩa Cơ Đốc chứa đựng tính chất khiêm nhường vốn không có trong các nhà đạo đức Hy Lạp. Thật ra, trong Tân Ước nó là một khái niệm căn bản của niềm tin.

7. Trong vai trò một người chăn bầy Cơ Đốc, Tít phải *phải gương mẫu trong các việc lành*. Từ *gương mẫu* (*typos*), cũng được áp dụng cho Ti-mô-thê trong 1 Ti-mô-thê 4:12, có nghĩa đen là sự đóng dấu khuôn rập, vì thế nó mang nghĩa ẩn dụ là một "gương mẫu". Những lời dạy của Tít sẽ không có chút trọng lượng nào nếu nó không không được chống đỡ bằng gương mẫu đời sống của ông, một nguyên tắc đã được minh họa đầy đủ trong lịch sử mục vụ Cơ Đốc. Việc thể hiện gương mẫu *trong mọi việc* là một đòi hỏi rất cao,[92] nhưng nếu không như vậy thì không xứng hợp làm một người chăn bầy Cơ Đốc.

Trong khi đến giờ, ánh đèn pha vẫn chủ yếu chiếu vào các hành động của Tít, thì giờ đây nó chuyển sang sự dạy dỗ của ông. Trật tự này rất quan trọng, gương mẫu đi trước sự dạy dỗ, nhưng sự dạy dỗ đi kèm phải là sự dạy dỗ cao quý. Có một câu hỏi là liệu từ được dùng cho chữ *dạy dỗ* ở đây (*didaskalia*) có nên được hiểu là "hành động dạy dỗ" hay là "nội dung sự dạy dỗ". Mặc dù có thể là cả hai, nhưng cách hiểu sau nhìn chung có vẻ phù hợp với bối cảnh hơn. Sự dạy dỗ đó được mô tả theo hai mặt, tức là bao hàm cả *trung thực* lẫn *nghiêm trang*. Từ đầu tiên (*aphthoria*) chỉ xuất hiện một lần trong Kinh Thánh tiếng Hy Lạp và biểu thị "tình trạng không bị vẩn đục" trong sự dạy dỗ, tương phản trực tiếp sự dạy dỗ sai lạc đang thịnh hành. Từ thứ hai (*semmotēs*) đã được gặp dưới hình thái trạng từ trong phần đặc điểm của các chấp sự và vợ các chấp sự (1 Ti 3:8, 11) và ở đây cũng yêu cầu

---

[92] Một số học giả (ví dụ như Dibelius-Conzelmann, Jeremias), liên kết *peri panta* với câu trước, khi xác định phạm vi sự điềm đạm, tự chủ cần phải được thể hiện.

tính nghiêm trang như ở hai câu Kinh Thánh trong 1 Ti-mô-thê. Nếu muốn những lời của người dạy dỗ được tôn trọng, thì người dạy phải dạy một cách nghiêm túc.

8. Cũng như việc không để cho cách dạy bị vẩn đục, thì nội dung nói cũng phải chân thật như vậy. Từ được dùng ở đây là *lời nói* (*logos*), phân biệt với từ được dùng cho sự dạy dỗ trong câu 7. Ở đây lời dạy phải không bị ai chỉ trích. Từ được dịch là *không bị ai chỉ trích* (*akatagnōstos*) không tìm thấy ở bất cứ chỗ nào khác trong Tân Ước. Sự dạy dỗ phải là sự dạy dỗ của một nhân cách mà *những kẻ chống đối phải hổ thẹn*. Tít phải cẩn trọng để không tạo dịp cho những sự chống đối leo thang chống lại chính ông và sự dạy dỗ của ông. Bằng đời sống và lời nói gương mẫu, ông có thể làm những kẻ chống đối phải hổ thẹn, vì họ sẽ thấy một sự tương phản quá đậm nét nếu họ còn nhạy bén với những thực tại thuộc linh. Phao-lô đưa ra lý do tại sao những kẻ chống đối sẽ cảm thấy hổ thẹn – *không thể nói xấu chúng ta điều gì*. Điều này không có nghĩa là họ sẽ không tìm được lời nào để xúc phạm người chăn bầy. Ý ở đây là người chăn bầy Cơ Đốc cần phải nhạy bén, không được tạo cơ hội hợp lý cho những người chống đối nói điều không tốt về mình. Từ được dịch là *xấu* (*phaulos*) có nghĩa là "vô giá trị", và được Phao-lô dùng hai lần đối lập với những gì đáng khen ngợi về mặt đạo đức (Rô 9:11; 2 Cô 5:10). Từ này được Tân Ước dùng cho cả người và vật, luôn theo nghĩa đạo đức.

c. Nô lệ (2:9–10)

Như khi viết cho Ti-mô-thê (1 Ti 6:1), thì giờ khi khuyên Tít cũng vậy, sứ đồ Phao-lô thấy cần phải giải quyết vấn đề nô lệ. Ông đặt ra những nguyên tắc tương tự chi phối mối liên hệ giữa các nô lệ và chủ, nhưng những lời huấn thị này có đôi chút khác biệt.

9–10. Điểm cần lưu ý là trong khi ở thư Ê-phê-sô và Cô-lô-se, Phao-lô khuyên giục các nô lệ cần phải vâng phục (*hypakouō*) chủ của mình, thì ở đây ông sử dụng động từ *hypotassō*, có nghĩa là "phục tùng". Từ sau mạnh hơn, có lẽ cho thấy một khuynh hướng ngày càng tăng về phía các nô lệ Cơ Đốc ở Cơ-rết đó là lạm dụng sự tự do mới tìm được trong Đấng Christ. Có lẽ lời huấn thị này áp dụng chủ yếu cho nô lệ có chủ là người Cơ Đốc như trong 1 Ti-mô-thê 6:2, vì không một nô lệ Cơ Đốc nào có thể đồng ý thuận phục những người chủ ngoại đạo nếu những thắc mắc thuộc về lương tâm bị đe dọa, vì hội thánh Cơ Đốc được nhận diện là đang ở giai đoạn đầu tiên.

Nô lệ phải *làm hài lòng* chủ của mình. Từ được sử dụng ở đây cho chữ "hài lòng" (*euarestos*) là một từ trong Tân Ước chỉ có Phao-lô sử dụng, ngoài Hê-bơ-rơ 13:21, nhưng ở những chỗ khác thì luôn luôn được dùng để nói về những điều làm hài lòng Chúa. Nếu các nô lệ Cơ Đốc có thể đưa vào đời sống mình một nguyên tắc cao trọng như thế này, thì những tội ác mà hệ thống nô lệ tạo nên sẽ được giảm thiểu và cho thấy năng quyền của Cơ Đốc giáo có thể biến cải những mối quan hệ khó khăn nhất. Lời cấm *không được bướng bỉnh*, bản NIV dịch là "không được nói lại" nhưng có lẽ phải được hiểu theo nghĩa rộng hơn là "chống đối". Cách dịch "không được bướng bỉnh" như của bản RSV [và bản TTHĐ - ND] toát lên được ý này.

Yêu cầu thứ ba là một đòi hỏi về sự chân thật có phần thẳng thắn hơn. Từ được dịch là *ăn cắp* (*nosphizō*) "là cụm từ thường dùng cho tội ăn cắp vặt" (Simpson), một tội mà các nô lệ thường hay bị cám dỗ. *Phải bày tỏ lòng trung thành trọn vẹn* cho thấy khía cạnh tích cực của sự thật thà, là điều phải luôn được bao hàm như một yếu tố của đức tin chân thật. Ngoài hai lần xuất hiện trong thư Hê-bơ-rơ, động từ *bày tỏ* (*endeiknymi*) chỉ được Phao-lô dùng để biểu thị việc cung cấp một bằng chứng.

Lời kết của câu 10 đưa ra nguyên tắc chủ đạo, nâng những lời huấn thị dành cho các nô lệ lên một tầm mức cao hơn nhiều so với đạo đức Hy Lạp đương thời. Nô lệ phải hành động theo cách *để trong mọi lãnh vực, đạo lý của Đức Chúa Trời, Cứu Chúa chúng ta, được rạng rỡ*. Từ Hy Lạp (*kosmeō*) được dùng ở đây nói về sự sắp đặt các viên đá quý sao cho vẻ đẹp của chúng trở nên trọn vẹn nhất (so sánh với Bernard), và ý đó được nhấn mạnh ở đây. Thông qua cách hành xử làm gương của người Cơ Đốc, nô lệ sẽ có năng quyền làm cho giáo lý Cơ Đốc trở nên nổi bật hơn và làm cho nó trở nên đẹp đẽ trong mắt của tất cả những người xem. Nguyên tắc như thế này không thể nào chỉ giới hạn cho các nô lệ mà thôi. Nó phù hợp cho Cơ Đốc nhân ở mọi lĩnh vực của đời sống. Từ *trong mọi lĩnh vực* (*en pasin*) được viết dạng giống đực trong tiếng Hy Lạp có lẽ với ý nghĩa là "giữa vòng tất cả mọi người", và điều này sẽ minh họa cơ hội cho các nô lệ tỏa lan lời chứng của họ đến mọi ngóc ngách của xã hội.

5. NỀN TẢNG THẦN HỌC CỦA NẾP SỐNG CƠ ĐỐC (2:11–3:7)

Sự kết nối gần gũi giữa phần này với phần phía trước minh chứng mối quan hệ giữa thần học và đạo đức trong Tân Ước. Câu nói gây ấn tượng mạnh này không chỉ chứa đựng một bản tóm tắt giáo lý Cơ Đốc nhưng còn nhấn mạnh sự không thể nếu chỉ đưa ra những lời khuyên cụ thể mà tách biệt khỏi chân lý chân thực của đức tin Cơ Đốc. Đưa ra nền tảng thần học cho hành động là một yếu tố mới mẻ trong đạo đức Cơ Đốc.

a. Năng quyền dạy dỗ của ân điển (2:11–15)

11. Giới từ liên kết *vì* minh chứng rằng câu trước trực tiếp dẫn đến câu này. Việc đề cập đến *Đức Chúa Trời, Cứu Chúa chúng ta* dẫn tới suy nghĩ về sự *cứu chuộc* và dẫn đến một câu văn rất súc tích giải thích về cả sự nhập thể lẫn sự chết thay. Cụm từ *ân điển cứu chuộc của Đức Chúa Trời* có thể được xem là từ khóa trong thần học của Phao-lô, và không có lý do gì để phủ nhận nghĩa đặc trưng nhất của Phao-lô ở đây. Ông không thể nghĩ về *sự cứu rỗi* Cơ Đốc tách rời khỏi *ân điển của Đức Chúa Trời* (so sánh với Êph 2:8), và khi ông chú tâm vào sự hành động của Chúa trong đời sống con người, ông không thể tìm một cụm từ nào khác đầy đủ hơn là cụm từ này, ân huệ miễn phí của Đức Chúa Trời qua Đấng Christ trong việc giải quyết tội lỗi của con người là ân huệ quý giá. Chính điều này làm cho sự nhập thể trở nên ý nghĩa.

Khi Phao-lô nói rằng ân điển của Đức Chúa Trời *đã được bày tỏ*, ông sử dụng một động từ (*epihainō*) mà ngoài sách Tít ra thì chỉ được dùng hai lần khác trong Tân Ước (Lu 1:79, một sự tương đồng ấn tượng với cách sử dụng hiện tại, và Công 27:20). Khi được dùng ở 3:4 theo nghĩa tương tự như ở đây, động từ này nói lên sự nhân từ và giàu lòng thương xót của Đức Chúa Trời. Danh từ cùng gốc (*epiphaneia*) trong các thư tín mục vụ là lời mô tả đặc trưng về lần đến thứ hai của Chúa.

Ta không biết rõ *dành cho mọi người* ở đây có được gắn với động từ *đã được bày tỏ*, hàm ý nói về tính phổ quát của sự bày tỏ này, hay không. Điều này nếu được hiểu theo nghĩa đen sẽ dẫn đến một khó khăn khi chúng ta thấy rằng nhiều người vẫn chưa được nghe về ân điển của Chúa. Người ta chỉ ra rằng danh từ *sōtērios* (cứu chuộc) đi trước tặng cách là một cụm từ kinh điển có nghĩa là "đem sự giải cứu đến cho" (Simpson), vì thế cụm từ *dành cho mọi người* tự nhiên thuộc về danh từ cứu chuộc và minh họa phạm vi phổ quát của sự cứu rỗi Cơ Đốc. Một cách giải nghĩa thay thế là hiểu chữ "mọi" theo nghĩa là "tất cả mọi tầng lớp".

12. Ân điển ở đây gần như được nhân cách hóa để thực hiện nhiệm vụ dạy chúng ta về nghệ thuật sống và, như thường thấy trong các thư tín mục vụ, sự chú ý được dồn về cả khía cạnh tích cực lẫn tiêu cực của một "nền giáo dục" Cơ Đốc. Chắc hẳn phải có một sự từ bỏ kép, thứ nhất là từ bỏ sự *không tin kính* (*asebeia*, tương phản với sự kêu gọi thường xuyên được lặp lại là hãy sống tin kính), và thứ nhì là sự từ bỏ *dục vọng trần gian* (*kosmikai epithymiai*), nghĩa là từ bỏ tất cả những ước muốn tập trung hoàn toàn vào hệ thống thế gian hiện thời. Trong khi từ Hy Lạp được dịch là *dục vọng* (*epithymia*) là một từ trung lập về mặt đạo đức, nhưng trong Tân Ước cách dùng của nó thường thấm nhuần một vết nhơ về đạo đức. Cũng vậy, *kosmikas* (*trần gian*) cũng không chứa đựng ý nghĩa gì về mặt đạo đức, nhưng trong Tân Ước nó thường chỉ một tầng ý nghĩa về đạo đức từ cách sử dụng danh từ *kosmos* để mô tả thế gian tách rời khỏi Đức Chúa Trời (ví dụ Gi 7:7; 1 Cô 1:21).

Những yếu tố tích cực, tiết độ, công chính và tin kính trong đời này đã được nhấn mạnh. Các lãnh đạo, các cụ ông lẫn những phụ nữ trẻ tuổi (Tít 1:8; 2:2,5) được đòi hỏi phải biết tự chủ, và không một tiêu chuẩn nào trong đó Tít được quyền miễn trừ. *Sống tin kính* có nghĩa là sống đúng theo đòi hỏi của Chúa, là một lý tưởng mà trước đó Phao-lô đã tự nhận rằng ông và những người đồng lao của ông đã sống đúng như vậy khi viết thư gửi cho người Tê-sa-lô-ni-ca (1 Tê 2:10). Yêu cầu thứ ba hoàn toàn đối lập với sự từ bỏ đầu tiên. Từ bỏ sự không tin kính thôi thì chưa đủ, cuộc đời chúng ta phải sống *một cách tin kính nữa*. Có lẽ ba trạng ngữ này thể hiện cách hành xử lý tưởng của người Cơ Đốc đối với chính mình, với người lân cận mình và với Đức Chúa Trời mình.

13. Câu 12 khép lại với việc nhắc đến *trong đời này* nhưng Cơ Đốc nhân cũng nhìn về tương lai nữa. Trong Tân Ước, *niềm hy vọng* không chỉ đơn thuần chỉ về điều mà chúng ta ao ước nhưng còn chỉ điều chắc chắn sẽ xảy ra. Nó là trạng thái chiếm hữu, hay là thứ của cải, đặc biệt đem lại niềm vui cho người Cơ Đốc, vì thế nó được mô tả là *phước hạnh*.

Nội dung *niềm hy vọng* được ban cho chính là *sự xuất hiện vinh quang của Đức Chúa Trời vĩ đại, cũng là Cứu Chúa chúng ta là Đức Chúa Giê-xu Christ*. Sức nặng của bản văn tiếng Hy Lạp nằm ở "sự xuất hiện vinh quang" (như trong bản RV). Từ *sự xuất hiện* (*epiphaneia*) đã được giải nghĩa trong câu 11, nhưng cách sử dụng từ này ở đây đòi hỏi chúng ta phải thảo luận thêm. Người ta cho rằng cả cụm từ này là một lời trích dẫn từ một bài tín điều hay một bài thánh ca (so sánh với Easton), rằng xuyên suốt cả phần này đi theo cách dùng từ của tôn giáo thờ hoàng đế (so sánh với Dibelius). Nhưng việc những cụm từ chẳng hạn như "Cứu Chúa của mọi người", "ân điển" và "sự hiện ra" đều là những phần trong ngôn ngữ thờ phượng hoàng đế lại chẳng chứng minh được điều gì trong bối cảnh này, nó vang vọng những cách nói hình thành nên một phần chất liệu của Cơ Đốc giáo nguyên thủy. Thật ra, những người ủng hộ cho một niên đại trẻ hơn của các thư tín mục vụ sẽ phải đương đầu với một khó khăn ở đây, bởi vì niềm hy vọng về ngày cuối cùng phản chiếu một thời kỳ rất sớm trong sự phát triển Cơ Đốc giáo. Việc cứ giữ quan điểm cho rằng niềm hy vọng sơ khai này vẫn cứ tồn tại lay lắt từ thế hệ trước đó trở đi là điều không thể chấp nhận được. Không có lý do gì để phủ nhận câu nói ở đây thật sự phản ánh một lập trường liên hệ đến giai đoạn sơ khai của Cơ Đốc giáo.

Những lời cuối cùng của câu này đã làm cho các nhà giải kinh đau đầu. Có hai cách dịch: "của Đức Chúa Trời và Cứu Chúa vĩ đại của chúng ta, là Đức Chúa Giê-xu Christ" (như bản NIV, RSV [câu này có thể viết lại là "của Đức Chúa Giê-xu Christ, là Đức Chúa Trời và Cứu Chúa vĩ đại của chúng ta", cách dịch này cũng gần tương tự với bản TTHĐ - ND]), hoặc là "của Đức Chúa Trời vĩ đại và Cứu Chúa Giê-xu Christ chúng ta" (như bản King James và phần chú thích bên lề của bản RV). Quyết định giữa hai cách dịch này dựa trên những cân nhắc khác nhau. Về mặt ngữ pháp, việc thiếu đi mạo từ trước từ "Cứu Chúa" ủng hộ cho cách dịch thứ nhất, mặc dù khuynh hướng bỏ đi mạo từ trong các thuật ngữ và trong tên riêng cũng làm giảm đi sức nặng của lập luận này. Những bản dịch đầu tiên đều hiểu câu này theo nghĩa thứ hai, trong khi đa số các giáo phụ Hy Lạp lại giữ cách hiểu đầu tiên. Về hai luồng bằng chứng này, thì cách hiểu thứ nhất có lẽ đáng tin cậy hơn cách hiểu thứ hai, nhưng cũng không thể hoàn toàn khẳng định. Về mặt giáo lý, thì ta phải ghi nhận rằng chỉ có ở đây, tính từ *vĩ đại* mới được áp dụng cho Đức Chúa Trời, và vì lý do đó mà tất cả lời tán tụng này phải được xem là độc nhất. Cũng cần phải ghi nhận rằng tính từ này thích hợp để nói về Đấng Christ hơn là nói về Đức Chúa Trời, vì sự vĩ đại của Đức Chúa Trời đã được thừa nhận rồi. Nó cũng sẽ không lấy đi khỏi Đức Chúa Cha sự vĩ đại tối thượng nếu tính từ này được áp dụng cho Đấng Christ. Thêm nữa, không có lý do nào để cho rằng sứ đồ Phao-lô sẽ không quy sự vĩ đại ấy cho Đấng Christ nếu ta theo cách giải nghĩa hợp lý nhất cho Rô-ma 9:5 (so sánh với Sanday và Headlam, Bruce, Metzger, Cranfield), hay, thật ra, nếu ông đang nghĩ đến ý nghĩa chung trong sự dạy dỗ của mình về ngôi vị của Đấng Christ. Cách sử dụng từ *sự xuất hiện*, là từ không bao giờ được dùng để nói về Đức Chúa Trời, càng thêm ủng hộ cho việc cả cụm từ này được quy cho Đấng Christ. Một yếu tố khác cũng ảnh hưởng đến một số nhà giải kinh là cách sử dụng "Đức Chúa Trời và Cứu Chúa" đương thời để chỉ về những đối tượng thờ phượng ngoại giáo. Cách gọi tương tự cũng được quy cho Ptolemies, ở đó chỉ về một chứ không phải hai vị thần (Moulton).[93] Điều này chí ít cũng cho thấy cách hiểu câu này giữa vòng những người chịu ảnh hưởng văn hoá Hy Lạp đương thời. Vì thế, nhìn chung bằng chứng dường như nghiêng về cách dịch của NIV/RSV [cũng như của bản TTHĐ - ND].

14. Tấm gương tự hy sinh của Đấng Christ giờ đây được nói đến một cách trực tiếp và những lời được sử dụng ở đây làm ta nhớ đến những lời của chính Đấng Christ trong Mác 10:45, ở đó Ngài nói chính mình là giá chuộc (*lytron*) (so sánh với phần giải nghĩa câu 1 Ti-mô-thê 2:6). Động từ được sử dụng ở đây là *lytroō* (*chuộc*), nghĩa đen là "viết một giấy biên nhận cho một giá chuộc" (Abbott-Smith). Dường như rất có thể ngôn từ ở đây được vay mượn từ Thi Thiên 129:8 (Bản Bảy Mươi), ở đó không chỉ chính động từ này nhưng cả cụm từ *khỏi mọi gian ác* cũng được tìm thấy, mặc dù là ở dạng số nhiều. Trong mệnh đề bổ nghĩa *là Đấng đã hi sinh vì chúng ta*, là một cụm từ hoàn toàn mang đặc trưng của Phao-lô (so sánh với Ga 1:4; 2:20), cách sử dụng giới từ *hyper* (như trong 1 Ti 2:6) cho thấy tính chất hy sinh trong hành động của Đấng Christ. Nó cũng cho thấy một khía cạnh thay thế khi xem xét mối liên hệ giữa nó ở đây với *lytroō* và sự tương đồng gần gũi ở 1 Ti-mô-thê 2:6.[94] Dựa trên nền tảng là sự xả thân này mà Ngài giải phóng con người thoát khỏi tội lỗi, không chỉ đơn thuần là "ra khỏi" (như *ek* trong Thi 129:8) nhưng "từ" (*apo*) theo nghĩa trọn vẹn nhất.

Một ẩn dụ khác, ẩn dụ về sự tinh luyện, được dùng để lột tả tác động của công tác mà Đấng Cứu Chuộc đã thực hiện. Điều này được giải thích theo những cách hiểu khác nhau như thánh hoá hay báp-têm (White giải thích nó căn cứ trên 3:5). Nhưng cách hiểu "sự thánh hóa" có lẽ phù hợp nhất trong bối cảnh này, bởi vì hành động thanh tẩy được chính Đấng Christ thực hiện. Thật ra, Ê-phê-sô 5:25–26, là phân đoạn cũng nối kết sự xả thân của Đấng Christ với công tác thánh hóa, chứa đựng cụm từ "dùng lời phán làm cho hội được tinh sạch, sau khi đã rửa bằng nước", là cụm từ mặc dù có sử dụng ngôn ngữ của lễ báp-têm nhưng rõ ràng nói đến một sự thanh tẩy bên trong chứ không phải bên ngoài.

Cụm từ *một dân thuộc riêng về Ngài* được dịch từ những chữ Hy Lạp *laos periousios*, lần đầu xuất hiện trong Xuất Ê-díp-tô Ký 19:5, có nghĩa là "một của báu lạ thường", nghĩa là một điều gì đó thuộc về một ai đó theo nghĩa

---

[93] *Grammar of New Testament Greek*, bộ 1, trg.84, So sánh với cũng xem N. Turner, *Grammatical Insights into the New Testament* (1965), 15–16.

[94] Mặc dù *hyper* thường có nghĩa là "thay mặt cho", đôi khi nó có thể có một nghĩa giới hạn hơn là "thay cho" (giống như *ante*). So sánh với ghi chú của Simpson về những trường hợp kinh điển của ý nghĩa giới hạn này (*The Pastoral Epistles*, 1954, 110–112).

đặc biệt. Trong bối cảnh hiện tại, thì những từ này là một sự chọn lựa đặc biệt để bày tỏ thái độ của Đấng Cứu Chuộc với người được cứu chuộc, mà đặc điểm chính của người được chuộc đã được nói là sốt sắng *làm các việc lành.* Phao-lô sử dụng từ *zelōtēs* (*sốt sắng*) trong Ga-la-ti 1:14 để nói về sự hào hứng của ông trong việc gìn giữ những truyền thống của tổ tiên mình, và mặc dù sự sốt sắng này được đặt không đúng chỗ, nhưng ông không bao giờ mất đi sự nhiệt thành và ở đây ông mường tượng đến cả một dân tộc được ghi nhận về lòng nhiệt thành được đặt đúng chỗ.

15. Câu này nói kết phần giáo lý hiện tại với những gì tiếp theo sau đó. Tít được bảo *con hãy dạy những điều đó,* có lẽ có nghĩa là tất cả những lời huấn thị cụ thể ở trong chương 2. Ngoài việc giảng dạy, thì người chăn bầy Cơ Đốc cũng phải làm hai việc là khuyên bảo và quở trách (so sánh với 2 Ti 4:2). Có người sẽ cần được khích lệ và có người sẽ cần được quở trách, nhưng dù nhu cầu là gì thì Tít cũng phải thực thi bằng *uy quyền* (*epitagē*). Từ này trong Tân Ước chỉ được tìm thấy ở các thư tín của Phao-lô và luôn có nghĩa là một mạng lệnh của Chúa. Ở đây, rõ ràng Phao-lô có ý muốn nói rằng người chăn bầy Cơ Đốc được ban cho thẩm quyền từ Chúa. Vì thế, Tít không cần phải sợ hãi khi thực thi thẩm quyền trên những người mà ông được giao phó. Có người chắc chắn sẽ *khinh dể* ông, nhưng ông phải chứng tỏ sự ấn chứng của Chúa trên chức vụ của mình (so sánh với 1 Ti 4:12).

b. Cách hành xử của Cơ Đốc nhân trong cộng đồng (3:1–2)

1. Cách hành xử của người Cơ Đốc trong xã hội đương thời là điều quan trọng nhất để tin lành được tấn tới. Những Cơ Đốc nhân Cơ-rết này không cần bất cứ lời khuyên nào mới mẻ cả bởi vì Tít phải *nhắc nhở các tín hữu phải tuân phục.* Động từ "tuân phục", mà theo quan điểm của Simpson là có chứa đựng sự thuận phục "một cách trung thành", cho thấy rõ ràng trách nhiệm của Cơ Đốc nhân đối với chính quyền dân sự. Chính những từ có tính chất mô tả này, *các người lãnh đạo và chính quyền,* đã được kết hợp chung với nhau vài lần trong các thư tín của Phao-lô, và thường nói về những tác nhân thuộc linh. Nhưng ở đây rõ ràng Phao-lô sợ rằng những người Cơ-rết khó kiểm soát có thể quá vội vàng kéo hội thánh vào trong những rắc rối chính trị, là điều chỉ có thể làm cho tin lành trở nên dễ bị ngờ vực hơn mà thôi. Động từ *peitharchō* trong tiếng Hy Lạp được dịch là *tuân phục* thể hiện một sự tuân thủ chung về những quy định của chính quyền dân sự.

Các Cơ Đốc nhân cần *sẵn sàng làm mọi việc lành* trong cộng đồng mà người ấy sống. Ở những nơi mà công dân tốt đòi hỏi phải thực thi những hành động chung, thì người ấy phải luôn có tinh thần hợp tác, miễn là lương tâm không phải lăn tăn gì cả.

2. Để hạn chế *xúc phạm* đòi hỏi rất nhiều ân điển, nhưng điều này lại giúp tin lành được khen ngợi nhiều. Cơ Đốc nhân phải *tránh gây gổ* (*amachos*), hạn chế xung đột, và *dịu dàng*, thực hành tính điều độ. Hai từ này đi kèm với nhau thành một cặp khi nói về những phẩm chất của các giám mục trong 1 Ti-mô-thê 3:3. Cụm từ *nhã nhặn với mọi người*, theo cách dịch của RSV, "thể hiện sự lịch thiệp hoàn toàn với mọi người", mặc dù từ *prautēs* dịch sát nghĩa là "mềm mại hoặc nhu mì" (Kelly dịch là "để tâm đến cách hành xử lịch thiệp"). Những phẩm chất này được thể hiện cách hoàn hảo qua cuộc đời của Chúa Giê-xu.

c. Sự ưu việt của tin lành so với ngoại giáo (3:3)

Như trong 2:11–15; ở đây trình bày một tuyên bố thần học nhằm ủng hộ cho những lời khuyên bảo vừa nêu.

3. Nếu Tít cảm thấy thất vọng về tâm tính của người Cơ-rết thì ông cần phải nhớ lại chính kinh nghiệm trong quá khứ của bản thân, vì việc nhớ lại thường ích lợi trong việc giúp chúng ta hiểu được tầm vóc to lớn của ân điển Đức Chúa Trời. Phương thức mô tả quá khứ là liệt kê ra một loạt những thói tật mà thoạt nhìn chúng ta thấy dường như có vẻ đã bị phóng đại, thế nhưng ở những chỗ khác, Phao-lô cũng đã sử dụng ngôn ngữ tương tự để nói về kinh nghiệm trước khi tin Chúa của những người mà ông đã dẫn đưa trở về với Chúa (so sánh với 1 Cô 6:9–11; 4:17–24). Khi sứ đồ Phao-lô nói *chúng ta trước đây cũng ngu muội* (*anoētos*), ông muốn nói rằng chúng ta từng không có sự hiểu biết về thuộc linh. Điều tiếp theo trong bản liệt kê là *không vâng phục*, nghĩa là không vâng phục Chúa, và *bị lừa dối*, từ này liên hệ đến con người. Từ *bị lừa dối* trong tiếng Hy Lạp (*planaō*) cho thấy một người hướng dẫn người ta đi sai lạc. Ẩn dụ về việc làm nô lệ sau đó được sử dụng để minh họa cho tình trạng trước kia của Cơ Đốc nhân là làm nô lệ cho *dục vọng* và *lạc thú*. Sự kết hợp này là điều phổ biến trong đạo đức Hy Lạp, nhưng đối với Cơ Đốc nhân khi nhìn lại tình trạng trước khi tin Chúa của mình thì sự kết hợp này sẽ càng ý nghĩa hơn là với các nhà đạo đức Hy Lạp (so sánh với sự kết hợp tương tự trong Gia 4:1, 2). Chỉ những người tự do mới đánh giá đúng mức sự khốn nạn của tình trạng nô lệ trước kia của mình. Câu *sống trong sự gian ác, đố kỵ* phản ánh bản chất chống đối của đời sống cũ, vì cả hai từ này đều nhấn mạnh tính thâm hiểm. Cao trào được thể hiện qua những từ kết thúc *đáng ghét và coi thường nhau*. Từ đầu tiên trong hai từ (*stygētoi*) chỉ được tìm thấy ở đây trong Kinh Thánh tiếng

Hy Lạp và nó có nghĩa là "ghê tởm", "đáng ghét". Đi kèm với việc ghét nhau, nó cũng cho thấy sự thù ghét nhanh chóng sinh sôi nảy nở làm sao.

d. Sự hiện ra và công tác của Đấng Cứu Thế (3:4–7)

4. Giữa bức tranh đen tối này, tình yêu của Đức Chúa Trời chiếu rạng qua tin lành, và điều này được mô tả qua hai lối. Từ có tính chất mô tả đầu tiên, *lòng khoan dung* (*chrēstos*), là một từ trong Tân Ước chỉ có mình Phao-lô sử dụng, và thường được dùng để nói về lòng nhân từ của Đức Chúa Trời, mặc dù nó cũng được sử dụng cho con người (2 Cô 6:6). Từ thứ hai *nhân ái* (*philanthrōpia*) thường được dùng để nói về tình yêu thương đối với những cá nhân đang gặp đau buồn, nhưng khi ám chỉ tình yêu thương của Đức Chúa Trời, nó diễn đạt tình yêu dành cho nhân loại nói chung. Trong Công Vụ Các Sứ Đồ 28:2, từ này được dùng để nói về sự tử tế của con người. Người ta cũng cho rằng ở đây từ này có thể cũng được áp dụng đặc biệt cho sự chuộc lại những người bị cầm tù (so sánh với Lock).

Một số người thấy ở đây một sự vay mượn ngôn ngữ từ tôn giáo thờ hoàng đế và cho rằng mối liên kết giữa *Đức Chúa Trời* và *Cứu Chúa chúng ta* có thể được sử dụng để tương phản trực tiếp với những lời tự xưng một cách sai lạc của các hoàng đế La Mã. Nhưng việc áp dụng chính danh xưng ấy cho Chúa Giê-xu Christ ở câu 6 cho thấy rằng danh xưng này bắt nguồn trực tiếp từ kinh nghiệm được cứu chuộc của người Cơ Đốc. So sánh 2:11 để thấy cách sử dụng động từ này *được bày tỏ* (*epiphainō*). [Cụm từ *Ngài cứu chúng ta* được bản NIV và đa số các bản dịch khác xem là phần mở đầu của câu số 5 thay vì phần kết câu 4 như trong bản TTHĐ - ND].

5. Tiếp theo, dường như vị sứ đồ trích dẫn từ một bài thánh ca Cơ Đốc được thể hiện qua công thức ở phần mở đầu câu 8. Jeremias nghĩ có thể điều này tạo nên một phần của bài thánh ca báp-têm, và đây không phải là điều không thể khi xem xét cụm từ *việc thanh tẩy của sự tái sinh*. Câu phủ định *không phải bởi việc công chính chúng ta đã làm* qua cách tương phản nhắm tới việc làm nổi bật bản tính thương xót tuyệt đối của Chúa trong cụm từ tiếp theo. Bản RSV dịch từ tiếng Hy Lạp có phần tốt hơn: "không phải bởi những việc chúng ta đã làm trong sự công chính". Từ được dịch là *công chính* (*dikaiosynē*) ở đây diễn đạt sự tuân giữ luật pháp Môi-se, hoàn toàn phù hợp với cách sử dụng chung của Phao-lô. Vị sứ đồ ý thức sâu xa rằng con người nỗ lực để đạt sự cứu rỗi là điều không thể. Chính Đức Chúa Trời là Đấng đã đem đến sự cứu chuộc *bởi lòng thương xót của Ngài*. Đây là chủ đề mà vị sứ đồ không bao giờ mệt khi nói đến.

Cụm từ *qua việc thanh tẩy của sự tái sinh* đã được các nhà giải kinh thảo luận rất nhiều. Từ *loutron* đã được bản King James, RV, RSV, NIV dịch là "sự rửa", nhưng phần ghi chú bên lề của bản RV có ghi "chậu rửa". Trong Bản Bảy mươi, từ này chỉ xuất hiện ba lần (Nhã 4:2; 6:5 và Truyền 31:25), dường như trong mỗi trường hợp không chỉ đại diện cho cái chậu rửa mà cho chính việc rửa. Đây cũng chính là ý nghĩa trong chỉ một lần xuất hiện khác nữa trong Tân Ước là Ê-phê-sô 5:26, "dùng nước và lời Ngài thanh tẩy". Hầu hết các nhà giải kinh xem việc thanh tẩy này là nói về lễ báp-têm và nối kết *palingenesias* (ở đây dịch là *sự tái sinh*) với Giăng 3:5. Từ này trong tiếng Hy Lạp là một từ vốn thịnh hành trong chủ nghĩa khắc kỷ lúc bấy giờ để nói về những sự phục hồi theo chu kỳ thế giới tự nhiên, một nghĩa gần giống với cách sử dụng của từ này ở một chỗ khác duy nhất trong Tân Ước (Mat 19:28) khi nó được sử dụng theo nghĩa sự tận chung để nói về sự tái sinh của cả cõi tạo vật. Nhưng ở đây nó mang lấy một ý nghĩa mới khi nhìn dưới góc độ sự tái sinh của Cơ Đốc nhân, là điều không được áp dụng theo nghĩa cả cõi vũ trụ mà theo nghĩa cá nhân. Nó phù hợp với ý niệm về sự tạo dựng mới (2 Cô 5:17), mỗi người tin đều được xem là một người sở hữu những năng lực mà trước đây không hề được biết đến.

Sự đổi mới của Đức Thánh Linh định rõ sự đổi mới đi kèm với *sự tái sinh*. Một cái chỉ hành động bước vào, trong khi cái còn lại đánh dấu chất lượng của đời sống mới. *Đổi mới* cho thấy cả một tiến trình "làm nên mới" chứ không chỉ cho thấy sự phục hồi những năng lượng trước đó. Thông qua công tác của Thánh Linh, người tin Chúa sống ở một tầm thước cao hơn trước kia (so sánh với Rô 12:2 để đọc cùng một ý tưởng nói về sự đổi mới tâm linh). Câu này có sự tương đồng về mặt dữ kiện với câu 1 Cô-rinh-tô 6:11. Dù vậy, một số học giả lại rút ra một điểm khác biệt giữa quan niệm của Phao-lô rằng báp-têm là một ấn chứng cho hành động của đức tin và quan điểm của tác giả các thư tín mục vụ rằng bản thân báp-têm đã chứa đựng sự linh nghiệm. Những người giữ quan điểm này thấy đây là một bước tiến về phía niềm tin thánh lễ mà những hội thánh như thế thường có cách đánh giá về lễ báp-têm một cách rất diệu kỳ (so sánh với Scott). Thế nhưng quan điểm như thế mở ra những tranh cãi dựa trên nền tảng đó là cả phân đoạn này là nhằm phô bày sự vĩ đại của ân điển Đức Chúa Trời, và nhiều chi tiết, chẳng hạn như việc sở hữu đức tin cá nhân bị bỏ đi nhằm phục vụ cho mục đích ấy. Trong phân đoạn 1 Cô-rinh-tô cũng không đề cập gì đến đức tin, nhưng ở đó chắc chắn Phao-lô không thay lễ báp-têm bằng đức tin, bởi Rô-ma 6:2–4 không ủng hộ cho sự thay thế đó. Vì thế, dường như không có lý do gì để cho rằng cụm từ nói đến *sự thanh tẩy* hiện tại không liên hệ gì đến đức tin.

Có hai cách khả dĩ để phân tích nửa thứ hai của câu này. *Sự tái sinh* và *sự đổi mới* có thể được xem là những hoạt động riêng biệt, hay cả hai đều lệ thuộc vào *sự thanh tẩy* và vì thế sẽ mô tả những khía cạnh khác nhau của cùng một hoạt động. Nhưng bởi vì sự tái sinh phải luôn đi trước tiến trình đổi mới và vì không chỗ nào khác mô tả sự đổi mới là sự thanh tẩy, nên cách giải nghĩa thứ nhất hợp lý hơn. Ta cũng cần ghi chú rằng "sự thanh tẩy" trong bối cảnh này là một biểu tượng chứ không phải là phương tiện thanh tẩy tội lỗi.

6. Sự tuôn đổ Đức Thánh Linh là sự hồi tưởng trực tiếp sự kiện lịch sử tại Lễ Ngũ tuần (Công 2:33) bởi vì cùng một động từ *tuôn đổ* (*ekcheō*) được sử dụng trong mỗi trường hợp. Thì bất định của động từ cũng chỉ về sự kiện lịch sử này, nhưng rõ ràng nó nói trực tiếp hơn đến Phao-lô và sự kinh nghiệm Đức Thánh Linh của những người đồng lao của Phao-lô, như từ *trên chúng ta* thể hiện. Khi vị sứ đồ nhấn mạnh rằng Đức Chúa Trời tuôn đổ Thánh Linh của Ngài một cách *dồi dào* thì ông sử dụng một từ (*plousiōs*) có nghĩa đen là "phong phú" (như cách dịch của bản RSV, xem Côl 3:16 và 1 Ti 6:17), để cho thấy rằng Đức Chúa Trời không hề keo kiệt trong sự ban cho Đức Thánh Linh. Đấng trung bảo của sự ban cho quý báu này là *Đức Chúa Giê-xu Christ, Cứu Chúa chúng ta*, phù hợp với niềm tin Cơ Đốc từ thuở ban đầu (Công 2:33). Trong những câu này có một sự trình bày rõ ràng về giáo lý Ba Ngôi (so sánh với Spicq), mặc dù một số học giả tranh luận điều này (so sánh với Hanson, Holtz).

7. Không thể phủ nhận đặc trưng của Phao-lô ở những từ tiếp theo - *để chúng ta nhờ ân điển Ngài mà được xưng công chính* (so sánh với Rô 3:24). Tuy nhiên, một số học giả đã tranh cãi rằng *được xưng công chính* hoặc *ân điển*, chỉ một trong hai chữ đó ở đây là được dùng theo nghĩa của Phao-lô, dựa trên cơ sở đó là sự xưng công chính trong bối cảnh này là kết quả của sự báp-têm, trong khi "ân điển" thì mang nghĩa là "năng quyền". Thế nhưng trong một câu trình bày súc tích về tin lành như vậy thì không có lý do gì để cho rằng tác giả muốn nói sự xưng công chính đến sau lễ báp-têm, vì điều này sẽ làm cho ám chỉ về sự thanh tẩy nổi bật lên một cách không có gì đảm bảo. Sẽ dễ hiểu hơn khi cho rằng *được xưng công chính* là sự mở rộng của câu trước đó *Ngài cứu chúng ta* (c.5), qua đó mệnh đề mở đầu bằng *hina* (*để chúng ta trở nên người thừa kế*) lệ thuộc vào. Ý của phần đề cập đến sự xưng công chính này đó là tất cả những ai được xưng công chính đều có thể hy vọng sẽ được thừa kế, và rõ ràng Phao-lô sẽ đồng ý với một câu trình bày như thế (so sánh với Ga 3, bắt đầu bằng sự xưng công chính, 3:11, và kết thúc bằng sự thừa kế, 3:29).

Người thừa kế chưa phải là người sở hữu theo nghĩa trọn vẹn nhất, vì *niềm hy vọng về sự sống đời đời* cho ta thấy điều đó. Bản Hy Lạp có giới từ *kata* ("theo niềm hy vọng"). Cả cụm từ này chuyển tải ý nghĩa về một sự đảm bảo chắc chắn (so sánh với phần giải nghĩa ở 2:13), dựa trên nền tảng đó người tín hữu đã được xưng công chính có thể hướng về sự kiện người ấy được sở hữu cơ nghiệp của mình hoàn toàn. Những lời ở đây không hề loại trừ việc sở hữu *sự sống* trong hiện tại, nhưng đúng hơn là đang mong đợi hiện thực trọn vẹn của sự sống ấy (so sánh với phần giải thích cụm từ tương tự trong 1:2). Sở hữu cách *sự sống đời đời* có thể được gắn với hoặc là *niềm hy vọng*, hoặc là *người thừa kế*. Trong trường hợp đầu tiên, nó cho thấy nội dung của niềm hy vọng, còn trong cách hiểu thứ hai thì nó mô tả của thừa kế. Dường như cách hiểu đầu tiên phù hợp với văn cảnh hơn.

6. LỜI NHẮC NHỞ CUỐI CÙNG (3:8–11)

a. Về việc lành (3:8)

8. *Lời chắc chắn* ắt hẳn liên hệ đến phần trình bày thần học ở phía trước (câu 4–7), đây có thể được xem là một bản tóm tắt thần học của Phao-lô. Như Simpson đã nói rất hay: "Nguyên tắc căn bản cấu thành không phải là chương trình 'làm thì được' nhưng là chương trình 'nhận thì có'". *Những điều đó* mà Tít phải *nhấn mạnh* không phải là lễ báp-têm và sự thánh hóa của nó, mà là tất cả những điều đã được kể trong phần trước của thư Tít. Lời khuyên các tín hữu cần *chú tâm vào việc lành* ủng hộ cho cách hiểu này. Động từ được dịch là *nhấn mạnh* (*diabebaioomai*) được sử dụng để nói về các giáo sư giả mà Ti-mô-thê phải xử lý (1 Ti 1:7). Họ quả quyết điều mà chính họ cũng không hiểu, nhưng Tít hay bất cứ người chăn bầy chân thật nào đều không được như vậy.

Những lời xác nhận này phải đặc biệt hướng đến *những ai đã tin Đức Chúa Trời*, vì đức tin chân thật là một nền tảng không thể thiếu cho việc chỉ dẫn đúng đắn cho nếp sống. Mục tiêu cụ thể là khích lệ các tín hữu phải tập chú, nghĩa là có cách tiếp cận cẩn trọng đối với việc lành. Từ được dịch là *chú tâm* (*proistamai*) thường có nghĩa là "đặt trước mặt", mà ở dạng trung tính như ở đây có nghĩa là "sốt sắng trong việc". Nó có thể mang nghĩa "làm những công việc thật thà" (như trong phần ghi chú bên lề của bản RV). Tuy nhiên, cách hiểu này đòi hỏi phải hiểu từ *việc* lành theo một nghĩa khác so với cách dùng trong các thư tín mục vụ, vì thế sẽ ít hợp lý hơn (so sánh với Lock).

b. Về giáo sư giả (3:9–11)

9. Vì vị sứ đồ đã giải quyết chuyện các giáo sư giả ở Cơ-rết ở 1:10–16, nên việc ông quay trở lại chủ đề đó có thể cho thấy mối quan tâm đặc biệt của ông về khía cạnh này của Cơ Đốc giáo tại Cơ-rết. Ông cũng làm điều này ở 1 Ti-mô-thê (so sánh với 1:4 trở đi và 6:4). Ở đây, đặc tính Do Thái giáo của tà giáo Cơ-rết được nói đến một cách rõ ràng hơn là ở phần đề cập đến tà giáo phía trước. Bất chấp điều đó, một số học giả vẫn cho rằng sự dạy dỗ này mang đặc điểm của Trí huệ giáo, nhưng điều này dựa trên giả định rằng "những vấn đề gia phả" phải được hiểu theo nghĩa Trí huệ giáo (xin xem phần giải thích ở 1 Ti 1:4).

Sự kết hợp *những cuộc tranh cãi* với *những vấn đề gia phả* cũng được tìm thấy ở 1 Ti-mô-thê 1:4, cho thấy rằng có một sự tương đồng rõ rệt giữa tình huống ở Cơ-rết và tình huống ở Ê-phê-sô. Tính từ *dại dột*, cũng gắn liền với "những tranh luận điên dại" trong 2 Ti-mô-thê 2:23, một lần nữa nhấn mạnh tính chất điên dại thường thấy giữa vòng những người được gọi là giáo sư này. Hai từ khác xuất hiện ở đây cũng là điểm chung ở cả hai tình huống; *tranh luận* (*ereis*) như trong 1 Ti-mô-thê 6:4 và *cãi cọ* (*machas*) như trong 2 Ti-mô-thê 2:23, ở đó nó là sản phẩm của những chất vấn. Chủ đề của những *sự cãi cọ* này là luật pháp, chắc hẳn có ý nói đến Luật Môi-se.

Những điều này Tít phải *tránh*, từ *peristamai* nghĩa đen là quay mặt mình ngược lại để hướng về hướng khác (so sánh với 2 Ti 2:16, nó cũng được dùng theo nghĩa tương tự). Lý do căn bản được đưa ra cho việc tránh ấy là sự vô ích và không có lợi của tà giáo. Tất cả những ai đảm nhận vị trí chăn bầy đều phải ghi nhớ điều này.

10. Từ Hy Lạp *hairetikos* được dịch là *kẻ gây bè phái* khác biệt về mặt ngữ nghĩa so với từ tiếng Anh "heretic" (kẻ tà đạo) xuất phát từ chữ Hy Lạp ấy. Chỉ sau này thì nó mới chứa đựng ý nghĩa theo hình thức thuật ngữ chuyên biệt là "một người đi theo giáo lý sai lạc". Ở đây nó nói về một người bởi quan điểm của mình cổ súy cho sự chia rẽ. Một động từ khác *paraiteomai* (*lánh xa*) giờ đây được sử dụng để nói về sự tránh. Đây là một thuật ngữ không rõ ràng (so sánh với 1 Ti 4:7), không chuyển tải ý dứt phép thông công, nhưng có nghĩa đơn thuần là "rời khỏi căn nguyên". Cách tiếp cận đầu tiên đối với những giáo sư giả này là thông qua việc cảnh báo (*nouthesia*, một từ trong Tân ước chỉ được Phao-lô dùng, đối chiếu 1 Cô 10:11 và Êph 6:4). Tính khoan dung được tán thành ở đây vô cùng ấn tượng, chỉ sau khi đã cảnh báo lần thứ ba thì hành động nghiêm khắc hơn là tránh xa mới được thực hiện.

11. Tuy nhiên, nếu hành động này dường như khá khắc nghiệt thì Tít phải nhận ra rằng sự cứng đầu của người đó là bằng chứng cho thấy một tâm trí sai lầm. Tội được nói đến ở đây chắc hẳn phải được hiểu trong ánh sáng của câu trước, nghĩa là ước muốn làm tăng sự chia rẽ. Đấu với những người có tâm trí méo mó là vô ích, và không cần phải kết án họ vì họ đã tự kết án mình rồi. Tuy nhiên, việc được nói đến ở đây dường như không hẳn là hành động tự kết án mình một cách chủ đích, là điều hiếm khi được chấp nhận, nhưng là sự thật đó là hành động tội lỗi và sai lầm cuối cùng sẽ tự động lên án kẻ làm những hành động ấy.

7. NHỮNG VẤN ĐỀ CÁ NHÂN VÀ KẾT THƯ (3:12–15)

Như thường thấy trong các lá thư của mình, sứ đồ Phao-lô kết thư bằng những ám chỉ cá nhân. Thật ra, phần này mang đậm nét đặc trưng của Phao-lô đến nỗi những người ủng hộ một hình thức giả thiết mảnh ghép nào đó thường tính phần này vào trong một những phần chân thực của thư tín.[95]

12. Rõ ràng *A-tê-ma* hoặc *Ty-chi-cơ* đã phải thế chỗ cho Tít ở Cơ-rết trong lúc Tít vắng mặt. Chúng ta không biết gì về A-tê-ma, nhưng có vẻ Ty-chi-cơ là đồng lao thân cận của Phao-lô, và theo 2 Ti-mô-thê 4:12, vị sứ đồ đã cử Ty-chi-cơ đến Ê-phê-sô để phụ Ti-mô-thê (so sánh với phần giải thích ở 2 Ti 4:12).

Có một số thành phố tên là *Ni-cô-pô-li* (thành chiến thắng) được lập ra để kỷ niệm một cuộc chinh phạt nào đó. Chúng ta không rõ *Ni-cô-pô-li* muốn nói đến ở đây là thành nào, nhưng người ta thường cho rằng đó là thành phố Ni-cô-pô-li ở Epirus, mặc dù không có bằng chứng nào khác cho thấy Phao-lô đã đến Epirus. Cả ở đây lẫn ở 2 Ti-mô-thê 4:21 đều có nhắc đến kế hoạch cho mùa đông của Phao-lô và ở mỗi trường hợp ông đều thúc giục những người đồng lao của mình hãy cố gắng hết sức để đến với ông.

13. Ngoài ở đây ra, ta không biết gì khác về *luật sư Xê-na*, nhưng chúng ta đã gặp A-pô-lô một vài dịp (cả ở Công Vụ Các Sứ Đồ và 2 Cô-rinh-tô). Từ *luật sư* (*nomikos*) có thể được sử dụng để nói về thầy dạy luật Do Thái hoặc La Mã. Các sách Phúc Âm có vẻ như ủng hộ cho cách hiểu đầu tiên (đó là Luật Môi-se), nhưng bởi vì *Xê-na* là cái tên Hy Lạp, nên có lẽ đúng hơn khi hiểu là ở đây đang nói đến luật La Mã.

---

[95]Xin xem Dẫn nhập, 32.

Tít phải *lo liệu* cho hai người này *khi họ ra đi*. Không nhất thiết phải cho rằng cả Xê-na và A-pô-lô đều đang ở Cơ-rết, mặc dù đó có thể là giả định tự nhiên nhất. Có lẽ Tít đã mong đợi được gặp họ trên đường ông đi đến Ni-cô-pô-li. Nhưng bởi vì ông phải xem *họ có thiếu thứ gì* không, nên điều này có thể cho thấy rằng ông đang ở vị trí phải cung cấp sự hỗ trợ về mặt vật chất. Nếu vậy thì tốt hơn là nên cho rằng cả hai người ấy đang thực hiện một chuyến thăm đến Cơ-rết, và rằng sứ đồ Phao-lô muốn đảm bảo Tít có sự hiếu khách đầy đủ khi tiếp đón họ.

14. Sau những lời chỉ dẫn cụ thể dành cho Tít, một thuấn thị chung dành cho *anh em tín hữu chúng ta* được thêm vào. Rõ ràng các Cơ Đốc nhân Cơ-rết nói chung đang được nói đến ở đây, vì những người này cần phải *chú tâm vào việc lành*. Đây là sự nhấn mạnh của những gì đã được nói đến ở câu 8.

Khía cạnh ứng dụng của Cơ Đốc giáo ở đây đã trở thành tiêu điểm sống động. *Nhu cầu cấp bách* [bản NIV dùng "những điều thiết yếu hằng ngày" - ND] có thể được hiểu là đang nói đến hoặc là những cảnh túng quẫn hoặc những nhu cầu. Cách hiểu khả dĩ nhất là cách đầu tiên, là cách hiểu mà RSV đi theo, "để cứu giúp những trường hợp có nhu cầu cấp bách". Tất cả những người gắn bó trong công tác thương xót không bao giờ phải sợ rằng họ sẽ *không kết quả*.

15. Không có cách nào để xác định *pantes* (*tất cả*) những người gửi lời chào ở đây là ai. Nhưng việc nối kết những người cùng làm việc với chính ông ở phần kết là một đặc trưng của Phao-lô, mặc dù ta không tìm được ở chỗ nào khác cùng hình thức dùng từ như ở đây.

Lời mô tả *những người yêu thương chúng ta trong đức tin* mang đến cảm nhận gần gũi nhất trong phần lời chào mà nếu không có cụm từ này sẽ trở nên vô cùng mơ hồ. Sự thiếu vắng mạo từ trước chữ đức tin có thể có nghĩa là *en pistei* không nên được hiểu là nói đến đức tin Cơ Đốc, nhưng có lẽ được hiểu là "một cách trung tín".

Lời chúc phước cuối cùng giống hệt với lời chúc phước của 1 và 2 Ti-mô-thê, ngoại trừ việc thêm vào chữ *tất cả*, tạo nên sự song đối với chính từ này ở phần mở đầu của câu Kinh Thánh.

Phụ lục
Xem xét những lập luận về ngôn ngữ chống lại tính chân thực của các thư tín mục vụ

Bài luận sau đây chủ yếu xem xét những tranh luận cụ thể của P. N. Harrison trong quyển *The Problem of the Pastorals*. Phần thảo luận về ngôn ngữ bao gồm bốn khía cạnh khác nhau: (1). Vấn đề Từ độc hiện; (2). Vấn đề những từ không mang đặc trưng của Phao-lô nhưng có điểm chung với các sách Tân Ước khác; (3). Vấn đề những từ hoặc nhóm từ mang đặc trưng của Phao-lô lại không thấy xuất hiện trong các thư tín mục vụ; (4). Vấn đề những khác biệt ngữ pháp và văn phong.

Trước khi xem xét rất nhiều bằng chứng mà Harrison đã sắp đặt một cách khéo léo dưới những tiêu đề này, một dấu chỉ sơ bộ cho thấy những kết luận mà ông sẽ đưa ra. Bằng cách trước nhất đưa ra sự so sánh giữa những hiện tượng ngôn ngữ trong các thư tín mục vụ với mười thư tín khác của Phao-lô, ông xem những khác biệt này là quá lớn nên phải loại trừ khả năng chúng ra từ cùng một cái đầu. Sau đó ông so sánh các thư tín mục vụ với những áng văn chương của thế kỷ thứ hai chủ yếu lấy từ các tác phẩm của các giáo phụ sau thời kỳ các sứ đồ và các nhà biện giáo, nhưng cũng xem xét những tác giả thế tục sẵn có thời bấy giờ, và kết luận rằng bằng chứng ấy chứng minh các thư tín mục vụ mang đặc trưng của thế kỷ thứ hai. Vì thế, cách phê bình này có hai hướng và bất cứ cách đánh giá đầy đủ nào về nó cũng đều phải đi theo cả hai hướng tấn công này.

1. Vấn đề Từ độc hiện (Từ vị chỉ xuất hiện một lần - Hapax)

Vấn đề này đã được thảo luận rất nhiều và được mô tả một cách rất thích hợp như là "Trận chiến Từ độc hiện". Bất kỳ nhà giải kinh nào dù muốn kiệm lời đến đâu đi nữa thì vẫn không thể bỏ qua vấn đề này. Điều đó cho thấy vấn đề này đã được nhấn mạnh nhiều như thế nào. Nó chỉ đơn thuần là vấn đề tính toán nhằm cho thấy rằng số lượng Từ độc hiện trên một trang ở các thư tín mục vụ nhiều hơn đáng kể so với số lượng Từ độc hiện trong bất cứ thư tín nào khác của Phao-lô. Tỷ lệ Từ độc hiện ở tất cả mười thư tín khác của Phao-lô ở vào khoảng 3,3 đến 6,2 trên một trang, thì tỷ lệ này ở các thư tín mục vụ là từ 12,9 cho đến 16,1. Harrison một mặt tuyên bố rằng sự gia tăng bất thường này không thể xem là đến từ cùng một bộ não, và mặt khác ông cho rằng các con số Từ độc hiện của các thư tín mục vụ có thể tương đồng với tỷ lệ ở các giáo phụ thời kỳ sau các sứ đồ, rằng các thư tín này vì thế phải thuộc về giai đoạn thế kỷ thứ hai. Nhưng có những cơ sở để chúng ta phê bình cả kết luận này lẫn phương pháp suy ra kết luận ấy.

a. Phương pháp đếm số lượng từ trên một trang

Phương pháp này lần đầu tiên được Workman[96] sử dụng để thảo luận về các thư tín mục vụ, chính ông đã đưa ra một bản so sánh với các vở kịch của Shakespeare. Những sự so sánh này cho thấy mức độ thay đổi từ 3,4 đến 10,4 từ một trang, nhưng Harrison lại sử dụng dữ liệu này để chứng minh rằng các tác phẩm của Shakespeare, khi được sắp xếp theo chuỗi tỷ lệ Từ độc hiện tăng dần, đã hình thành một cấp số chung tương đồng về hình thức với những thư tín đã được công nhận là của Phao-lô. Nhưng ông không chỉ ra rằng thái cực thấp nhất và cao nhất xuất hiện trong các vở kịch, theo cách tính niên đại của Dowden, chỉ cách nhau có một năm. Rõ ràng từ vựng của Shakespere có thể thay đổi đáng kể trong khoảng thời gian rất ngắn. Cũng cần quan sát thêm rằng người ta phải chấp nhận tỷ lệ Từ độc hiện ở những tác phẩm hiện có của Shakespeare (37 vở kịch), tỷ lệ Từ độc hiện 10,4 trên một trang trong vở kịch Hamlet được xem là một tỷ lệ cao đáng chú ý so với tỷ lệ được trích dẫn ở trên khi so sánh giữa các tác phẩm của Phao-lô với các thư tín mục vụ. Vì số lượng các tác phẩm hiện có được đem ra so sánh càng nhiều, thì khả năng những từ lạ được lặp lại càng lớn.

---

[96]"The *Hapax Legomena* of St. Paul', *ExpT* 7 (1896), 418–419.

Những tương đồng khác về mặt văn chương cũng được trích dẫn để cho thấy tính chất sai lầm trong bất cứ diễn giải nào rút ra từ một phương pháp như thế này. Chẳng hạn, tỷ lệ Từ độc hiện của Cicero đã được cho thấy là chứa đựng những mức độ biến đổi đáng lưu ý trong những thể loại khác nhau của những tác phẩm hiện có của ông, dao động từ bốn Từ độc hiện một trang trong những tác phẩm hùng biện sang 25 Từ độc hiện một trong trong những tác phẩm triết học của ông. Trong trường hợp này,[97] rõ ràng là có sự tác động chủ quan trên phạm vi từ vựng và ta không thể đưa ra bất cứ phỏng đoán nào dựa trên một nhóm tác phẩm duy nhất để cho thấy những biến đổi về mặt từ vựng mà người ta có thể mong đợi ở những những tác phẩm khác. Nói tóm lại, nghệ thuật văn chương thì không thể bị thu hẹp lại trong một phương trình toán học.[98]

b. Những tương đồng với thế kỷ thứ hai

Giờ đây sự tập trung được dành cho lý luận của Harrison khi cho rằng tác giả của các thư tín mục vụ không chỉ khác về mặt từ vựng với Phao-lô mà còn nói thứ ngôn ngữ của thế kỷ thứ hai. Nếu luận điểm này được chứng minh, thì rõ ràng tính xác thực về tác quyền của Phao-lô là không thể. Giả định thúc đẩy ông bắt đầu nghiên cứu của mình[99] đó là tất cả các từ không mang đặc trưng của Phao-lô và không mang đặc trưng của Tân Ước được dùng trong các thư tín mục vụ và cũng được tìm thấy trong các giáo phụ thời kỳ sau các sứ đồ và các nhà biện giáo cho thấy rằng tác giả đã sa đà vào ngôn ngữ của chính thời kỳ ông sống, có nghĩa là thế kỷ thứ hai. Nhưng điều này chứa đựng một giả định bất thường. Nó cho rằng các Từ độc hiện của các thư tín mục vụ không thể nào là Từ độc hiện của thế kỷ thứ nhất bởi vì không một trước giả Tân Ước nào khác từng dùng như thế. Trong khi đúng là một số từ này đã được các giáo phụ sau thời kỳ các sứ đồ sử dụng, nhưng Harrison cũng không đưa ra được sự chú ý nào đủ cho khả năng đó là các thư tín mục vụ chịu ảnh hưởng về vốn từ của những tác giả sau này ngay cả ở những chỗ không có dấu hiệu nào từ văn cảnh cho thấy rằng họ đang trích dẫn từ các thư tín mục vụ.

Để bù đắp lại cho khả năng này, Harrison tìm sự hỗ trợ trong một số từ và những Từ độc hiện của các thư tín mục vụ có tính phổ biến với các tác giả

---

[97]Những con số này là kết quả của những sự tính toán của Dr Purser được trích dẫn bởi Montgomery Hitchcock (*JTS* 30, 1929, 278).

[98]Dibelius-Conzelmann công nhận rằng phương pháp thống kê để quyết định tính chân thực đã được đông đảo học giả không công nhận, op. cit., 3.

[99]Op cit., 67–68.

thế tục ở thế kỷ thứ hai như Epictetus, Appian, Galen và marcus Aurelius, và lập luận rằng các tác giả sau không thể làm giàu vốn từ vựng của mình từ tác giả của thư tín mục vụ.[100] Nhưng hai trường hợp này rõ ràng không tương tự nhau vì có một giả định nghiêng về việc các thư tín mục vụ chịu ảnh hưởng của các tác giả trong hội thánh ở thế kỷ thứ hai chứ không có trường hợp nào là của các tác giả thế tục. Vấn đề không phải là việc làm giàu vốn từ mà là việc sử dụng những từ trong cách sử dụng chung của hội thánh cho những mục đích tương tự.

Trong tổng số 175 Từ độc hiện, thì 60 Từ độc hiện đã được tìm thấy ở ghi chép của các giáo phụ sau thời các sứ đồ, và điều này tạo nên một cơ sở cho lập luận của Harrison rằng tác giả dựa hơi Phao-lô thuộc về thời kỳ này. Thế nhưng, một số cân nhắc có thể làm giảm sức nặng của bằng chứng này. (1). Tỷ lệ phần trăm khá cao những Từ độc hiện này lại không được tìm thấy trong các ghi chép của các giáo phụ sau thời các sứ đồ (1 Ti-mô-thê 74%, 2 Ti-mô-thê 58% và Tít 60%).[101] Điều này khó có thể ủng hộ cho ý tưởng rằng tác giả này đã rơi vào lối nói đương thời của thế kỷ thứ hai khi rời xa khuôn mẫu Phao-lô của mình. (2). Trong số 60 Từ độc hiện có chung với các giáo phụ sau thời kỳ các sứ đồ, 28 Từ độc hiện xuất hiện trong những sách sau này chỉ một lần duy nhất, vì thế không thể cấu thành bằng chứng về ngôn ngữ chung.[102] (3). Chỉ 17 trong số các Từ độc hiện đó xuất hiện ở nhiều hơn một tác giả là giáo phụ sau thời các sứ đồ, điều này cho thấy mức độ thường xuyên của chúng trong suốt thời kỳ này.

Khi bằng chứng từ các nhà biện giáo được kết hợp với bằng chứng từ các giáo phụ sau thời kỳ các sứ đồ, ta phát hiện ra rằng 32 Từ độc hiện khác có thể thêm vào danh sách các Từ độc hiện chung ấy, mặc dù hơn một nửa trong số ấy chỉ xuất hiện một lần duy nhất. Trong suốt thời kỳ 95–170 sau Chúa, tình cờ có khoảng hơn 45 Từ độc hiện của các thư tín mục vụ xuất hiện hơn một lần ở hơn một tác giả. Vì thế, đại đa số các Từ độc hiện này hoặc là không xuất hiện trong toàn phạm vi các tác giả Cơ Đốc ở thế kỷ thứ hai hoặc là rất hiếm khi xuất hiện trong đó. Tuy nhiên, để ủng hộ thêm cho những tuyên bố của mình, Harrison lại nói: "Chúng ta thấy nhiều Từ độc hiện trong các thư tín mục vụ xuất hiện đi xuất hiện lại ở hết tác giả này đến tác giả khác."[103] Mười bảy từ mà sau đó ông trích dẫn là những từ duy nhất (với một ngoại lệ) xuất hiện trong ba hoặc nhiều hơn ba tác giả trong giai đoạn thế kỷ thứ hai mà chúng ta đang xem xét (nghĩa là 95–170 S.C).

---

[100]Op cit., 82.
[101]Được tính theo bảng liệt kê của Harrison, op. cit., 137 trở đi.
[102]So sánh với Harrison, op. cit., 73.
[103]Ibid., 69.

Ông đã quên chỉ ra rằng tất cả trừ một ngoại lệ duy nhất trong số này đều xuất hiện trong Bản Bảy Mươi.

Tính hiệu lực trong những diễn giải của Harrison cũng bị tác động bởi tổng số vốn từ được biết đến trong hai thời kỳ mà ông đem ra so sánh. Ông cho số vốn từ của các giáo phụ sau thời các sứ đồ là 4.220 từ, trong khi con số vốn từ của Phao-lô chỉ có 2.177 từ.[104] Vì thế, có gần gấp đôi số lượng từ tạo nên một "cái mỏ" để đào lấy những tương đồng từ đó. Trước khi những tương đồng này có thể chứng minh là từ một nguồn chung, thì cần phải cho thấy rằng những từ được đưa ra xem xét này không thể đã được sử dụng từ thế kỷ thứ nhất. Nhưng Montgomery Hitchcock[105] cho thấy rằng tất cả trừ ra 28 từ có vẻ không mang đặc trưng của Phao-lô đã được biết đến từ trước năm 50 S.C, trong khi chính Harrison cũng công nhận là số lượng từ không được biết đến trước năm 90 S.C thì ít hơn con số hai chục.[106] Một nhóm nhỏ từ ngữ như thế khó có thể đủ để chứng minh rằng chúng là những từ tiêu biểu của thế kỷ thứ hai, bởi vì việc chúng không xuất hiện ở văn chương thế kỷ thứ nhất có thể là vì số lượng tác phẩm văn chương như thế hiện còn lại rất ít.

Thêm vào việc tìm kiếm những tương đồng giữa vòng các tác giả trong hội thánh, Harrison cũng đưa ra rất nhiều tác giả không phải là người Cơ Đốc ở thế kỷ thứ hai. Trong số 82 Từ độc hiện không được tìm thấy trong các tác phẩm về hội thánh, thì 57 Từ độc hiện tìm thấy nhưng tương đồng từ trong các tác phẩm thế tục từ thời Josephus tới Marcus Aurelius.[107] Một số trong những Từ độc hiện này xuất hiện khá thường xuyên.[108] Nhưng điều đó không có nghĩa là chúng không phải là những từ đã thịnh hành ở thế kỷ thứ nhất. Harrison nghiên cứu dựa trên giả định cho rằng tác giả dựa hơi Phao-lô, khi có sự nhầm lẫn về vốn từ của thầy mình, có lục tìm lại một phần những từ vựng hội thánh đương thời hay sử dụng (sử dụng nhiều từ hiếm gặp) một phần là tìm đến những từ theo văn chương thế tục và một phần là từ do ông tự bịa ra. Trong trường hợp sau, Harrison viện dẫn những gốc từ và những sự tương đồng với những từ được sử dụng trong nhóm từ thế

---

[104]Ibid., 68.
[105]*JTS* 30 (1929), 278.
[106]*ExpT* 67 (1995), 70, So sánh với cũng xem phần thảo luận trong Falconer, *The Pastoral Epistles* (1937), 5–11 và Badcock, *The Pauline Epistles and the Epistles to the Hebrews in their Historical Setting* (1937), 115–133.
[107]Op. cit., 82 trở đi.
[108]So sánh với Harrison, *ExpT* 67 (1955), 79, để đọc chi tiết.

tục để bào chữa cho những từ độc đáo này, mặc dù một tiến trình như thế bị ông từ chối vì nó chứng minh cho nguồn gốc từ thế kỷ thứ nhất.[109]

c. Những tương đồng trong Bản Bảy Mươi

Không sự nghiên cứu về từ vựng Tân ước nào trọn vẹn nếu không xem xét ảnh hưởng của Bản Bảy mươi. Trong trường hợp các thư tín mục vụ, có khoảng 80 Từ độc hiện tương đồng trong Bản Bảy mươi.[110] Thật ra, không ít hơn 42 trong số 60 Từ độc hiện giống với các Từ độc hiện mà giáo phụ sau thời kỳ các sứ đồ dùng là những từ trong Bản Bảy mươi, và 18 trong số đó giống với các Từ độc hiện các nhà biện giáo dùng. Thật ra, có 24 từ trong Bản Bảy mươi nằm trong số những từ không được tìm thấy lần nào ở tất cả các tác giả viết về hội thánh ở thế kỷ thứ hai. Tóm lại, Harrison không thừa nhận bằng chứng từ Bản Bảy mươi này[111] dựa trên cơ sở đó là các từ bị đưa ra xem xét không thể nào được chứng minh là đang thịnh hành thời bấy giờ. Nhưng bao nhiêu từ mà ông xem là bằng chứng để chứng minh rằng tác giả của nó thuộc về nhóm hội thánh thế kỷ thứ hai lại được tìm thấy trong Bản Bảy mươi thì cũng bấy nhiêu từ có thể đưa ra giả thiết hợp lý hơn nhiều rằng những từ này cũng thịnh hành trong thế kỷ thứ nhất y như nó thịnh hành ở thế kỷ thứ hai vậy. Một yếu tố khác mà Harrison không đưa ra xem xét là ảnh hưởng của Bản Bảy mươi đối với các giáo phụ sau thời kỳ các sứ đồ và các nhà biện giáo, là điều rõ ràng tác động trên giá trị của những diễn giải về ngôn ngữ của ông. Các thư tín của sứ đồ Phao-lô cho thấy một sự quen thuộc với Kinh Thánh tiếng Hy Lạp - theo đó ta thấy dường như tư tưởng của ông đã được nuôi dưỡng từ khi còn thơ ấu - nhiều đến độ những tương đồng với Bản Bảy mươi chắc hẳn phải chứa đựng một sức nặng trong những thảo luận về tính chân thực của các thư tín mục vụ lớn hơn nhiều so với bất cứ những tương đồng ngẫu nhiên nào với các tác giả thế tục ở thế kỷ thứ hai.

d. Những gốc từ và những tương đồng với Tân Ước

Dù thảo luận về chủ đề thú vị đó là xu hướng xây dựng ngôn từ của sứ đồ Phao-lô trong phạm vi hiện thời của chúng ta dài ngắn thế nào đi nữa cũng đều là việc bất khả thi. Nhưng không thể rút ra bất cứ một sự đánh giá Từ độc hiện của các thư tín mục vụ nào nếu không hề quan tâm tới vấn đề này. Nếu nhiều Từ độc hiện là gốc từ của các từ Phao-lô vẫn hay sử dụng và

---

[109]Op. cit., 65, 83, 84.
[110]Xin xem phần chuyên khảo của tôi *The Pastoral Epistles and the Mind of Paul*, 39–40.
[111]So sánh với op. cit., 65–66 và *ExpT* 67 (1955), 78.

phần nhiều những từ phức mới đều có những tương đồng trong các thư tín khác của Phao-lô, thì ta có thể suy đoán rằng có cơ sở về khả năng Phao-lô chính là người sử dụng những từ này.[112] Dĩ nhiên thì các gốc từ không thể chứng minh rằng những Từ độc hiện đang được xem xét là những Từ độc hiện thịnh hành trong thời của các sứ đồ, nhưng chúng có thể góp phần vào quan điểm cho rằng việc những từ như thế không xuất hiện ở các trước giả Tân Ước khác không phải là bằng chứng chứng tỏ rằng khi ấy chúng không được biết đến.

Việc tạo thành các từ dựa trên nền tảng tương đồng là một trong những nguồn hiệu quả hơn trong sự phát triển ngôn ngữ và các thư tín mục vụ cho thấy rất nhiều hình thái mới mẻ có thể có sự tương đồng trong các thư tín khác của Phao-lô. Chẳng hạn, hãy xem thử hình thái từ *kenophōnia* (không tìm thấy ở các giáo phụ sau thời các sứ đồ và các nhà biện giáo), là hình thái từ chỉ có hai hình thái Tân Ước tương đồng, *kenodoxos* và *kenodoxia*, và bởi vì cả hai hình thái này đều là các Từ độc hiện của Phao-lô, nên tiền tố này dường như hấp dẫn đặc biệt đối với sứ đồ Phao-lô. Rõ ràng ông rất yêu thích những cụm từ ghép, và điều này có thể đưa ra một cách giải thích hợp lý cho ít nhất là một số Từ độc hiện trong các thư tín mục vụ.

Harrison chống lại cách tiếp cận này bằng cách khăng khăng cho rằng các từ cùng gốc và các từ tương đồng ủng hộ cho quan điểm của ông nhiều hơn là cho quyền tác giả của Phao-lô, giảm đi "gần như là hoàn toàn những yếu tố này trong vốn từ của các thư tín mục vụ vốn không thể được chứng minh là thuộc về cách nói hiện hành của thời kỳ mà lời phê bình của chúng ta chỉ định cho chúng."[113] Nhưng có một điểm yếu căn bản vô hiệu hoá quan điểm của Harrison, vì ông cho rằng một sự tương đồng hoàn toàn tồn tại giữa nỗ lực chứng tỏ Phao-lô quen thuộc với những từ ngữ này và nỗ lực chứng minh rằng tác giả ở thế kỷ thứ hai dựa hơi Phao-lô có thể cũng đã biết đến chúng. Không ai bàn cãi chuyện tác giả dựa hơi Phao-lô có thể đã dùng những từ mà ta đang xem xét này, nhưng nó không chứng minh rằng người này đã viết các thư tín mục vụ. Dựa trên căn bản là lập luận từ gốc từ của Harrison thì ta có thể chỉ định cho các thư tín mục vụ vào bất cứ giai đoạn nào.

---

[112]Chẳng hạn, Phao-lô sử dụng *opheleo* và *opheleia*, và thật khó để thấy tại sao ông lại không nên dùng *ophelimos* trong các thư tín mục vụ, đặc biệt là khi tất cả, trừ một từ trong Tân Ước duy nhất, có phần hậu tố tương tự đều được ông sử dụng. Ví dụ như thế này lặp lại rất nhiều lần.

[113]Op. cit., 65.

e. So sánh với các Từ độc hiện của Phao-lô

Vì lập luận của Harrison dựa trên số lượng các Từ độc hiện trong các thư tín mục vụ xuất hiện trong các giáo phụ sau thời kỳ các sứ đồ và các nhà biện giáo, nên việc nghiên cứu các Từ độc hiện trong các thư tín khác của Phao-lô cũng cần thiết. Nếu số lượng những Từ độc hiện cũng xuất hiện ở các tác giả của thế kỷ thứ hai này được thể hiện bằng tỷ lệ phần trăm của tổng số Từ độc hiện trong mỗi thư tín, thì kết quả sẽ như sau: Rô-ma 25,2%; 1 Cô-rinh-tô 34,7%; 2 Cô-rinh-tô 21,7%; Cô-lô-se 24,2%; 1 Tê-sa-lô-ni-ca 30%; 2 Tê-sa-lô-ni-ca 50% và Phi-lê-môn 60%. Khi những con số này đem ra so sánh với 34,9% cho các thư tín mục vụ, thì sự sai trệch, ngụy biện trong lập luận về ngôn ngữ của Harrison lập tức trở nên rõ ràng. Ngoài ra, trong số 137 Từ độc hiện trong mười thư tín của Phao-lô mà các giáo phụ sau thời kỳ các sứ đồ cũng có dùng, thì 43 Từ độc hiện xuất hiện ở nhiều hơn một lần trong những ghi chép sau này, một tỷ lệ phần trăm cao hơn so với các thư tín mục vụ.

Những tính toán về toán học như thế không bao giờ có thể minh chứng cho sự thân thuộc về mặt ngôn ngữ, thế nhưng đây lại là căn bản cho phần lớn những bằng chứng của Harrison. Khi mười thư tín của Phao-lô được đem ra so sánh với ngôn ngữ hội thánh thế kỷ thứ hai, người ta phát hiện ra rằng chúng có 46,8% Từ độc hiện chung so với 53,3% của các thư tín mục vụ. Thật hữu ích khi thấy rằng 1 Cô-rinh-tô (55,1%) có tỷ lệ phần trăm cao hơn so với 1 Ti-mô-thê (50,6%) hoặc Tít (50%). Vì việc xếp 1 Cô-rinh-tô vào niên đại thế kỷ thứ hai là không thể chấp nhận được, nên lựa chọn thay thế duy nhất đó là nghĩ rằng thư tín này ảnh hưởng trên các tác giả ở thế kỷ thứ hai nhiều hơn những người khác trong các thư tín của Phao-lô,[114] nhưng cách giải thích y như vậy cũng có giá trị đối với các thư tín mục vụ.

Bởi vì Harrison cho rằng các Từ độc hiện trong các thư tín mục vụ xuất hiện ngày càng thường xuyên ở các nhà văn thế kỷ thứ hai,[115] nên thật ý nghĩa khi so sánh tần số các Từ độc hiện trong các thư tín của Phao-lô đã được sử dụng. 220 Từ độc hiện trong thư tín của Phao-lô xuất hiện 899 lần, bao gồm những lần lặp lại, trong các tác phẩm ở thế kỷ thứ hai, trung bình một từ xuất hiện 4,1 lần, nhưng 92 Từ độc hiện của các thư tín mục vụ thì chỉ xuất hiện 319 lần, trung bình là một từ xuất hiện 3,5 lần. Một lần nữa, kết quả so sánh này không ủng hộ cho giả thiết của Harrison.

---

[114]So sánh với lập luận của Hitchcock trong *JTS* 30 (1929), 279.
[115]So sánh với op. cit., 69–70.

Hitchcock[116] cũng đã cho thấy thêm rằng có một sự tập trung Từ độc hiện trong những phần về vấn đề đạo đức trong các thư tín của Phao-lô lớn hơn nhiều so với những phần giáo lý, cho thấy một sự tương quan nào đó giữa những phần thực tế này với nhu cầu tìm từ vựng mới. Parry[117] cho thấy rằng trong trường hợp các thư tín mục vụ, một chủ đề mới là nguyên do cho phần lớn những từ vựng mới, và vì mục đích của chúng về căn bản là việc áp dụng, nên điều này hoàn toàn phù hợp.

f. Kết luận

Phần xem xét Từ độc hiện phía trước đã cung cấp những cơ sở khác nhau cho việc phê bình những lời tuyên bố của Harrison là xác lập niên đại của các thư tín mục vụ dựa trên cơ sở sự xuất hiện của một trong những Từ độc hiện này trong những ghi chép của thế kỷ thứ hai. Những sai lầm căn bản trong lập luận của ông có thể được tóm tắt như sau: (1). Nó dựa trên một quan điểm tùy tiện về độ dài của thời gian mà những từ này có thể đã thịnh hành. (2). Nó xuất phát từ nền tảng là bằng chứng không đồng nhất, sử dụng rất nhiều những tác phẩm Cơ Đốc ở thế kỷ thứ hai và một sự chọn lọc một cách không đồng nhất hơn nữa những nhà văn thế tục.[118] (3). Việc có những áp dụng khác nhau là rất có thể, vì rất khó để quyết định trong những trường hợp có quan hệ về mặt ngôn ngữ thì cái nào trong hai nhóm tác phẩm ấy đã bị ảnh hưởng bởi cái nào.

Không bằng chứng nào về từ Từ độc hiện bắt buộc phải kết luận rằng tác giả này phản ánh vốn từ vựng của thế kỷ thứ hai, và dựa trên cơ sở này không có lý do gì để phủ nhận rằng các thư tín mục vụ thuộc về giữa thế kỷ thứ nhất cả, hay để khẳng định rằng quy những thư tín ấy cho Phao-lô là không thể.

2. Những từ khác không mang đặc trưng của Phao-lô

Một vấn đề về mặt ngôn ngữ khác là 130 từ mà tác giả của các thư tín mục vụ và các tác giả khác của Tân Ước đều sử dụng, nhưng lại không có trong mười thư tín khác của Phao-lô. Trong số 117 từ này xuất hiện trong các nhóm tác

---

[116]*JTS* 30 (1929), 279.

[117]*The Pastoral Epistles* (1920), cxi-cxxvi.

[118]Cần phải ghi nhận rằng số lượng từ độc hiện mà Justin có chung thì nhiều hơn bất cứ tác giả nào khác, nhưng Harrison không xếp các thư tín mục vụ vào thời kỳ của Justin.

phẩm thuộc về hội thánh ở thế kỷ thứ hai, hầu hết đều nằm ở cả hai nhóm. Vì thế, những từ được đưa ra xem xét này không bị giới hạn trong bất cứ một kỷ nguyên cụ thể nào, và không hề mang đặc trưng của thế kỷ thứ hai nhiều hơn là thế kỷ thứ nhất. Việc chúng không xuất hiện ở mười thư tín của Phao-lô chỉ là vấn đề khi mười thư tín này được xem là đại diện cho tất cả vốn từ được Phao-lô sử dụng.

Việc tính phổ biến của những từ này trong các tác phẩm ở thế kỷ thứ hai không thể chỉ ra niên đại hiển nhiên của tác phẩm đó khi những bài kiểm tra tương tự được áp dụng cho mười thư tín của Phao-lô. Mỗi thư tín trong đó đều có một số từ không được tìm thấy ở bất cứ thư tín nào khác của Phao-lô, mặc dù chúng có thể gặp ở các tác giả khác của Tân Ước, và trong đa số các trường hợp thì những từ được đưa ra xem xét này được tìm thấy ở các giáo phụ sau thời kỳ các sứ đồ và các nhà biện giáo. Thư Rô-ma, chẳng hạn, có 148 từ như thế, trong số đó tất cả, trừ ra 8 từ duy nhất, đều được dùng ở thế kỷ thứ hai, trong khi 2 Cô-rinh-tô có 100 từ trong đó chỉ 8 từ không xuất hiện ở các tác giả sau này. Những thư tín khác cho thấy sự tương đồng về tỷ lệ phần trăm những từ mà thế kỷ thứ hai cũng được sử dụng. Việc nghiên cứu này cho thấy rằng những kết quả tương tự có thể có được từ bất cứ một nhóm tác phẩm nào mà chúng ta lấy ra để kiểm tra, vì thế bất cứ diễn giải nào dựa trên bằng chứng như thế cũng được xem là không có giá trị.

Nếu cần minh họa thêm, thì sự tập trung được lấy từ việc đó là trong khi 78,3% các từ vựng của thư tín mục vụ được tìm thấy ở các giáo phụ sau thời kỳ các sứ đồ, thì ít nhất là hai trong số các thư tín của Phao-lô (Cô-lô-se 85,6% và Ê-phê-sô 86,2%) cho thấy một tỷ lệ phần trăm cao hơn đáng kể.[119] Nếu các nhà biện giáo được kể vào, thì tỷ lệ phần trăm cho những thư tín riêng biệt của Phao-lô sẽ dao động từ 87,6% tới 96,2%, và cho các thư tín mục vụ là 86,7%.[120] Không một kết luận nào khác khả thi trừ ra kết luận rằng đa phần ngôn ngữ của các thư tín của Phao-lô và các thư tín mục vụ là ngôn ngữ thịnh hành của cả thế kỷ thứ nhất và thế kỷ thứ hai.

---

[119]Xin xem *The Pastoral Epistles and the Mind of Paul*, 11, của tôi để hiểu chi tiết hơn.
[120]Xin xem ibid., Phụ lục D, để biết chi tiết hơn.

3. Những từ mang đặc trưng Phao-lô nhưng không có trong các thư tín mục vụ

Một lời phê bình mạnh mẽ khác về quyền tác giả của Phao-lô là việc thiếu đi nhiều cụm từ mang đặc trưng của Phao-lô. Đối với Harrison, thực tế này bao hàm "một sự thay đổi về góc nhìn, một sự thay đổi về nhận thức, một sự thay đổi sâu sắc về toàn thể quan điểm thuộc linh và trí óc".[121] Những khó khăn này có thể được phân tích một cách vắn tắt dưới những tiêu đề sau.

a. Những từ mang đặc trưng của Phao-lô

Harrison[122] trích dẫn một danh sách tám mươi từ, trong năm thư tín của Phao-lô hoặc nhiều hơn, không xuất hiện trong các thư tín mục vụ, và tuyên bố rằng Phao-lô không thể nào viết thư mà không sử dụng một trong những từ đó. Nhưng tất cả những từ đó đều xuất hiện ở những chỗ khác trong Tân Ước, thật ra tất cả ngoại trừ mười bảy từ có ở Lu-ca và Công Vụ Các Sứ Đồ, và tất cả ngoại trừ ba từ có mặt ở các giáo phụ sau thời các sứ đồ. Chúng có vẻ như là đặc trưng của cả thế kỷ thứ nhất và thứ hai, và đặc trưng của nhiều tác giả khác nhau trong thời kỳ Tân Ước. Số lần những từ này xuất hiện ở cả các trước giả Tân Ước khác lẫn ở các giáo phụ thời sau các sứ đồ đều vượt xa số lần những từ này xuất hiện trong các thư tín của Phao-lô, điều này làm suy yếu quan điểm cho rằng chúng là đặc trưng đặc biệt của Phao-lô. Sự khác biệt về chủ đề một lần nữa dường như cung cấp một giải pháp hợp lý nhất cho vấn đề những cụm từ này.

Cũng cần ghi chú rằng giả thiết của chính Harrison không phải là không gặp khó khăn ở đây, vì một tác giả dựa hơi Phao-lô, là người muốn bắt chước Phao-lô, không những bỏ qua rất nhiều cụm từ mang đặc trưng của Phao-lô, là điều sẽ cho thấy sự phê chuẩn từ Phao-lô, mà còn tránh dùng nhiều cụm từ mang đặc trưng của thời kỳ mình sống. Trong số 80 từ được đem ra xem xét, 56 từ xuất hiện ở 1 Clement và 53 từ xuất hiện ở Hermas.

b. Những nhóm từ đặc trưng

Harrison còn nhấn mạnh nhiều hơn vào những nhóm từ cùng gốc xuất hiện ở năm thư tín của Phao-lô hoặc nhiều hơn nhưng lại không có mặt trong

---

[121]Op. cit., 34.
[122]Ibid., 31–32.

các thư tín mục vụ. Ông trích dẫn 27 nhóm từ như thế.[123] Dĩ nhiên có vẻ lạ khi Phao-lô lại không sử dụng chúng trong các thư tín mục vụ và điều này phải được xứng đáng xem trọng. Nhưng việc Phao-lô đã buộc phải sử dụng chúng thì không phải hiển nhiên ngay lập tức. Việc sử dụng những nhóm từ khác nhau không thể được quyết định một cách máy móc như thế, vì những cụm từ xuất hiện trong tâm trí bởi bản chất của chủ đề đang được nói đến và phản ứng không thể định nghĩa được của tâm trí con người trước một tình huống nhất định, hơn là bởi cách sử dụng trước đó. Thế nhưng ngay cả nếu dòng lập luận của Harrison chứa đựng tính hiệu lực thì giả thiết mảnh ghép vẫn phải đối diện với một số khó khăn, vì tác giả dựa hơi Phao-lô một lần nữa đã bỏ qua những nhóm từ quá đặc trưng trong các thư tín khác của Phao-lô, và đồng thời xuất hiện rất thường xuyên giữa vòng những người trong hội thánh đương thời với ông. Tất cả ngoại trừ năm trong số 27 nhóm từ được sử dụng giữa vòng các giáo phụ sau thời kỳ các sứ đồ với một tần số rất lớn hoặc tần số lớn hơn là mười thư tín của Phao-lô. Thêm vào đó, nếu tác giả dựa hơi Phao-lô, với mục đích làm cho những ghi chép của mình có vẻ "giống thư tín của Phao-lô", có thể bỏ qua quá nhiều nhóm từ như vậy, thì càng có lý do để chính Phao-lô không cần phải làm vậy, vì điều đó là không cần thiết.

c. Những từ tương tự với ý nghĩa khác nhau

Có một số từ đặc trưng của Phao-lô xuất hiện trong các thư tín mục vụ nhưng lại không được sử dụng theo cùng một nghĩa như trong mười thư tín khác của Phao-lô. Harrison trích dẫn một số ví dụ về điểm này,[124] ví dụ *analambanō, anterchomai, grammata*. Trong nhiều trường hợp đề cập phản đề giữa cách sử dụng đặc trưng của Phao-lô và các thư tín mục vụ khác thì khá áp đặt (so sánh với cách sử dụng *morphōsis*, "biểu hiện", "mẫu mực" hay "hình thức" trong Rô 2:20 và 2 Ti 3:5), nhưng trong bất cứ trường hợp nào, Harrison không chỉ công nhận rằng không một tác giả nào có thể được mong đợi phải sử dụng tất cả các từ chính xác cùng một nghĩa mà ông còn chấp nhận rằng Phao-lô sử dụng các từ theo nghĩa khác nhau.[125] Vì thế thật khó để thấy bằng chứng này có được ý nghĩa quan trọng nào đó. Một đặc trưng quan trọng trong bảng liệt kê của Harrison đó là, hầu như trong mọi trường hợp, cách sử dụng được tìm thấy ở các giáo phụ sau thời các sứ đồ khớp với nghĩa của các thư tín khác của Phao-lô chứ không phải nghĩa của các thư tín mục vụ.

---

[123]Ibid., 33.
[124]Ibid., 27.
[125]Ibid., 28.

d. Những cụm từ khác nhau diễn đạt những ý tưởng giống nhau

Ở những chỗ mà cùng một ý tưởng được diễn đạt theo những cách khác nhau trong mười thư tín của Phao-lô và các thư tín mục vụ, dường như có một sự biện minh nào đó cho cách nhìn các thư tín mục vụ với sự hoài nghi. Nhưng một lần nữa ta phải chấp nhận những sự thay đổi vô thức nào đó trong cách diễn đạt không chỉ khả thi về mặt tâm lý nhưng thậm còn nên làm và thỏa đáng nếu muốn tránh sự đơn điệu, buồn tẻ. Harrison trích dẫn mười hai trường hợp, trong đó có hai trường hợp được đưa ra để minh họa cho cách lập luận của ông. Trong 1 Cô-rinh-tô 16:11, *exoutheneō* (*xem thường*) được sử dụng khi nói đến Ti-mô-thê, trong khi ở 1 Ti-mô-thê 4:12, thì động từ được dùng là *kataphroneō*. Nhưng bởi vì Phao-lô sử dụng từ *kataphroneō* ở chỗ khác nữa, nên sự phản đối đó rõ ràng là không có giá trị. Harrison chỉ ra rằng Phao-lô mô tả sự đến lần hai là *parousia*, trong khi các thư tín mục vụ (1 Ti 6:14; 2 Ti 1:10; 4:1, 8 và Tít 2:13) sử dụng *epiphaneia* (hiện đến). Nhưng sự phản đối này được xem là bị yếu đi đáng kể không chỉ bởi việc Phao-lô sử dụng từ thứ hai trong 2 Tê-sa-lô-ni-ca 2:8, mà nó còn xuất hiện hai lần ở một trong những "mảnh kép chân thật" của Harrison (nghĩa là 2 Ti 4:1, 8). Hầu hết những sự biến đổi khác cũng mang cùng đặc điểm, mặc dù cách dùng cụm từ này ở các thư tín mục vụ chẳng hạn *charin echō* cho chữ *eucharisteō* (Ta cảm tạ), *di' hen aiten* cho chữ *dio* (do đó, vì cớ đó), và *despotai* cho chữ *kyrioi* (chủ) phải công nhận là khá bất ngờ.

4. Những vấn đề về ngữ pháp và văn phong

Hầu hết các học giả đều đồng ý rằng những xem xét về văn phong tạo nên một chướng ngại khó giải quyết cho quyền tác giả của Phao-lô hơn là vấn đề từ vựng,[126] vì thế chúng phải được nghiên cứu một cách cẩn thận.

a. Các tiểu từ, đại từ, giới từ,...

Theo bảng danh sách của Harrison,[127] có 112 từ xuất hiện ở mười thư tín của Phao-lô nhưng lại không xuất hiện trong các thư tín mục vụ. Ông khăng khăng cho rằng những chữ này cho thấy khả năng Phao-lô viết các thư tín mục vụ là không thể, bởi vì tác giả sẽ không sử dụng "một từ duy nhất trong

---

[126]Xin xem câu phát biểu rất cẩn trọng của A. M. Hunter, *Interpreting the New Testament* (1951), 64.

[127]Op. cit., 36–37.

cả danh sách đó – từ này hoặc từ khác đã xuất hiện trung bình là chín lần ở mỗi trang mà Phao-lô từng viết."[128] Nhưng câu của Harrison dễ dẫn ta trệch hướng theo hai cách. Ông cho rằng tất cả những gì mà Phao-lô từng viết phải được giới hạn trong mười thư tín, và ông cho rằng những tiểu từ, đại từ,.. này đã được rải ra với một tính đều đặn, cân đối nào đó trong các lá thư này.

Trong số 112 tiếp tiểu từ, đại từ,v...v, 48 chữ xuất hiện chỉ trong một hoặc hai thư tín, vì thế không thể được xem là một trở ngại chính yếu. Trong số còn lại, 24 chữ xuất hiện ở năm thư tín hoặc nhiều hơn và 30 chữ xuất hiện ở ba hoặc bốn thư tín, và hai nhóm này có thể được công bố một cách hợp lý là đặc trưng cho phong cách của Phao-lô. Thế nhưng, từ con số của riêng Harrison ta sẽ thấy rằng giữa mười thư tín của Phao-lô có một sự thay đổi đáng kể, vì trong khi Rô-ma, 1 và 2 Cô-rinh-tô có 50 tiểu từ, đại từ,..., thì Cô-lô-se, 2 Tê-sa-lô-ni-ca và Phi-lê-môn lại không quá 20 lần. Một đặc điểm thú vị về bảng danh sách này ấy là gần như tất cả các tiểu từ, đại từ,... đều xuất hiện trong các sách Tân Ước khác, trong khi tất cả ngoại trừ 21 tiểu từ, đại từ,... được các giáo phụ sau thời kỳ các sứ đồ sử dụng. Đối với Harrison, việc 21 tiểu từ, đại từ,... này không xuất hiện cho thấy một khuynh hướng tương ứng là "bỏ qua cùng một loạt tiểu từ, đại từ,... của Phao-lô".[129] Tất cả ngoài trừ bốn từ kiểu này xuất hiện ở một hoặc hai thư tín duy nhất của Phao-lô, vì thế, nó không phải là đặc trưng căn bản nhất của Phao-lô. Ngoài ra, ta cũng có thể tuyên bố một cách hợp lý rằng có một khuynh hướng bỏ qua những từ này một cách đặc biệt ở trong chính các thư tín của Phao-lô, bởi vì bốn thư tín lao tù chỉ chứa bảy trong số các từ này.[130] Ngoài ra, chính các thư tín ấy lại thiếu không ít hơn 59 trong số 112 tiểu từ, đại từ,...

Một điểm yếu thậm chí còn dễ thấy hơn nữa về bảng danh sách của Harrison là việc loại bỏ tất cả những từ xuất hiện trong các thư tín mục vụ. Một danh sách tương đương có thể được tổng hợp cho thấy có thêm khoảng 93 tiểu từ, đại từ và các hình thức giới từ khác, trong số đó tất cả, ngoại trừ một từ duy nhất, được tìm thấy trong các thư tín mục vụ và tất cả, ngoại trừ tám từ, được tìm thấy trong nhóm các thư tín khác của Phao-lô.[131] Rô-ma có 73; 1 Cô-rinh-tô có 70; 2 Cô-rinh-tô có 60; Ga-la-ti có 64; Ê-phê-sô có

---

[128]Ibid., 35.

[129]Ibid., 75. Harrison trích dẫn 22 từ không xuất hiện, nhưng *tou'nantion* xuất hiện trong *Martyrdom of Polycarp*.

[130]So sánh với Newport White, *The Pastoral Epistles*, 71, để thấy 24 tiếp đầu ngữ đặc trưng hầu như không xuất hiện trong các thưu tín lao tù.

[131]Bảng liệt kê được cung cấp trong chuyên khảo của tôi, *The Pastoral Epistles and the Mind of Paul*, Phụ lục E, 41–44.

54; Phi-líp có 57; Cô-lô-se có 46; 1 Tê-sa-lô-ni-ca có 46; 2 Tê-sa-lô-ni-ca có 45 và Phi-lê-môn có 32. Khi những con số này được thêm vào trong các con số của Harrison để thấy những thư tín riêng lẻ của Phao-lô, thì ta có thể thấy rằng các thư tín mục vụ có số lượng từ như thế ngang bằng hoặc cao hơn so với các thư tín lao tù hoặc các thư tín gửi cho người Tê-sa-lô-ni-ca.[132] Việc "những dây liên kết hỗ trợ" không thể được tính toán theo kiểu toán học như thế này, và không thể được trích dẫn như một bằng chứng cuối cùng chống lại tính chân thực của Phao-lô có vẻ như là một diễn giải hợp lý. Cách đếm số lượng từ để thấy sự dao động trạng thái hay mục đích như thế không nói lên được điều gì, cũng không ai mong đợi văn phong trong các luận thuyết thần học phải tương tự như văn phong trong thông tư chung hoặc trong những lá thư cá nhân cả.

Nếu Harrison vẫn tiếp tục viện dẫn tần số mà những tiểu từ, đại từ,... này xuất hiện trong các thư tín của Phao-lô như một chỉ dấu cho một đặc trưng nổi bật,[133] thì thật lạ khi ông lại loại khỏi bảng danh sách của mình những từ đã thật sự xuất hiện trong các thư tín mục vụ dựa trên cơ sở là chúng xuất hiện quá thường xuyên đến nỗi chúng không còn quan trọng nữa. Nhưng nếu một số từ xuất hiện thường xuyên trong tất cả các thư tín của Phao-lô, kể cả trong các thư tín mục vụ, thì ắt hẳn sẽ rất tùy tiện để loại những từ này ra khỏi danh sách những từ đặc trưng, mà lại bao gồm 35 từ xuất hiện chỉ ở duy nhất một thư tín trong các thư tín khác của Phao-lô.

b. Những cách sử dụng mạo từ khác nhau

Thêm vào những bảng danh sách đã thảo luận, Harrison viện dẫn sự vắng mặt của rất nhiều cách sử dụng mạo từ đặc trưng, và lập luận phản đối này của ông đáng được nghiên cứu một cách kỹ lưỡng.

(1). Động từ nguyên mẫu kết hợp mạo từ (the Articular infinitive). Dạng mạo từ này được Phao-lô dùng 106 lần trong tất cả những thư tín của ông trừ Cô-lô-se và Phi-lê-môn. Những ngoại lệ này làm suy yếu sức nặng của luận cứ, nhưng trong bất cứ trường hợp nào thì thuyết tác giả dựa hơi Phao-lô ở đây vẫn gặp khó khăn bởi vì cách dùng này xuất hiện 208 lần ở các giáo phụ sau thời các sứ đồ và được tất cả các tác giả sử dụng.

---

[132] So sánh với Ibid., 12–15.
[133] Op. cit., 35. Cần phải lưu ý rằng A. Kenny, trong một nghiên cứu gần đây của mình, đã xem xét Văn bộ Thư Tín Phao-lô (Pauline Corpus) chung với nhau trước khi xem xét từng thư tín riêng lẻ, và cách làm này cung cấp một nền tảng tốt hơn là phương pháp của Harrison (*A Stylometric Study of the New Testament*, 1986).

(2). Mạo từ với danh cách (nominative) dùng thế chỗ cho xưng hô cách (vocative). Mặc dù xuất hiện 25 lần, nhưng cách dùng này chỉ được tìm thấy trong bốn thư tín của Phao-lô và rõ ràng bị chi phối bởi chủ đề.

(3). Mạo từ đi với số từ. Trong tất cả mười một trường hợp (trong sáu thư tín) được Harrison trích dẫn, thì bối cảnh đều đòi hỏi phải có mạo từ nhưng ba trường hợp có số từ trong các thư tín mục vụ (1 Ti 2:5; 5:9 và 5:19) thì mạo từ này hoàn toàn không phù hợp. Tuy nhiên, cách sử dụng quen thuộc hơn của Phao-lô là hình thức không mạo từ.

(4). Mạo từ đi với một trạng từ. Harrison trích dẫn 23 trường hợp trong mười thư tín, nhưng 1 Ti-mô-thê 3:7 chứa đựng cấu trúc tương tự. Hình thái trạng ngữ không có mạo từ *loipon* (từ nay trở đi) đã được sử dụng ở 2 Ti-mô-thê 4:8, là câu mà Harrison cho thuộc về một trong những mảnh ghép chân thực, mặc dù Phao-lô thường sử dụng hình thái này với một mạo từ giống trung. Cách sử dụng tính từ có bốn phần *ontōs* với mạo từ trong các thư tín mục vụ (ví dụ 1 Ti 5:3) được chấp nhận là không thể tương ứng với cách dùng trong các thư tín khác của Phao-lô, nhưng cách sử dụng tính từ *exō* và *anō* trong 2 Cô-rinh-tô 4:16 và Phi-líp 3:14 cung cấp những sự tương đồng gần gũi.

(5). Mạo từ đi với cả câu. Trong số bảy trường hợp mạo từ đi với cả câu mà Harrison đề cập, bốn trong số đó mở đầu câu trích dẫn mặc dù đây rõ ràng không phải là cách giới thiệu các ám chỉ văn chương thông thường của Phao-lô. Trường hợp phản đối khả thi duy nhất trong số những trường hợp được nêu là sự đối lập giữa 1 Tê-sa-lô-ni-ca 4:1, nơi *to pōs die* được sử dụng, và 1 Ti-mô-thê 3:15, nơi không có mạo từ, nhưng ngay cả trường hợp này cũng không thuyết phục khi xem xét cách sử dụng hình thái không mạo từ của chính những từ này trong Cô-lô-se 4:6.

c. Cách dùng của *hōs*

Trong các thư tín của Phao-lô có ba cách dùng từ *hōs*, mười một trường hợp có tiểu từ, năm trường hợp đi với một trạng từ và sáu trường hợp đi với *an* nhưng các thư tín mục vụ không dùng từ này. Việc thiếu vắng cách dùng đầu tiên có lẽ giống với Ga-la-ti, Ê-phê-sô, Phi-líp, 2 Tê-sa-lô-ni-ca và Phi-lê-môn. Cách dùng của hai trường hợp sau cũng không xuất hiện ở sáu trong số mười thư tín khác của Phao-lô, điều đó có nghĩa là trên thực tế chúng không có giá trị ủng hộ cho quan điểm cho rằng Phao-lô không phải là tác giả của các thư tín mục vụ. Thật ra, điều này chỉ làm vững mạnh thêm điều đã được minh họa đầy đủ rồi, đó là văn phong của Phao-lô linh động hơn nhiều so với những gì mà các học giả suy nghĩ.

Để tóm tắt lại quan điểm về văn phong, có thể trình bày hai lời phê bình chính về vô số những thống kê của Harrison như sau. Người ta đã thấy rằng trước nhất chính những lập luận ấy của ông cũng được dùng để chứng minh cho những đặc điểm không mang đặc trưng của Phao-lô của những thư tín rõ ràng không có ai tranh cãi là thuộc về Phao-lô, và thứ nhì đó là những thống kê này không hề xem xét đến tâm trạng và mục đích. Ngay cả khi hai thư tín như Rô-ma và Ga-la-ti nói đến những chủ đề tương tự thì chúng cũng chỉ dùng chung 25 trong số các tiểu từ của Harrison, v...v, trong khi thư Cô-lô-se và Ê-phê-sô có sự liên kết chặt chẽ với nhau thì cũng chỉ có sáu tiểu từ chung.[134] Rõ ràng là vị sứ đồ đã cho phép chính mình, một cách vô tình hay hữu ý, có những thay đổi đáng kể trong các "mô liên kết" này. Quan điểm của Lock[135] cho rằng văn phong của các thư tín mục vụ gần với Phao-lô hơn với bất cứ tác giả Tân Ước nào khác có vẻ như là quá hợp lý.

5. Kết luận

Phần thảo luận bên trên đã cho thấy rằng không một bằng chứng ngôn ngữ nào đòi hỏi chúng ta phải phản đối tính chân thực của Phao-lô, và giờ đây chúng ta chỉ cần phải tóm tắt những giải pháp thay thế khác nhau cho những khác biệt về ngôn ngữ của Phao-lô so với các thư tín trước đó.

(1). Rõ ràng tính chất khác biệt của những chủ đề đã góp phần đáng kể vào việc sử dụng nhiều từ mới.[136] Việc dùng nhiều cách diễn đạt mới cho những chủ đề chưa được nói đến trước đây là điều không thể tránh khỏi.

(2). Cần phải cân nhắc đến yếu tố là theo thời gian thì những từ ngữ được dùng cũng thay đổi, bởi vì văn phong và từ vựng thường bị ảnh hưởng theo cách này.[137]

---

[134]Dĩ nhiên, cũng cần ghi nhận rằng kết luận của Harrison đó là cả hai thư tín này nằm trong số các thư tín chân thực của Phao-lô sẽ bị nhiều học giả từ trước vẫn thách thức quyền tác giả của Phao-lô đối với các thư tín mục vụ thách thức. Tương tự, một số điều trong cách lập luận của Harrison là bởi vì ông triệt để trung thành với giả thiết về mảnh ghép, là giả thiết mà nhiều học giả giờ đây phản đối vì họ chủ yếu nghiêng về giả thiết thuần hư cấu.

[135]Op. cit., trang xxvii-xxviii.

[136]So sánh với Parry, op. cit., trang cxi-cxxvi. So sánh với cũng xem W. E. Bowen, *The Dates of the Pastoral Epistles* (1900).

[137]So sánh với Parry, op. cit., trang cxi-cxxvi. So sánh với cũng W. E. Bowen, *The Dates of the Pastoral Epistles* (1900).

(3). Sự mở rộng vốn từ do yếu tố thay đổi môi trường cũng có thể góp phần vào việc gia tăng sử dụng những từ kinh điển hơn.[138]

(4). So với các thư tín trước viết cho các hội thánh thì thư tín mục vụ gửi đến cá nhân. Sự khác biệt trong đối tượng nhận thư này cũng góp phần vào những khác biệt cụ thể về mặt văn phong, y như thư viết cho cá nhân và thư viết cho nhiều người chắc chắn sẽ khác nhau.

---

[138]So sánh với Montgomery Hitchcock, "Latinity in the Pastorals", *ExpT 39* (1927–28), trang 347–352, và Simpson, op. cit., 20–21.

Phụ lục theo Câu Kinh Thánh

Sáng Thế Ký
    1:31, 91
    3:15, 75, 127
    3:17, 73
Xuất Ê-díp-tô Ký
    6:2, 31
    6:7, 31
    7:11, 155
    19:5, 196
    33:17–23, 113
Dân Số Ký
    16:5, 147
    16:26, 147
Phục Truyền Luật Lệ Ký
    10:17, 113
    19:15, 103
    25:4, 102
Gióp
    1:21, 109
Thi Thiên
    22:21, 172
    26:6, 70
    34:17, 157
    62:12, 169
    129:8, 196
    136:3, 113
Châm Ngôn
    3:6, 144
    11:5, 144
Truyền Đạo
    5:15, 109
    31:25, 200
Nhã Ca
    4:2, 200
    6:5, 200
Ê-sai
    52:11, 147
Đa-ni-ên
    4:34, 113
    6:20, 172
Ma-la-chi
    1:10–11, 69
Ma-thi-ơ
    5:8, 55
    6:22, 114
    10:3, 142
    10:17–33, 171
    15:5, 97
    18:16, 103
    19:28, 200
    20:5, 189
    25:14, 78
Mác
    7:15, 185
    10:45, 68, 196
    13:22, 88
Lu-ca
    1:3, 91, 156
    1:52, 113
    1:79, 193

5:10, 151
9:26, 103
10:7, 102
11:41, 185
18:22, 114
23:32, 140
23:39, 140

Giăng
3:5, 200
7:7, 194
13:1–7, 99
15:3, 55, 91
18:37, 112

Công Vụ Các Sứ Đồ
2:33, 201
2:36, 159
5:1–11, 64
6, 80, 96
6:3, 82
8:17, 95
8:27, 113
9:17, 95
13:11, 64
14:22, 157
14:23, 17, 18, 136, 180
15:37–39, 167
16:1, 122
17:31, 161
18:2, 173
18:18, 173
18:26, 173
19:6, 95
19:22, 173
19:33, 64
19:33–34, 169
20, 9, 20
20:1, 9
20:4, 8, 173
20:6, 168
20:19, 177
20:28, 19
20:29, 88
20:31, 9, 10, 120
20:32, 136
20:35, 107
20:37, 121
21:8, 163
21:29, 8, 173
24, 170
26:32, 11
27:20, 193
28, 9, 10, 14
28:2, 199
28:30, 10

Rô-ma
1, 152
1:1, 51
1:3, 139
1:3–4, 139
1:4, 86
1:5, 171
1:9, 112
1:11, 121
1:19, 120
1:23, 62
2:16, 139, 161
2:20, 218
3:4, 178
3:24, 35, 201
3:29–30, 68
4:3, 102
4:11, 146
5:1–2, 141
5:12, 74
5:20, 60
5:22, 60
6:2–4, 200
6:4, 31
6:8, 141
6:13, 137

7:7, 57
7:8, 101
7:10, 98
7:11, 101
7:12, 56, 120
7:16, 56
7:17, 122
7:23, 137
7:24, 98
8:9–11, 131
8:11, 122
8:15, 31, 124
8:17, 142
8:21–25, 141
8:28, 126, 127, 156
8:33, 178
8:38, 129
9:1, 69
9:2, 121
9:5, 195
9:11, 127, 191
9:21, 148
9:21–22, 148
10:3, 60
11:2, 102
11:30–31, 60
12:2, 200
12:8, 79
12:19, 169
14, 25
14:20, 185
15:1, 21
15:6, 31
15:24, 11
15:28, 11
16:1, 82
16:2, 171
16:3, 173
16:3–5, 72
16:24, 173

16:25, 139
16:25–26, 33
16:25–27, 127
16:26, 51, 81, 171
16:27, 63

1 Cô-rinh-tô
1:1, 51
1:2, 69
1:6, 125
1:8, 112
1:9, 126
1:21, 126, 194
1:23, 125
3, 148
3:9–17, 84
3:10–15, 146
3:12, 148
3:13, 129
4:1, 181
4:5, 161
4:17, 122
4:17–24, 198
5:5, 64
5:7, 148
6:9–11, 198
6:11, 35, 200
7:6, 51
7:25, 60
7:25–26, 101
8:6, 31
9:2, 146
9:7, 137
9:9, 102
9:10–11, 138
9:14, 102
9:17, 54, 58
9:27, 96
10:11, 203
11:9, 73
11:12, 121

11:13, 187
11:30, 64
12:9, 34
12:28, 59
13, 34, 125, 130
13:13, 55
14:7, 79
14:9, 79
14:16, 79
14:34–35, 71, 72
15, 146
15:3–4, 20
15:9, 61
15:12, 146
15:24, 31
15:26, 127
15:53–54, 113
15:55, 128
16:11, 219
16:19, 173

2 Cô-rinh-tô
1:23, 112
2:13, 179
2:14, 69
4:1, 60
4:4–6, 58
4:16, 222
4:17, 141
5:10, 191
5:12, 101
5:17, 200
6:6, 199
6:7, 137
6:16, 122
8:7, 34
8:8, 51
8:23, 179
9:8, 109
10:1, 78
11:1–3, 74

11:3, 74
11:12, 101
11:32, 69
12:18, 179
13:1, 103
13:10, 184

Ga-la-ti
1:1, 179
1:4, 196
1:6, 126
1:14, 197
1:20, 69
2:3, 179
2:7, 58, 179
2:20, 119, 196
4:2, 181
4:3, 87
4:4, 68
4:9, 87
4:30, 102
5:13, 101
5:22, 34, 111
6:18, 174

Ê-phê-sô
1:6, 113
1:11, 33, 127
1:13, 144
1:19, 113
2:5–10, 33
2:8, 193
2:19–23, 146
2:20–22, 84
2:21, 159
3:1, 125
3:2, 54
3:8, 61
3:9, 54, 128
3:10, 87
3:11, 33
4:5, 34

4:11, 19, 163
4:19, 89
5, 79
5:3, 187
5:15, 159
5:22, 189
5:25–26, 196
5:26, 200
6:4, 203
6:10, 134
6:10–17, 63
6:11, 89
6:11–18, 137
6:12, 87
6:23, 34

Phi-líp
1:1, 18, 80
1:3, 120
1:8, 112, 121
1:12–14, 125
1:23, 164
1:25, 11
1:27, 34
2:12, 96
2:15–16, 112
2:16, 93
2:17, 164
2:23–24, 11
2:25, 137
3:4–6, 120
3:14, 222
3:17, 94
4:3, 179
4:5, 78
4:11, 109
4:13, 59

Phi-líp
4:2–3, 72

Cô-lô-se
1:2, 32

1:4, 32
1:8, 34
1:11, 113, 162
1:13, 120
1:15, 62, 144
2:7, 34
2:8, 87
2:15, 87
2:16, 25
2:20, 87
2:22, 185
3, 79
3:6, 122
3:12, 178
3:16, 201
3:18, 189
4:6, 222
4:10, 167
4:12, 159
4:14, 167

1 Tê-sa-lô-ni-ca
1:3, 34, 187
1:8, 69
2:5, 112
2:10, 112, 194
3:6, 34, 121
3:13, 112
4:1, 222
4:17, 126
5:6, 163
5:8, 163
5:12, 18, 79
5:23, 112

2 Tê-sa-lô-ni-ca
1:3–4, 34
1:10, 129
2:1–12, 88
2:8, 127, 219
2:13, 34
2:13–14, 141

3:9, 94
1 Ti-mô-thê
  1, 31
  1:1, 31, 66, 93, 119, 179
  1:1–2, 49, 51
  1:1–20, 49, 51
  1:2, 120, 179
  1:3, 6, 9, 29, 42, 65, 107
  1:3–7, 24
  1:3–11, 49, 53
  1:4, 26, 185, 203
  1:5, 7, 34, 63, 120, 122, 149
  1:6, 115, 116, 146
  1:7, 27, 28, 56, 202
  1:7–8, 26
  1:8, 56, 58
  1:9, 56, 92
  1:11, 59, 112, 179
  1:12, 120, 171, 179
  1:12–17, 49, 59
  1:13, 61, 62
  1:14, 32, 34
  1:15, 63
  1:16, 130
  1:17, 31, 113
  1:18, 95, 136
  1:18–20, 49, 63
  1:19, 34
  1:19–20, 24
  1:20, 25, 145, 169
  2, 74
  2:1, 22, 66, 67
  2:1–8, 49, 65
  2:1–4:16, 49, 65
  2:2, 86
  2:3, 31
  2:3–4, 93
  2:4, 31, 150, 155
  2:5, 27, 56, 222
  2:5–6, 32

  2:6, 196
  2:7, 128
  2:8, 70
  2:8–15, 76
  2:9–15, 49, 70
  2:10, 187
  2:11, 73
  2:12, 72, 73
  2:13, 72
  2:14, 72
  2:15, 34
  3, 182
  3:1–3, 16
  3:1–7, 49, 76
  3:1–13, 43, 49, 76
  3:2, 82, 98, 136, 150, 181, 182, 187
  3:3, 103, 182, 198
  3:5, 79, 84
  3:6, 20, 108
  3:7, 151, 222
  3:8, 187, 188, 190
  3:8–13, 49, 80
  3:9, 34, 63, 77, 86
  3:10, 181
  3:11, 99, 187, 188, 190
  3:12, 79
  3:13, 32
  3:14, 42
  3:14–16, 49, 83
  3:15, 34, 146, 222
  3:16, 31, 37
  4:1, 33, 34
  4:1–4, 27
  4:1–5, 25, 49, 88
  4:1–16, 49, 88
  4:2, 55, 115
  4:3–5, 25
  4:4, 91, 160
  4:5, 90

4:6, 34
4:6–16, 49, 91
4:7, 93, 115, 149, 203
4:8, 93
4:9, 61, 92
4:10, 31, 93
4:12, 34, 190, 197, 219
4:13, 95
4:14, 104, 123, 135
5, 20
5:1–2, 49, 97
5:1–6:2, 49, 96
5:3, 222
5:3–8, 49, 97
5:3–16, 17, 49, 97
5:3–22, 16
5:4, 98, 101
5:5, 98, 121
5:7, 79
5:8, 34, 101
5:9, 222
5:9–10, 49, 98
5:11–16, 50, 100
5:12, 34
5:14–25, 43
5:17–20, 50, 101
5:18, 101
5:19, 104, 222
5:20, 162
5:21, 143, 161
5:21–25, 50, 103
5:22, 27, 104, 105, 189
5:23, 42, 105
5:25, 105
6:1, 191
6:1–2, 50, 106
6:2, 106, 107, 191
6:3, 108
6:3–5, 25, 50, 107
6:3–21, 50, 107

6:4, 203
6:5, 155
6:6–10, 50, 109
6:7, 109
6:8, 109, 111
6:9, 110, 151
6:10, 34
6:11, 34, 112, 149, 157, 160
6:11–12, 187
6:11–16, 50, 110
6:12, 34, 114, 164
6:14, 219
6:15, 58
6:15–16, 31
6:17, 201
6:17–19, 50, 113
6:19, 34
6:20, 26, 129, 145
6:20–21, 50, 115
6:21, 34, 146

2 Ti-mô-thê
1:1, 31, 32, 51
1:1–2, 117, 119, 177
1:2, 52, 179
1:3, 60, 121
1:3–5, 117, 120
1:4, 121, 166
1:5, 42, 72, 121, 129, 131
1:6, 104, 122, 124, 129
1:6–10, 117, 123
1:6–14, 117, 123
1:7, 126
1:8, 7, 129, 133, 137
1:9, 31–33
1:10, 219
1:11, 68, 179
1:11–12, 117, 128
1:12, 115, 131, 166
1:13, 32, 34, 61, 134
1:13–14, 117, 130

1:14, 33, 122, 129
1:15, 42, 117, 132
1:15–2:2, 117, 132
1:16, 7, 95, 133
1:16–17, 173
1:16–18, 14, 117, 132
1:17, 8
1:18, 129, 132, 133
2:1, 32, 141
2:1–2, 117, 134
2:2, 19, 63
2:3, 125, 137, 140, 163
2:3–6, 117, 137
2:3–13, 117, 136
2:3–26, 117, 136
2:4, 145
2:7–10, 117, 139
2:8, 140
2:9, 126
2:10, 93, 142
2:11, 142
2:11–13, 117, 141
2:14, 26, 29
2:14–15, 117, 143
2:14–26, 117, 143
2:16, 115, 148, 155, 203
2:16–18, 117, 145
2:17, 24, 64
2:18, 148
2:19, 117, 146
2:20, 147, 149
2:20–21, 117, 147
2:21, 149, 160
2:22, 34, 111
2:22–26, 117, 149
2:23, 92, 150, 154, 203
2:24, 151
2:25, 151
2:26, 79
3:1, 88

3:1–9, 118, 152
3:2, 153
3:3, 153
3:4, 153
3:5, 26, 154, 218
3:6, 152, 154
3:8, 34, 158, 188
3:9, 157
3:10, 34, 92, 187
3:10–11, 14
3:10–12, 118, 156
3:10–17, 118, 156
3:11, 157
3:12, 32
3:13, 155
3:13–17, 118, 157
3:15, 72, 122
3:15–17, 28
3:16–17, 56
3:17, 160
4, 9, 13
4:1, 14, 103, 219
4:1–5, 118, 161
4:1–18, 118, 161
4:2, 197
4:3, 26
4:5, 126, 164
4:6, 9
4:6–8, 118, 164
4:7, 34, 165
4:8, 138, 219, 222
4:9, 166, 173
4:9–13, 118, 166
4:9–15, 14
4:11, 149
4:12, 204
4:13, 7
4:14, 64
4:14–15, 118, 168
4:15, 169

4:16, 7, 171, 174
4:16–17, 8, 43, 118, 169
4:17, 172
4:18, 118, 129, 170, 172
4:19, 132, 133
4:19–22, 118, 173
4:20, 7, 8
4:21, 166, 204

Tít
1:1, 27, 179
1:1–2, 34
1:1–4, 175, 177
1:2, 127, 178, 202
1:3, 31, 179
1:5, 42
1:5–7, 16
1:5–9, 16, 175, 180
1:8, 187, 194
1:9, 19, 183, 185, 187
1:10, 26, 27
1:10–16, 175, 183, 203
1:11, 189
1:13, 29, 162
1:14, 26–28, 54, 132, 185
1:15, 185
2:1, 188, 190, 196
2:1–3, 175, 187
2:1–10, 175, 186
2:2, 189, 194
2:4–8, 175, 189
2:7, 191
2:9–10, 175, 191
2:10, 31, 34, 179, 192
2:11, 31, 194, 199
2:11–12, 35
2:11–13, 127
2:11–15, 175, 193, 198
2:11–3:7, 175, 192
2:12, 111, 194
2:13, 179, 202, 219

2:14, 31
2:15, 162
3:1, 200
3:1–2, 175, 197
3:2, 78
3:3, 175, 198
3:4, 31, 179, 193, 199
3:4–7, 175, 199
3:5, 33, 35, 126, 196
3:5–7, 34
3:6, 179, 199
3:7, 35
3:8, 175, 199, 202, 205
3:8–11, 175, 202
3:9, 26, 149
3:9–11, 175, 203
3:10, 92
3:11, 201
3:12, 7, 168
3:12–15, 14, 175, 204
3:29, 201

Phi-lê-môn
2, 137
5, 34
11, 149
22, 11
25, 174

Hê-bơ-rơ
2:14–15, 128
13:21, 192
13:23, 137

Gia-cơ
1:12, 165
4:1, 198
4:2, 198

1 Phi-e-rơ
1:12, 87
5:8, 172

2 Phi-e-rơ
1:13, 122

Khải Huyền
   1:5, 112
   2:10, 165
   15:3, 62
   17:14, 113
   19:16, 113

www.ingramcontent.com/pod-product-compliance
Lightning Source LLC
Chambersburg PA
CBHW020755160426
43192CB00006B/332